திருமணப் பொருத்த ரகசியங்கள்

ஆசிரியர்
ஜெயங்கொண்டான் கொளஞ்சி B.E.,

விஜயா பதிப்பகம்
20, ராஜ வீதி,
கோயம்புத்தூர் - 641 001.
vijayapathippagam2007@gmail.com

© விஜயா பதிப்பகம்

நூலின் பெயர்	:	திருமணப் பொருத்த ரகசியங்கள்
ஆசிரியர்	:	ஜெயங்கொண்டான் கொளஞ்சி
மூன்றாம் பதிப்பு	:	2015
வெளியீடு	:	**விஜயா பதிப்பகம்**
		20, ராஜ வீதி,
		கோயம்புத்தூர் - 641 001.
		© 0422 - 2382614 / 2385614
ஒளியச்சு / புத்தக வடிவமைப்பு	:	ஐரிஸ் கிராபிக்ஸ், கோவை.
அட்டை வடிவமைப்பு	:	தத்ரூபா கிராபிக்ஸ், கோவை.
அச்சாக்கம்	:	ஜோதி எண்டர்பிரைசஸ், சென்னை - 5.
பக்கம்	:	248
விலை	:	ரூ.160/-

ISBN - 81-8446- 297-2

THIRUMANA PORUTHA RAGACIYANGAL

Author	:	Jeyankondan Kolanji
Third Edition	:	2015
Published By	:	**VIJAYA PATHIPPAGAM,**
		20, Raja Street, Coimbatore - 641 001.
		© 0422 - 2382614 / 2385614
Layout & Laser Type set	:	IRIS graphics, Coimbatore.
Cover Design	:	Tadruba Graphics, Coimbatore
Printed At	:	Jothy Enterprises, Chennai - 5.
Pages	:	248
Price	:	Rs.160/-

சமர்ப்பணம்

வாசியோகத்தின் வன்மையை உணர்த்தி,
வாசிக்குதிரையில் எனை ஏற்றி வலம் வரச்செய்த வாசியோகி,
ஜோதிட பிதாமகன் ஜீலஸ்ரீ மகரிஷி தயானந்த ஜோதி
அவர்களின் திருவடிகளுக்கு,
இந்த "திருமணப் பொருத்த ரகசியங்கள்" என்ற
மணநூலை ஞானமலர்களாக
சமர்ப்பிக்கிறேன்...!

என்னுரை

ஆடல்வல்லானின் ஆடியதிருவடியும், சற்குருவின் ஞானத் திருவடியும் துணைநின்று, எமை எப்போதும் வழிநடத்தும் என்ற அருள்நிலையில் உற்பவித்த நூல்தான் "திருமணப் பொருத்த ரகசியங்கள்" என்ற மணநூல்!

பல குருமார்கள், சித்தர்கள், ரிஷிகள், கிரந்த கர்த்தாக்கள், ஞானிகள், ஆச்சார்யப் பெருமக்கள் போன்றோர்கள் எடுத்துரைத்த ஜோதிட ஞானம் மற்றும் குருவின் அனுபவ அறிவு ஆய்வுகள் அடியேனுக்கு "திருமணப் பொருத்த ரகசியங்கள்" என்ற கிரந்தம் உருவாகப் பெரும் மூலாதாரமாக அமைந்தது என்றால் அது திருவருள் எமக்குச் செய்த பெரும்பாக்கியம்!

தற்காலத்தில் எண்ணிலடங்கா நூல்கள் திருமணப் பொருத்தம் பற்றி வெளிவந்துள்ளன. அவை எல்லாவற்றிலும் திருமணப் பொருத்தம் பற்றிய விவரங்கள் **மேலோட்டமாகவே** விளக்கப் பட்டுள்ளன. ஆழ்ந்த, தெளிவான, முழுமையான கருத்துக்கள் எதுவும் தென்படவில்லை என்றே சொல்லலாம்.

திருமணப் பொருத்தங்கள் பற்றின அனைத்துவித குழப்பங் களுக்கும், பிரச்சனைகளுக்கும் மாபெரும் முற்றுப்புள்ளி வைத்திடவும், ஜோதிடக்கலைக்கு **நிகரற்ற அழியாப் புகழை** நிலைநாட்டவும் "குஞ்சிதபாதம்" பற்றி எழுதப்பட்டதே இருமனம் இணையும் திருமணப் பொருத்த ரகசியங்கள்" என்ற நூல்.

சிதம்பரம் நடராஜரின் "குஞ்சிபாதம்" என் மனமேடையில் ஆடியது ஞான ஆட்டமே! அதுவே என் பேனாவில் ஆடியது எழுத்தாட்டம்!

இறைவன் ஆடிய எழுத்தாட்டத்தை இன்பமுடன் வாசித் துணர்ந்து இல்வாழ்வில் இணைந்தோர்க்கு என்றும் இல்லை திண்டாட்டம்! இனி தம்பதிகளுக்குக் கொண்டாட்டம்!!

குஞ்சிதபாதம் அருளிய "திருமணப் பொருத்த ரகசியங்கள்" என்ற இந்நூலை அனைவரும் அறிந்து, உணர்ந்து இனிய இல்லற வாழ்க்கையை வாழ்ந்து, ஈடிணையற்ற இறைசிறுகருவிகளாக இருக்க இறையருள் துணை நிற்கட்டும்!

இறைசிறுகருவி
ஜெயங்கொண்டான் கொளஞ்சி B.E.,

தேவாமங்கலம்,
அரியலூர் (Dt.), தமிழ்நாடு.
செல்: 98657 75527
இ-மெயில்: chitsaba.yahoo.com.

பிரம்மரிஷி ஜோதிட ஆராய்ச்சி மையம்

R.G.S. காம்ப்ளக்ஸ்
தாலுகா ஆபீஸ் எதிரில்
ஜெயங்கொண்டம்,
அரியலூர் District.

வாழ்த்துரை

ஆடல் வல்லானின் அருளால் ஜோதிட ஞானம் பெற்று வியப்புக்குரிய, அறிய பல செய்திகளையும், இதைப்படிக்கும் அனைவருக்கும் ஒவ்வொரு கருத்தையும், நிச்சயமாகி அனைவருக்கும் புரியும் வண்ணம் எளிமையான உதாரணங்களோடு "திருமணப் பொருத்த ரகசியங்கள்" என்கிற இந்த நூலை திரு. ஜெயங்கொண்டான் கொளஞ்சி அவர்கள் எழுதி உள்ளார்கள் இதைப்படித்து பயன்பெற வேண்டுமாய் வாழ்த்துகிறேன்.

இப்படிக்கு
பால ஜோதிடர், சித்தாந்த ரத்னம்
பிரம்மஸ்ரீ உ. வெங்கடேச தீக்ஷிதர் M.A

புதிய எண் 79, கிழ வீதி,
சிதம்பரம்.
செல்: 98944 06321
www.annadhaanam.in

பொருளடக்கம்

		பக்கம்
1.	உறவுகளின் ரகசியம்	9
2.	பாவாதிபதிகள் பொருத்தம்	42
3.	கிரகப் பொருத்தங்கள்	86
4.	ஜாதகப் பொருத்தம்	126
5.	எதிரிடையின் இல்லறத் தடைகள்	163
6.	ஏழாம் பாவத்தின் பலன்கள்	189
7.	நட்சத்திரப் பொருத்தம்	197
8.	செவ்வாய் தோஷ விளக்கம்	221
9.	திருமண கால நிர்ணயம்	226
10.	பெண்கள் ஜாதகம்	233
11.	நவாம்சமும் திருமணமும்	240
12.	திருமணப் பொருத்த சுருக்கம்	245

1. உறவுகளின் ரகசியம்

நாம் அன்றாட வாழ்க்கையில் சந்திக்கின்ற "ஒவ்வொரு உயிரினங்களும்" ஏதோ ஓர் வகையில் நமது "பூர்வ ஜென்மத்" தொடர்புடைய ஒன்றாகவே இருக்கும்" என்பது பிரபஞ்ச இறைநியதி ஆகும்.

எனவே நமது உலக வாழ்க்கையில் கிடைத்த தந்தை, தாய், சகோதர, நட்பு, களத்திர (கணவன் / மனைவி) மற்றுமுள்ள அனைத்து உறவுநிலைகள் யாவும் "முன்ஜென்மத்" தொடர்புடையவைகளே!

இவைகளில் தந்தை, தாய், உடன்பிறப்புகள் போன்றோர்களின் நிர்ணயம் இறைவன் சித்தப்படியே நிகழ்கிறது! பிறந்த பிறகு, 'எனக்கு இந்த அப்பா, அம்மா சரியில்லை, பிடிக்கவில்லை... சே...' என்று சொல்லி புறக்கணிக்க முடியாது. பிறந்தால் பிறந்ததுதான் அவர்கள் எப்படி இருந்தபோதும்! பிடிக்கவில்லை என்பதற்காக வேறு நபர் களைக் காட்டி இவர்கள்தாம் எனது பெற்றோர்கள் என்று கூற முடியாது! உடன்பிறப்புகளும் அவ்வாறே இறைவனின் கட்டளைப் படி அமையும் ஓர் அமைப்பாகும்! இவைகள் எல்லாம் ஒருவரின் அறியாப்பருவத்தில் அமைந்த, இறைவன் தொகுத்து விதித்த விதிகளே!

சற்றே விவரம் அறியும் வயதில் வந்து அமையும் **பூர்வ ஜென்ம** உறவுதான் **திருமண** உறவு!

முன்ஜென்மத்தில் மிக நெருங்கிய தொடர்புடைய ஒரு நபர்தான் ஒருவருக்குக் கணவனாகவோ அல்லது மனைவியாகவோ வந்து அமைகிறார்கள். இதில் அணுவளவும் சந்தேகத்திற்கு இடமின்றி இதுவே உண்மையும் ஆகும்.

வாழ்க்கைத் துணை:

வாழ்க்கைத் துணை என்பது எப்படி இருக்க வேண்டும்? அது ஒரு **"ஆத்ம நண்பனைப்"** போல இருக்க வேண்டும்.

இவ்வாறு மிக நெருங்கிய இணக்கமான ஒருநிலையை "எக்காலத்திலும்" பெற்றிருக்கும் ஓர் அமைப்புதான் வாழ்க்கைத் துணையாக இருக்க வேண்டும்.

உடலில் உயிர் உறைந்துள்ளதுபோல்.

மலரில் மணம் மறைந்துள்ளதுபோல்.

நல்ல இரு நண்பர்களின் கூட்டணிதான் சிறந்த இல்லற வாழ்வின் அடித்தளமாக அமைகிறது. இத்தகையதொரு பிணைப்பு அவ்விரு வர்களின் "ஜாதகரீதியாக" ஏற்பட்டிருக்க வேண்டும். அப்போதுதான் அந்த உறவு நிலைத்த, நீடித்த உறவாக இருக்கும்.

பூர்வ ஜென்மத் தொடர்புகள்:

பன்னிரெண்டு இராசிகள் பஞ்சபூத அடிப்படையில் நான்கு வகைகளில் பகுக்கப்பட்டுள்ளன. அனைத்தும் பஞ்சபூதங்களால் ஆனவைகளே.

மேஷம்	- சிம்மம்	- தனுசு	⇒ அக்னி
ரிஷபம்	- கன்னி	- மகரம்	⇒ பிருத்திவி (மண்)
மிதுனம்	- துலாம்	- கும்பம்	⇒ காற்று
கடகம்	- விருச்சிகம்	- மீனம்	⇒ நீர்

இவைகள் மூன்றும் ஒன்றுக்கொன்று திரிகோண இராசிகளாக அமைந்துள்ளன.

திரிகோணம் முக்கோண அமைப்பாகும். அதாவது இராசி மண்டலத்தில் 1, 5, 9வது இராசிகள்.

மேஷ திரிகோணம்:

மேஷ திரிகோண ராசிகள் "அக்னி" தத்துவம் ஆகும்.

மிதுன திரிகோணம் = மேஷம், சிம்மம், தனுசு.

ஜெயங்கொண்டான் கொளஞ்சி

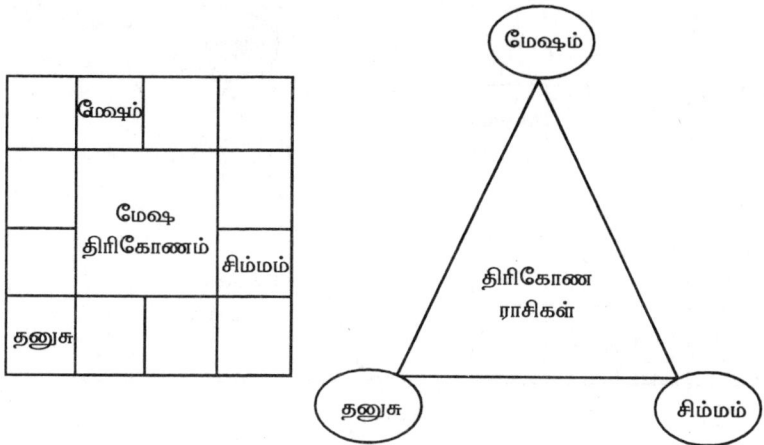

ரிஷப திரிகோணம்:

ரிஷப திரிகோண ராசிகள் **"நில (மண்)"** தத்துவம் ஆகும்.

ரிஷப திரிகோணம் = ரிஷபம், கன்னி, மகரம்.

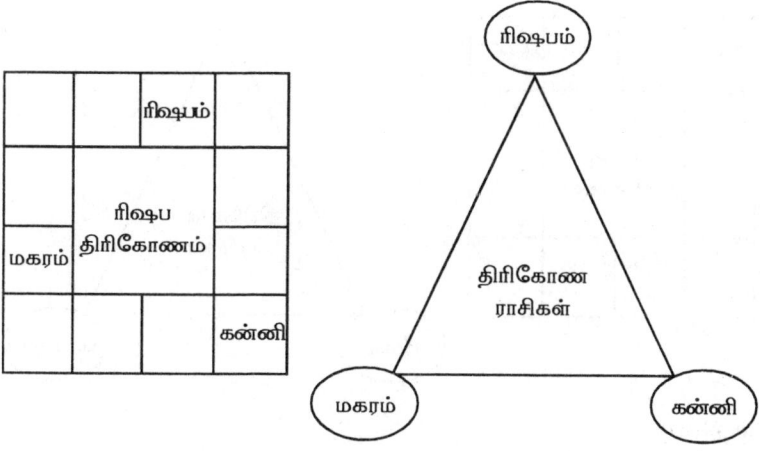

மிதுன திரிகோணம்:

மிதுன திரிகோண ராசிகள் **"காற்று"** தத்துவம் ஆகும்.

மிதுன திரிகோணம் = மிதுனம், துலாம், கும்பம்.

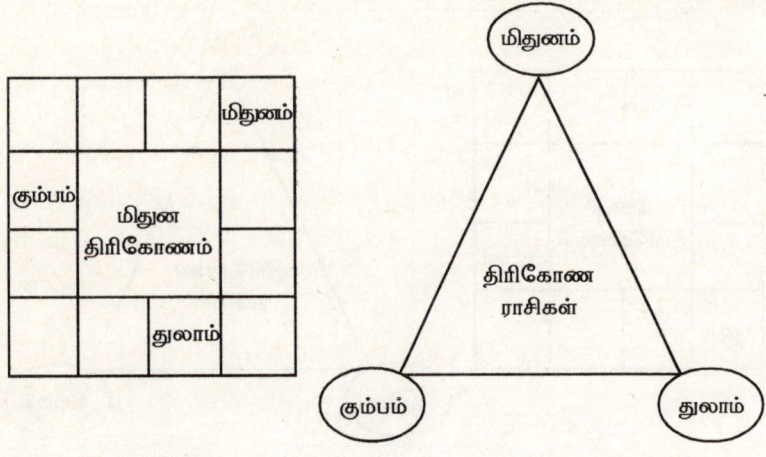

கடக திரிகோணம்:

கடக திரிகோண ராசிகள் "நீர்" தத்துவம் ஆகும்.

கடக திரிகோணம் = கடகம், விருச்சிகம், மீனம்.

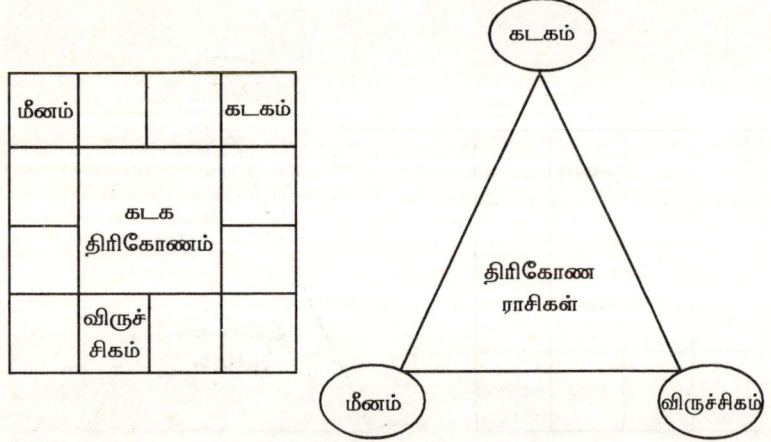

குறிப்பு:

எப்போதும் மூன்று ராசிகள், மூன்று கிரகங்கள், மூன்று நட்சத்திரங்கள் இணைந்தேதான் செயல்படும்! இதுவே திரிகோண ராசிகளாகவும் அமைகின்றன!

இராசி மண்டலத்தில் பஞ்சபூத அமைவுகள்:

நீர்	அக்னி	நிலம்	காற்று
காற்று	இராசிகள் பஞ்சபூத அமைப்பு		நீர்
நிலம்			அக்னி
அக்னி	நீர்	காற்று	நிலம்

மீனம்	மேஷ	ரிஷப	மிதுன
கும்ப	இராசி		கடக
மகர			சிம்ம
தனுசு	விருச்	துலாம்	கன்னி

★ இனம் இனத்தோடு சேரும்.

★ ஓரினப் பறவை ஒன்றாய் கூடும் என்பது பிரபஞ்ச நியதி ஆகும்.

★ நிலம் நிலத்தோடு இணையும்.

★ காற்று காற்றோடு சேரும்.

★ நீர் நீரோடு கலக்கும்.

அக்னி ⇒ மேஷம் + சிம்மம் + தனுசு
நிலம் ⇒ ரிஷபம் + கன்னி + மகரம்
காற்று ⇒ மிதுனம் + துலாம் + கும்பம்
நீர் ⇒ கடகம் + விருச்சிகம் + மீனம்

★ இவ்வாறு 12 இராசிகள் **"பஞ்சபூத"** அடிப்படையில் நான்கு பிரிவுகளாகப் பிரிக்கப்பட்டுள்ளன.

அக்னி	நிலம்	காற்று	நீர்
மேஷம்	ரிஷபம்	மிதுனம்	கடகம்
சிம்மம்	கன்னி	துலாம்	விருச்சிகம்
தனுசு	மகரம்	கும்பம்	மீனம்

★ இராசி மண்டலங்கள் எல்லாம் ஆகாயத்தில் அடங்கிக் கிடக்கின்றன. அனைத்தும் ஆகாயத்தில் ஒடுக்கம்.

சதுர்வித புருஷார்த்தங்கள்:

1. தர்மம்   (அறம்)
2. கர்மம்   (பொருள்)
3. காமம்   (இன்பம்)
4. மோட்சம் (வீடுபேறு, முக்தி)

ஆகிய நான்கும் ஒருவருக்கு நான்குவிதப் (சதுர்வித) பொருட்களாகிறது (புருஷார்த்தம்).

'அற'வழியில் 'பொருள்' ஈட்டி 'இன்பம்' அனுவித்து 'வீடுபேறு' அடைய வேண்டும்.

வள்ளுவரின் முப்பால்:

அறம்	பொருள்	இன்பம்

"நடுவது எய்தினால் இருதலையும் எய்தலாமே!"

அதாவது நடுவது என்ற "பொருளை" அடைந்தால் இரு தலையாக இருக்கின்ற "அறத்தையும், இன்பத்தையும்" அடையலாம்.

காலபுருஷனில் சதுர்வித புருஷார்த்தங்கள்:

மீனம்	மேஷ	ரிஷப	மிதுன
கும்ப	கால புருஷனின் சரீரம்		கடக
மகரம்			சிம்ம
தனுசு	விருச்	துலாம்	கன்னி

மோட்சம்	தர்மம்	கர்மம்	காமம்
காமம்	கால புருஷனில் சதுர்வித புருஷார்த்தங்கள்		மோட்ச
கர்மம்			தர்மம்
தர்மம்	மோட்ச	காமம்	கர்மம்

மேஷம் + சிம்மம் + தனுசு ஆகிய மூன்று அக்னி ராசிகளும் தர்மத்தைக் கொண்டு இயங்கும்.

ரிஷபம் + கன்னி + மகரம் ஆகிய மூன்று நில ராசிகளும் கர்மத்தைக் கொண்டு இயங்கும்.

மிதுனம் + துலாம் + கும்பம் ஆகிய மூன்று காற்று ராசிகளும் காமத்தைக் கொண்டு இயங்கும்.

கடகம் + விருச்சிகம் + மீனம் ஆகிய மூன்று நீர் இராசிகளும் மோட்சத்தைக் கொண்டு இயங்கும்.

தர்ம ராசிகள் ⇒ மேஷம் + சிம்மம் + தனுசு
கர்ம ராசிகள் ⇒ ரிஷபம் + கன்னி + மகரம்
காம ராசிகள் ⇒ மிதுனம் + துலாம் + கும்பம்
மோட்ச ராசிகள் ⇒ கடகம் + விருச்சிகம் + மீனம்

குறிப்பு:

கர்மத்தால் விளைவதுதான் அர்த்தம்!

கர்மம் ⟶ அர்த்தம்

கர்மம் = கன்மம் = தொழில் = செயல்

அர்த்தம் = பொருள்.

அர்த்தம் ⟷ கர்மம்

புருஷனின் மூன்று கூறுகள்:

"மனம்" உடையவன் "மனிதன்" என்றழைக்கப்படுகிறான்.

மனிதன் = உடல் + மனம் + உயிர்.

புருஷன் = உடல் + மனம் + ஆத்மா

புருஷன் = மனிதன்

காலபுருஷன் = உடல் + மனம் + ஆத்மா

ஆத்மா	உடல்	மனம்	ஆத்மா
மனம்	காலபுருஷ சரீரம்		உடல்
உடல்			மனம்
ஆத்மா	மனம்	உடல்	ஆத்மா

1. மேஷம்   உடலால்   தர்மம்.
2. ரிஷபம்   மனதால்   கர்மம்.

3. மிதுனம் ஆத்மாவால் காமம்.
4. கடகம் உடலால் மோட்சம்.
5. சிம்மம் மனதால் தர்மம்.
6. கன்னி ஆத்மாவால் கர்மம்.
7. துலாம் உடலால் காமம்.
8. விருச்சிகம் மனதால் மோட்சம்.
9. தனுசு ஆத்மாவால் தர்மம்.
10. மகரம் உடலால் கர்மம்.
11. கும்பம் மனதால் காமம்.
12. மீனம் ஆத்மாவால் மோட்சம்.

மீனம் ஆத்மா மோட்சம்	மேஷம் உடல் தர்மம்	ரிஷபம் மனம் கர்மம்	மிதுனம் ஆத்மா காமம்
கும்பம் மனம் காமம்	காலபுருஷ தத்துவம்		கடகம் உடல் மோட்சம்
மகரம் உடல் கர்மம்			சிம்மம் மனம் தர்மம்
தனுசு ஆத்மா தர்மம்	விருச்சிகம் மனம் மோட்சம்	துலாம் உடல் காமம்	கன்னி ஆத்மா கர்மம்

காலபுருஷனின் திரிகோண ராசிகள்:

(1). அக்னி ⇒ மேஷம் + சிம்மம் + தனுசு

அக்னி திரிகோணம்

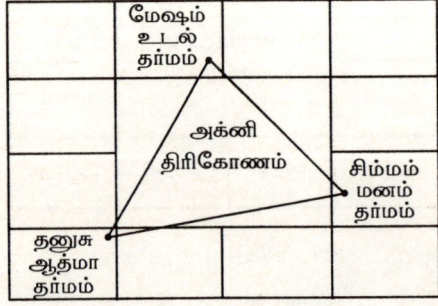

அக்னி திரிகோண ராசிகள் **'தர்மத்தால்'** இணைகிறது.

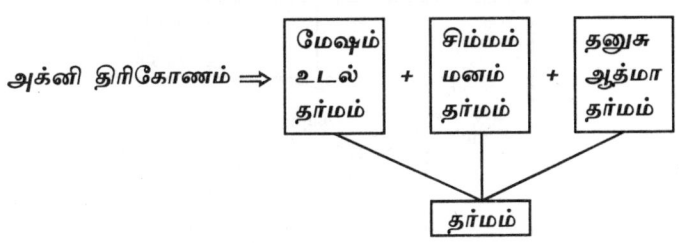

அக்னி திரிகோண ராசிகளில் பொதுவாக இருந்து இயங்குவது **'தர்மம்'** ஆகும்.

(2). **நிலம் ⇒** ரிஷபம் + கன்னி + மகரம்

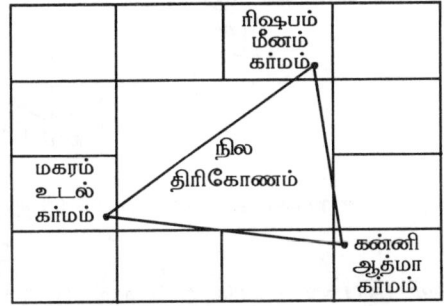

நில திரிகோணம்

நில திரிகோண ராசிகள் **'கர்மத்தால்'** இணைகிறது.

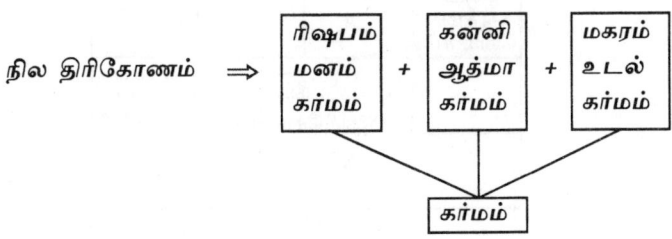

நில திரிகோண ராசிகளில் நடுநாயகமாக இருந்து இயங்குவது **'கர்மம்'** ஆகும்.

(3). **காற்று ⇒** மிதுனம் + துலாம் + கும்பம்

காற்று திரிகோணம்

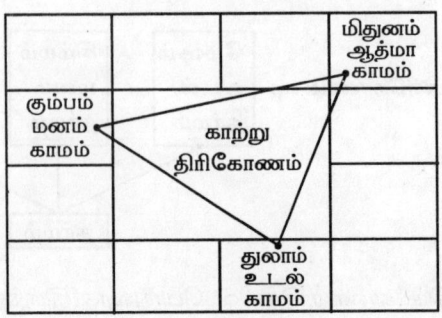

காற்று திரிகோண ராசிகள் **'காமத்தால்'** இணைகிறது.

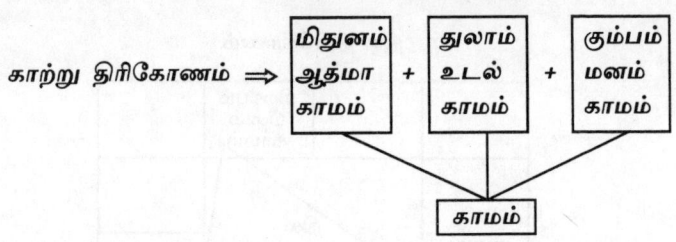

காற்று திரிகோண ராசிகளில் நடுநாயகமாக இருந்து இயங்குவது **'காமம்'** தான்.

(4). ஜலம் *(நீர்)* ⇒ கடகம் + விருச்சிகம் + மீனம்

நீர் திரிகோணம்

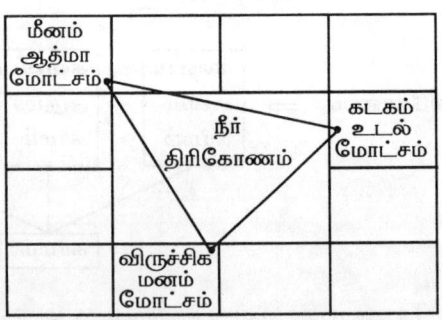

நீர் திரிகோண ராசிகள் **'மோட்சத்தால்'** இணைகிறது.

நீர் திரிகோணம் ⟹

கடகம்		விருச்சிகம்		மீனம்
உடல்	+	மனம்	+	ஆத்மா
மோட்சம்		மோட்சம்		மோட்சம்

↓

மோட்சம்

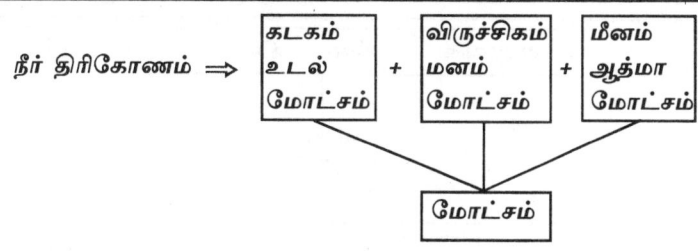

நீர் திரிகோண ராசிகளில் நடுநாயகமாக இருந்து இயங்குவது **'மோட்சம்'** ஆகும்.

அக்னியின்	உடல்	=	மேஷம்
அக்னியின்	மனம்	=	சிம்மம்
அக்னியின்	ஆத்மா	=	தனுசு

↓

அக்னி = உடல் (மேஷம்) + மனம் (சிம்மம்) + ஆத்மா (தனுசு)

நிலத்தின்	உடல்	=	மகரம்
நிலத்தின்	மனம்	=	ரிஷபம்
நிலத்தின்	ஆத்மா	=	கன்னி

↓

நிலம் = உடல் (மகரம்) + மனம் (ரிஷபம்) + ஆத்மா (கன்னி)

காற்றின்	உடல்	=	துலாம்
காற்றின்	மனம்	-	கும்பம்
காற்றின்	ஆத்மா	=	மிதுனம்

↓

காற்று = உடல் (துலாம்) + மனம் (கும்பம்) + ஆத்மா (மிதுனம்)

நீரின்	உடல்	=	கடகம்
நீரின்	மனம்	=	விருச்சிகம்
நீரின்	ஆத்மா	=	மீனம்

↓

நீர் = உடல் (கடகம்) + மனம் (விருச்சிகம்) + ஆத்மா (மீனம்)

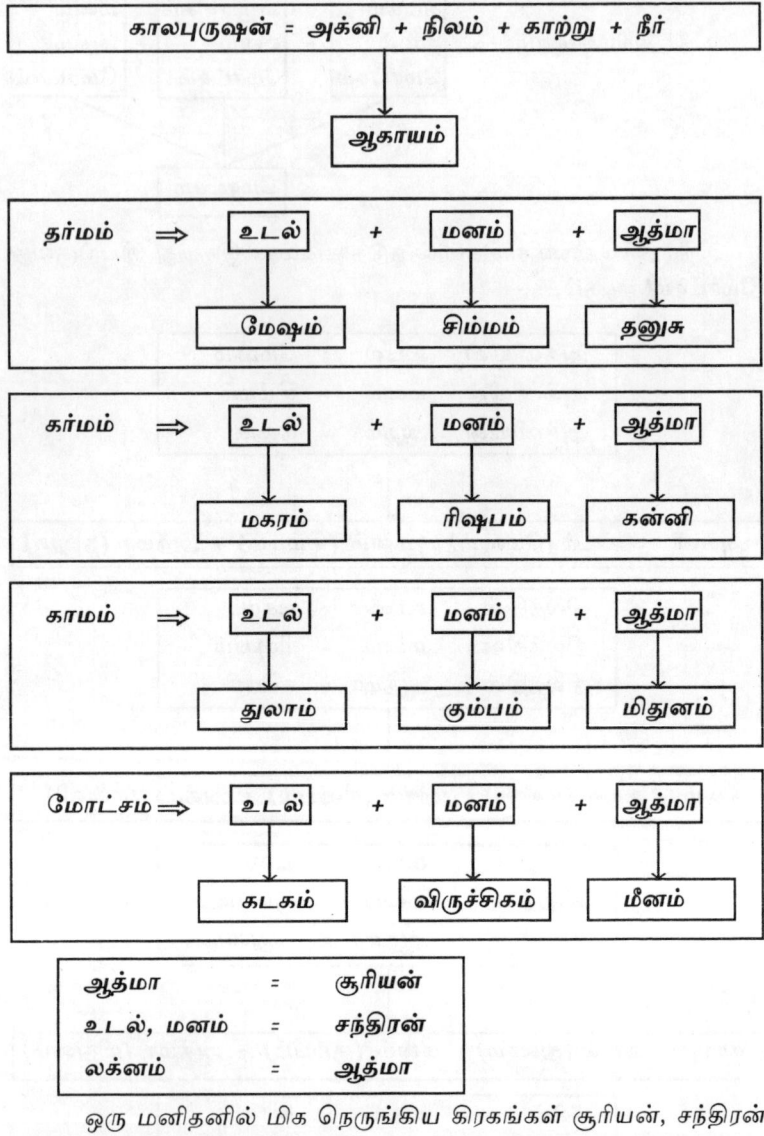

ஆத்மா	=	சூரியன்
உடல், மனம்	=	சந்திரன்
லக்னம்	=	ஆத்மா

ஒரு மனிதனில் மிக நெருங்கிய கிரகங்கள் சூரியன், சந்திரன் ஆகிய இரண்டும் ஆகும்.

சூரியன்	=	தந்தை
சந்திரன்	=	தாய்
லக்னம்	=	ஜாதகன் (மனிதன்)

ஒரு மனிதனுக்கு *(லக்னத்துக்கு)* **முதல்** உறவாக இறைவனால் அமைக்கப்பட்டது. தந்தை *(சூரியன்)* + தாய் *(சந்திரன்)* ஆவார்கள்.

மனிதன் ⇒ உடல் + மனம் + ஆத்மா

ஜாதகன் ⇒	உடல் +	மனம் +	ஆத்மா
(லக்னம்)	*(சந்திரன்)*		*(சூரியன்)*

பஞ்சபூதங்களால் ஆன ஜாதகன் (மனிதன்) அறம், பொருள், இன்பங்களை அடைந்து இறுதியில் வீடுபேறு அடைகிறான்.

நிலம், நீர், நெருப்பு, காற்று முதலிய 12 இராசிகள் உடல், மனம், ஆத்மா ஆகியவற்றால் உண்டான மனிதன், அறம், பொருள், இன்பம், வீடுபேறு ஆகிய நான்குவித புருஷார்த்தங்களை எய்துகிறான். இவைகளைத் தொடர்புப்படுத்தும் நான்குவித திரிகோண ராசிகள்:

தர்மதிரிகோணம்	=	மேஷம்,	சிம்மம்,	தனுசு
கர்மதிரிகோணம்	=	ரிஷபம்,	கன்னி,	மகரம்
காமதிரிகோணம்	=	மிதுனம்,	துலாம்,	கும்பம்
மோட்சதிரிகோணம்	=	கடகம்,	விருச்சிகம்,	மீனம்

தர்ம திரிகோணம்   கர்ம திரிகோணம்

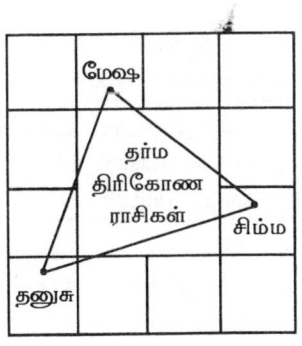
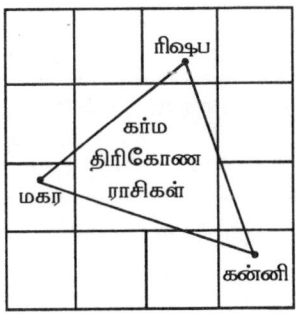

காம திரிகோணம்

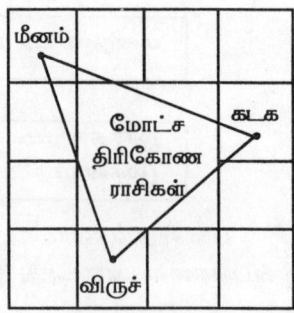

மோட்ச திரிகோணம்

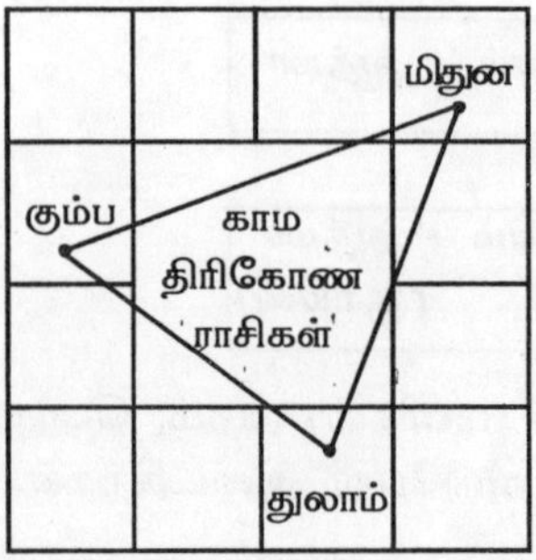

ஜாதக ராசிக் கட்டத்தில் பன்னிரெண்டு பாவகங்கள் உள்ளன. அவைகளின் மூலம் நாம் அறியும் தகவல்கள் பின்வருமாறு:

பாவம்	அளிக்கும் பலன்கள்
1. லக்னம் (முதல் பாவம்)	ஜாதகர் பற்றிய சகல விவரங்களும் ரூபம், குணம், ஆயுள், ஆரோக்கியம்... etc.,
2. இரண்டாம் பாவம்	குடும்ப லட்சணம், பணம், பேச்சுத்திறன்... etc.,
3. மூன்றாம் பாவம்	இளைய உடன்பிறப்பு, தைரியம், வீரியம், பராக்கிரமத் திறன், மாமனார், மனைவியின் பாக்கியம்... etc.,
4. நான்காம் பாவம்	நிலம், வீடு, வாகனம் முதலிய சொத்துக்கள், கல்வி, பட்டம், தாய், சுகம்... etc.,
5. ஐந்தாம் பாவம்	பூர்வபுண்ணியம், புத்திரர், புத்திசாலித்தனம், தெய்வ உபாசனை, இருதயம், மனம்... etc.,
6. ஆறாம் பாவம்	நோய், கடன், எதிரி, சொல்ப கர்மாவின் தீயபலன்கள்... etc.,

7. ஏழாம் பாவம்	களத்திரம் (கணவன் / மனைவி) காமம், கூட்டுத்தொழில், சமூகத் தொடர்பு... etc.,
8. எட்டாம் பாவம்	ஆயுள் ஸ்தானம், கண்டங்கள், விபத்துக்கள், த்ருட கர்மாவால் விளையும் தீயபலன்கள்... etc.,
9. ஒன்பதாம் பாவம்	தர்மம், தகப்பனார், பூர்வ பாக்கியம், யோக பலன்கள், உயர்வான வாழ்க்கை, வாழ்வின் அனைத்துவித பாக்கியங்கள்... etc.,
10. பத்தாம் பாவம்	செய்தொழில், உத்தியோக, ஜீவனம், கர்மஸ்தானம், புதியன உண்டுபண்ணுதல், நிர்வாகம், நிறுவுதல், மனைவியின் சுகம்... etc.,
11. பதினோறாம் பாவம்	லாபம், பெரியோர் சகாயம், வலுவானவர் நட்பு, வெற்றி, இஷ்டார்த்த பூர்த்தி, பெருக்கம், மனைவியின் பூர்வ புண்ணியம்... etc.,
12. பன்னிரெண்டாம் பாவம்	விரயம், இழப்பு, நஷ்டம், மத்திம கர்மாவின் தீயபலன்கள், அயன, சயன சுகம்... etc.,

மேற்கண்ட அட்டவணையில் பன்னிரெண்டு பாவகங்களினால் அறியப்படும் பலப்பல விஷயங்களில் சில முக்கியப் பலன்களை மட்டும் குறிப்பிட்டுக் காட்டப்பட்டுள்ளது.

பன்னிரெண்டு ஸ்தானங்களின் "பலன்களை ***அடிப்படையாகக்***" கொண்டு சுப மற்றும் அசுப ஸ்தானங்களை கீழ்க்காணுமாறு வகைப்படுத்தலாம்.

1, 2, 4, 5, 7, 9, 10, 11 ஆகிய ஸ்தான பலன்கள் யாவும் சுபபலன்களை அளிப்பதால் இவைகள் ***'சுபஸ்தானங்கள்'*** என்றழைக்கப்படுகிறது.

6, 8, 12மிட ஸ்தான பலன்கள் யாவும் அசுப பலன்களை அளிப்பதால் இவைகள் மூன்றும் "அசுப ஸ்தானங்கள்" என்றழைக்கப் படுகிறது.

மூன்றாமிடம் என்பது தீயபலன்களைத் தருவதில்லை. எனவே இது மத்திம ஸ்தானமாக வைக்கப்படுகிறது. 3மிடம் அசுபம் இல்லை.

சுப ஸ்தானங்கள்:

1, 2, 4, 5, 7, 9, 10, 11 ஆகியவைகள் சுபஸ்தானங்கள்.

அசுப ஸ்தானங்கள்:

6, 8, 12 ஆகியன அசுப ஸ்தானங்கள் (கொடிய ஸ்தானங்கள்).

பாதக ஸ்தானங்கள்:

சர ராசிக்கு 11மிடம் பாதகஸ்தானம்.

ஸ்திர ராசிக்கு 9மிடம் பாதகஸ்தானம்.

உபய ராசிக்கு 7மிடம்.

சர ராசிகள் ⇒	மேஷம், கடகம், துலாம், மகரம்
ஸ்திர ராசிகள் ⇒	ரிஷபம், சிம்மம், விருச்சிகம், கும்பம்
உபய ராசிகள் ⇒	மிதுனம், கன்னி, தனுசு, மீனம்

விதியை வெற்றிகொள்ளும் பாவம்:

லக்னத்திற்கு மூன்றாமிடம் என்பது வெற்றி ஸ்தானம் ஆகும்.

உபஜெய ராசிகளில் முதன்மை பெறுவது 3மிடம்.

உபஜெய ஸ்தானங்கள்:

3, 6, 7, 10, 11 ஆகிய நான்கு ஸ்தானங்களும் உபஜெய ஸ்தானங்கள் எனப்படும். இவை நான்கினுள் முதன்மை பெறுவது 3மிடம். (உபஜெயம் - Support).

ஸ்தானங்களின் வகைப்பாட்டியல்:

கேந்திரம் ⇒ 1, 4, 7, 10

பணபரம் ⇒ 2, 5, 8, 11

ஆபோக்லியம் ⇒ 3, 6, 9, 12

பன்னிரெண்டு ஸ்தானங்களின் திரிகோண ஸ்தானங்கள்:

தர்ம திரிகோணம் ⇒ 1, 5, 9

கர்ம திரிகோணம் ⇒ 2, 6, 10

காம திரிகோணம் ⇒ 3, 7, 11

மோட்ச திரிகோணம் ⇒ 4, 8, 12

மாரக ஸ்தானங்கள்:

பொதுவாக எல்லா லக்னங்களுக்கும் 2, 7மிடங்கள் புராதன ஜோதிட கிரந்தங்களில் மாரக ஸ்தானங்கள் என்று சொல்லப் பட்டிருக்கின்றன

12 பாவங்களின் சிறப்புப் பெயர்கள்:

இடம்		அழைப்பது
1மிடம்	⇒	லக்னம் (100% சுபம்)
2மிடம்	⇒	குடும்ப ஸ்தானம் (99% சுபம்)
3மிடம்	⇒	சகோதரஸ்தானம் (90% சுபம்)
4மிடம்	⇒	சுகஸ்தானம் (99% சுபம்)
5மிடம்	⇒	பூர்வ புண்ணியஸ்தானம் (100% சுபம்)
6மிடம்	⇒	சத்ருஸ்தானம் (90% அசுபம்)
7மிடம்	⇒	களத்திரஸ்தானம் (99% சுபம்)
8மிடம்	⇒	அஷ்டமஸ்தானம் (100% அசுபம்)
9மிடம்	⇒	பாக்கிய யோகஸ்தானம் (100% சுபம்)
10மிடம்	⇒	ஜீவனஸ்தானம் (99% சுபம்)
11மிடம்	⇒	லாபஸ்தானம் (99% சுபம்)
12மிடம்	⇒	விரயஸ்தானம் (100% அசுபம்)

முடிவுகள்:

*100% சுபஸ்தானங்களில் இடம்பெறுவது லக்னம், ஐந்து, ஒன்பது என்கிறது **'லக்ன திரிகோண'** ராசிகள் மட்டுமே.*

லக்னதிரிகோண ராசிகள் = 1, 5, 9மிடங்கள் 100% சுபம்.

1 ⇒ லக்னம்

5 ⇒ புண்ணியம்

9 ⇒ பாக்கியம்

லக்னம் தான் (ஜாதகர் - Person) புண்ணியத்தையும், பாக்கியத்தையும் அனுபவிக்கிறது.

*ஒரு ஜாதகத்தில் லக்னதிரிகோண பாவங்கள் என்கி **1, 5, 9**ம் பாவங்களும், அந்த பாவ அதிபதிகளும் எக்காரணம் கொண்டும் தீமையைச் செய்வது கிடையாது.*

*இம்மூன்று பாவ அதிபதிகளே **'யோக'** கிரகங்களாகவும், லக்ன **'சுபர்களாகவும்'** கருதப்படுகின்றன.*

1, 5, 9 அதிபதிகள் = சுபர் + யோகர்

முதல் பாவம் எப்போதும் முதன்மைதான்:

கேந்திரம்	=	***❶, 4, 7, 10***
திரிகோணம்	=	***❶, 5, 9***
சுபஸ்தானங்கள்	=	**கேந்திரம் + திரிகோணம்**
		(1, 4, 7, 10, 1, 5, 9)

கேந்திரம், திரிகோணம் ஆகிய இரண்டிலும் ஒன்று (1) என்ற முதல் பாவம் இடம்பெற்று அதிக எண்ணிக்கையில் ஓட்டு (வாக்கு) பெற்றுள்ளதால் முதல்பாவகமே (1) என்றும், எங்கும், எப்போதும் முதன்மையாக விளங்கும்.

பன்னிரெண்டு ஸ்தானங்களை எத்துணை வகைப்படுத்தினாலும் அத்துணையிலும் லக்னமே மையப்புள்ளியாக இருக்கும். எனவே லக்னமே எதிலும் பிரதானம்.

கேந்திரம், திரிகோணம் இவ்விரண்டிலும் பொதுவாக வருவது லக்னம் ஆகும். எனவே லக்னாதிபதியே ஒரு ஜாதகத்தில் மிக முக்கிய மானவர். இவரே லக்ன திரிகோணம் மற்றும் லக்ன கேந்திரம் ஆகிய இரண்டிற்கும் உரித்தானவராகிறார்.

லக்னம்:

பூமியின் சுழற்சியும், கீழ்அடிவானமும் சந்திக்கின்ற புள்ளியே (point) **'லக்னம்'** என்றழைக்கப்படுகிறது.

ஜாதகரை பூமியில் அறிமுகப்படுத்தும் குறிப்பிட்ட **'நட்சத்திரப் புள்ளியே'** லக்னம் ஆகும்.

ஜாதகர் பிறக்கும்போது அடிவானில் உதயமாகும் இராசியே அவரது **'ஜென்ம லக்னம்'** (பிறப்பு லக்னம்) ஆகும்.

ஜாதகரைப் பற்றி அனைத்து விஷயங்களையும் அறிந்துகொள்ள உதவும் 12 பாவங்களும் லக்னத்தை மையமாகக் கொண்டே கண்டறியப்படுகின்றன.

ஒருவரின் தோற்றம் (ரூபம்), குணம், மனம் இவற்றை பரிபூரணமாகத் தெரிவிப்பது லக்னமே.

திருமணத்தில் திரிகோணத்தின் பங்கு:

ஆண், பெண் இருவர் ஜாதகத்தில் அனேகம் கோடி பொருத் தங்கள் சாஸ்திரங்கள் கூறப்பட்டிருக்கின்றன. அவைகள் எது வாகிலும், எத்தனையானாலும் அதைப் பற்றி இங்கு கவனிக்காமல் **'லக்ன பொருத்தம்'** என்கிற பிரதான பொருத்தத்தைப் பற்றி காண்போம்.

திருமண விஷயத்தில் மிக முக்கியப் பங்கு வகிப்பது இருவரின் **'ரூப, குண'** பொருத்தங்களே, இதில் மிக முக்கியம் குணப்பொருத்தமே.

குணங்களின் தொகுப்பே மனம்

ஒருவரின் மனதில் என்னென்ன குணங்கள் எப்போது தோன்றும் என்று யாராலும் முன்னுரைக்க முடியாது.

இருவரின் 'ஆசைகள், எண்ணங்கள், உணர்வுகள், விருப்பங்கள்' முதலிய all in all characters ஒன்றாக இருந்துவிட்டால் அங்கு எவ்வித பிரச்சனைகளுக்கும் இடமே இல்லை. இதற்கு ஒரே வழி இருவரும் **'ஒரே லக்னமாக'** இருப்பதுதான்.

"இரண்டு ஒன்றால் ஒன்றானது".

இங்கு,

இரண்டு = ஆண், பெண்.
ஒன்றால் = லக்னம் (12மிடம், ஏகம்)
ஒன்றானது = இரண்டு ஒன்றாக ஆனது

ஒரே லக்னத்தில் பிறந்த ஒரு ஆணும், ஒரு பெண்ணும் 'ஏக லக்னத்தால்' இருவராக இல்லாமல் ஒருவராக மாறினார்.

ஈருடல் ஓர் உயிர்.

லக்னம் = உயிர்.

ஈருடல் = ஆண், பெண்.

ஓர் = ஒன்று, ஒரே, முதல்.

உயிர் = லக்னம்

எனவே, ஜோடிகள் **'ஈருடல் ஓர் உயிராக'** இருக்கவேண்டுமெனில், இருவரும் ஒரே லக்னமாக இருப்பதேயன்றி வேறு வழியில்லை.

இரண்டாம் தரமாக 5, 9மிட லக்னங்களை இணையாகக் கொள்ளலாம்.

லக்னப் பொருத்தம்:

ஆண் / பெண் லக்னம்	முதல் தர பொருத்தலக்னம்	இரண்டாம் தர பொருத்தலக்னம்
1. மேஷம்	மேஷம்	சிம்மம், தனுசு
2. ரிஷபம்	ரிஷபம்	கன்னி, மகரம்
3. மிதுனம்	மிதுனம்	துலாம், கும்பம்
4. கடகம்	கடகம்	விருச்சிகம், மீனம்
5. சிம்மம்	சிம்மம்	தனுசு, மேஷம்
6. கன்னி	கன்னி	மகரம், ரிஷபம்
7. துலாம்	துலாம்	கும்பம், மிதுனம்
8. விருச்சிகம்	விருச்சிகம்	மீனம், கடகம்
9. தனுசு	தனுசு	மேஷம், சிம்மம்
10. மகரம்	மகரம்	ரிஷபம், கன்னி
11. கும்பம்	கும்பம்	மிதுனம், துலாம்
12. மீனம்	மீனம்	கடகம், விருச்சிகம்

உதாரணம்:

ஒரு மேஷ லக்ன ஆண் ஜாதகத்திற்கு மேஷ லக்ன பெண்ணைப் பொருத்துவதே மிகச் சிறப்பு தரும்.

சிம்மம் அல்லது தனுசு லக்னத்தில் பிறந்த பெண்ணை பொருத்துவது இரண்டாம் தர (Second Rank) சிறப்பு தரும்.

ஆண் ஜாதகம்:

	ல/	
	இராசி மேஷ லக்னம்	

முதல் தர பொருத்தம்: [பெண் ஜாதகம்]

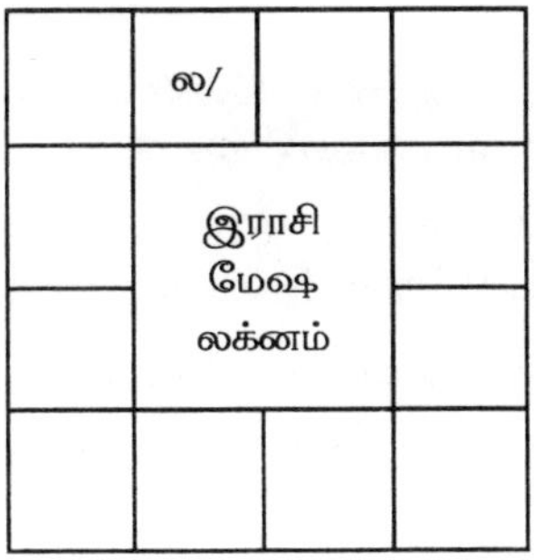

	ல/	
	இராசி மேஷ லக்னம்	

இரண்டாம் தர பொருத்தம்:
(லக்ன பொருத்தம் - திரிகோணம்)

★ சிம்ம லக்ன பெண் ஜாதகம்:

	இராசி சிம்ம லக்னம்	ல/

★ தனுசு லக்ன பெண் ஜாதகம்:

	இராசி தனுசு லக்னம்	
ல/		

இவ்வாறு ஒரு ஆணின் ஜென்ம லக்னம் எதுவோ அதே லக்ன பெண்ணைத் திருமணம் செய்வதே மிகச் சிறப்பு தரும். இதையே ரிஷிகளும் முனிவர்களும் ஏகலக்ன பொருத்தம் என்று சிறப்பித்துக் கூறியிருக்கின்றார். இதையே அவர்கள் வரவேற்கின்றனர்.

ஏக லக்ன பொருத்தமே ஏகோபித்த (ஒருமித்த கருத்து) கருத்துடையவர்களாக தம்பதிகள், இருவரும் இருக்க வழிவகை செய்யும்.

ஆண், பெண் இருவரின் இராசியும் ஒன்றானால் அவர்களின் நட்சத்திரங்கள் வேறு வேறாக இருக்க வேண்டும்.

உதாரணம்:

ஆணின் இராசி மிதுனம்.

பெண்ணின் இராசியும் மிதுனம் எனில், ஆணின் நட்சத்திரம் மிருகசீரிஷமாகவும், பெண்ணின் நட்சத்திரம் புனர்பூசமாகவும் இருப்பின் நன்று, ஒன்றும் பாதிப்பில்லை.

ஏகராசியாக இருக்கலாம். ஆனால் ஏக நட்சத்திரமாக இருக்கக் கூடாது. அதாவது, ஆண், பெண் இருவரும் ஒரே நட்சத்திரமாக இருத்தல் கூடாது.

உதாரணம்:

ஆண், பெண் இருவரும் பூசம் நட்சத்திரமாக இருத்தல் கூடாது.

இருவரும் ஒரே நட்சத்திரமாக இருப்பின் உடல் பாதிப்புகள், குழந்தை பிறப்பில் பாதிப்புகள், ஏதேனும் இனம் புரியாத பாதிப்புகள், பிரச்சனைகள் இருக்கும்.

எவ்வித பாதிப்பும் இல்லாமல் இருப்பதற்கு இருவரும் **'ஒரே லக்னமாக'** இருப்பது ஒன்றே வழி, வேறு வழியில்லை.

இதைப்போன்று ஏகலக்ன பொருத்தத் தம்பதிகளையே ரிஷிகளும், முனிவர்களும் வரவேற்கின்றனர்.

இருவரும் ஏகராசியாக இருக்கும்பட்சத்தில் கோச்சார கிரகங்களின் ஒரே அடியான நல்ல பலன்களையோ அல்லது ஒட்டு மொத்தக் கெட்ட பலன்களையோ ஏற்றாகவேண்டிய நிர்ப்பந்தத்திற்கு ஆளாகின்றனர். உதாரணமாக, இருவருக்கும் சந்திராஷ்டம தினங்கள் ஒன்றாகவே ஏற்படும்.

அதேபோல கோச்சார சனியின் (7½, அஷ்டம், கண்ட) பாதிப்புகள் இருவருக்கும் ஒரே சமயத்தில் உண்டாகும். இதேபோல இன்னும் பிற கோச்சார கோள்கள் பாதிப்புகள் உள்ளன.

எனவேதான் ஏகராசியில் நன்மைகளும், தீமைகளும் சரிபாதியாக கலந்தே வரும்.

ஏகராசியாக இருக்கும்போது இருவரின் நட்சத்திரங்களாவது வேறுவேறாக இருந்தேயாக வேண்டும். இதை கட்டாயம் கடைப் பிடிக்க வேண்டும்.

இவ்வாறு ஏகராசியில் நட்சத்திரம் மாறியிருக்கும்போது, ஒருத்தருக்கில்லாவிடினும் ஒருத்தருக்காவது 'தார பலம்' இருக்கும். இதனால் பாதிப்புகள் குறையும்.

5மிடம், 9மிட லக்னப் பொருத்தம்:

ஒரு ஆணின் ஜென்ம லக்னத்திற்கு 5மிடம் என்கிற பூர்வ புண்ணிய லக்னமும், 9மிடம் என்கிற பாக்கிய லக்னமும் பெண்ணின் ஜென்ம லக்னமாக இருப்பது மிகச் சிறப்பு.

உதாரணம்:

ஒரு ஆணின் ஜென்ம லக்னம் **'துலாம்'** எனில், அதற்கு 5மிடமாக வரும் கும்ப ராசியை ஜென்ம லக்னமாகக் கொண்ட பெண்ணைப் பொருத்துவதே சிறப்பு. அல்லது 9மிட ராசியான மிதுன லக்னத்தில் பிறந்த பெண்ணைப் பொருத்துவதே சிறப்பு.

உதாரண ஜாதகம் [ஆண்]:

இராசி
துலா
லக்னம்
ல/

இதற்கு பொருத்தமான பெண் லக்னம்:

ல/
இராசி
லக்னம்

ல/
இராசி
லக்னம்

இதேபோன்று பிற லக்னங்களுக்கும் அதன் திரிகோண *(1, 6, 9)* இராசிகளைப் பார்த்துக் கொள்ளவும்.

திரிகோண ராசிகள் மூன்றும் *(1, 5, 9)* ஒரே பூதத் தன்மையும், ஒரேவித புருஷார்த்தத்தையும் பெற்றுள்ளதால் அவைகள் மூன்றும் வெவ்வேறானாவைகள் அல்ல அவைகள் மூன்றும் ஒன்றே. இவ்வாறு **நாடிகள்** பகர்கின்றன.

நாடி கிரந்தங்களின் கூற்றுப்படி திரிகோண ராசிகளில் உள்ள கிரகங்கள், லக்கினங்கள் எல்லாம் ஒரே ராசியில் இருந்தால் என்ன பலனோ அதே பலனைத்தான் செய்யும்.

உதாரணம்:

	சூ/ல		
	இராசி		
	மேஷ லக்னம்		சந்
குரு			

மேற்கண்ட மேஷ லக்ன ஜாதகத்தில் சூரியன் (மேஷம்), சந்திரன் (சிம்மம்), குரு (தனுசு) ஆகிய மூன்று கிரகங்களும் தனித் தனியே இருப்பதாகத் தோன்றினாலும் நாடி விதியின்படி அவைகள் மூன்றும் ஒன்றாகச் சேர்ந்துள்ள பலன்களை உரைக்க வேண்டும். இதுவே நாடியின் திரிகோண விதி ஆகும்.

அதாவது (சூரி + குரு + சந்). சூரியன், குரு, சந்திரன் சேர்க்கை பலன்.

எனவே நாடியின் திரிகோண விதிப்படி 5, 9மிட லக்னங்களும் ஜென்ம லக்னத்தோடு இரண்டறக் கலந்த, நெருங்கிய தொடர்புடைய ஒன்றாகவே செயல்படுகின்றன.

ஆதலால் 1, 5, 9 ஆகிய மூன்றும் மூன்றல்ல அவைகள் 'மூன்றும் ஒன்றே' என்பது உறுதியாகிறது.

திரிகோண ராசிகள் மூன்றும் ஏகலக்னப் பொருத்தமாகவே செயல்படுகின்றது என்பது மேற்கண்ட விளக்கங்களிலிருந்து புலனாகிறது.

இனம் இனத்தோடு இணையும் என்கிற விதிப்படி:

நிலம் நிலத்தோடு இணையும்.

நீர் நீரோடு இணையும்.

நெருப்பு நெருப்போடு இணையும்.

காற்று காற்றோடு இணையும்.

திருமண வாழ்க்கையின் இரண்டு சாரங்கள்:

1. புரிந்து கொள்ளுதல் (Understanding)
2. விட்டுக் கொடுத்தல் (Adjustment)

இவை இரண்டையும் தரவல்லதே ஏகலக்னப் பொருத்தம். மேலும் 5, 9மிட லக்னங்களும் இவ்வாறே செயல்படுகின்றன.

ஏகலக்னத்தில் இணைந்த இனிய இல்லறத் தம்பதிகள் வாழ்வில் மிகப்பெரிய வெற்றி பெறுகின்றனர்.

வாழ்வின் அனைத்து வசதி வாய்ப்புகள், மனஒற்றுமை, ஆண் பெண் குழந்தைகள், இன்னும் சகல சம்பத்துகளும்... etc....! மேலும் உதாரணத் தம்பதிகள் என்ற பேர்புகழும் உண்டாகிறது.

ஒரே லக்னம் கொண்ட காதல் ஜோடிகள் தங்கள் காதலில் வெற்றி பெற்று இல்லறத் தம்பதிகளாகின்றனர். அவர்களே இல்லற வாழ்விலும் வெற்றி பெறுகின்றனர். காதல் வாழ்விலும் வெற்றி பெறுகின்றனர். காரணம்...?

ஏக லக்னம் இருவரிடமும் **ஒத்த எண்ணங்களையே** (Same Thoughts) தூண்டிவிடுகின்றன.

ஒத்த எண்ணங்கள் ஒன்றையொன்று வலுவூட்டிக் கொண்டு தங்களின் இலக்கை (Target) அடைகின்றன.

எண்ணங்களே வாழ்க்கையாக அமைகிறது. ஒத்த எண்ணங்கள் வெற்றியாக மலர்கின்றது.

தம்பதிகளின் வெற்றி சூத்திர வரைபடம்:

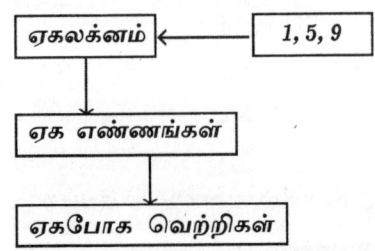

லக்னம் தேர்வு செய்தல்

ஆணின் ஜென்ம லக்னத்திற்கு எத்தனையாவது ஸ்தானம் (1, 2.....12) பெண்ணின் பிறப்பு லக்னமாக வருகிறதோ? அந்த

ஸ்தானத்திற்குச் சொல்லப்பட்ட பலன்கள், அந்தப் பெண்ணை மணம் முடித்ததிலிருந்து செயல்பட ஆரம்பிக்கும். இதுவே லக்னப் பொருத்தத்தின் பொதுவிதி ஆகும்.

உதாரணம்:

ஒரு ஆணின் 9மிட ஸ்தானம் எதுவோ? அந்த லக்னத்தில் பிறந்த பெண்ணை திருமணம் செய்த பிறகு, அந்த 9மிடம் (யோக, பாக்கியங்கள்) பலன்கள் சித்திக்கும். வாழ்வில் படிப்படியான முன்னேற்றம் ஏற்படும். 9மிடம் திரிகோணத்தில் இடம்பெறும் ஒன்றாகும்.

ஒரு ஆணின் 8மிட லக்னப் பெண்ணை திருமணம் செய்தால் 8மிட தீயபலன்களே மேலோங்கி செயல்படும். உதாரணம் கன்னி லக்ன ஆணிற்கு மேஷ லக்னப் பெண்ணை திருமணம் செய்தால், மணம் செய்த நாள் முதல் அல்லல், அவஸ்தைகள், கண்டம், அவமானம், துக்கம், பிணி, பீடை, இழப்பு இன்னும் என்னென்ன தீய எதிர்மறை பலன்களோ அவ்வளவும் உண்டாகும்.

எனவே எக்காரணம் கொண்டும் 'அஷ்டம லக்ன' பெண்ணை திருமணம் செய்தல் கூடவே கூடாது. ஏதேனும் பல பெரும் பாதிப்பு களை தந்தே தீரும். உஷார்!

7மிட லக்னம்:

ஒரு ஆணின் லக்னத்திற்கு 7மிட இராசி எதுவோ? அந்த இராசியின் லக்னத்தில் பிறந்த பெண்ணை திருமணம் செய்யலாமா?

இதற்கு இராசி மண்டலம் அளிக்கும் விடை பின்வருமாறு:

1. மேஷ லக்ன ஆணிற்கு 7மிடம் துலா லக்னப் பெண்ணை இணைக்கலாம். தவறொன்றும் இல்லை. சிறப்பைத் தரும்.

$$\boxed{\text{மேஷம் + துலாம்}}$$

துலா லக்ன ஆணிற்கு மேஷலக்னப் பெண்ணை இணைக்கலாம். இருவரின் லக்னாதிபதிகளாகிய செவ்வாயும் சுக்கிரனும் பகை அல்ல. எனவே நல்ல ஒற்றுமை இருக்கும்.

$$\boxed{\text{செவ்வாய் + சுக்கிரன்}}$$

இருவருக்கும் நல்ல கவர்ச்சி விசை செயல்படும்.

2. **ரிஷப லக்ன ஆண்/பெண்ணிற்கு** 7மிட விருச்சிக லக்ன பெண்/ஆணை திருமணம் செய்யலாம்.

> ரிஷபம் + விருச்சிகம்
> சுக்கிரன் + செவ்வாய்

இருவருக்கும் நல்லதோர் இணக்கம் உண்டு.

3. **மிதுன லக்ன ஆண்/பெண்ணிற்கு** 7மிட தனுசு லக்னப் பெண்/ஆணை கண்டிப்பாகத் திருமணம் செய்தல் கூடவே கூடாது.

காரணம்:

★ உபய ராசிகளுக்கு 7மிடம் பாதக ஸ்தானம்.

★ அதுமட்டுமல்ல 7மிட மாரகஸ்தானம்.

★ லக்னாதிபதிகள் குருவும், புதனும் ஒருவருக்கொருவர் பரம எதிரிகள்.

> குரு X புதன்

★ லக்னாதிபதியும், 7ம்பதியும் பகை பெறுதல் சரியில்லை.

★ எனவே மிதுன லக்னத்திற்கு 7மிட தனுசு லக்னத்தைப் பொருத்துதல் கூடாது.

> மிதுனம் X தனுசு

★ தனுசு லக்னமும், மிதுன லக்னமும் இணைந்த தம்பதிகள் பேருக்கு புருஷன் பொண்டாட்டியாக வாழ்வதை நடைமுறை வாழ்வில் காணமுடிகிறது.

4. **கடக லக்ன ஆண்/பெண்ணிற்கு** மகரலக்ன பெண்/ஆணை திருமணம் செய்தல் கூடாது.

காரணம்:

★ **கடக** லக்னாதிபதி சந்திரனும் மாரக லக்னாதிபதி சனியும் பரம பகையாளிகள். எனவே இருவரும் ஒன்றிணைதல் கூடாது. மீறின் ஒருவருக்கொருவர் உள்ளூர பழிவாங்கும் கர்ம பலனின் விளைவாக இருக்கும்.

> கடகம் X மகரம்
> சந்திரன் X சனி

5. **சிம்ம லக்ன** ஆண்/பெண்ணிற்கு கும்ப லக்ன பெண்/ஆணை இணைக்கக் கூடாது.

காரணம்:

★ சிம்ம லக்னபதி சூரியனும், கும்பலக்னபதி சனியும் ஜென்ம விரோதிகள்.

6. **கன்னி லக்ன** ஆண்/பெண்ணிற்கு மீனலக்ன பெண்/ஆணை சேர்க்கக் கூடாது.

காரணம்:

★ உபயராசியான கன்னி லக்னத்திற்கு 7மிடம் பாதக, மாரக ஸ்தானம்.

★ கன்னி லக்னாதிபதி புதனும், மீனலக்னாதிபதி குருவும் பகைவர்கள்.

கன்னி x **மீனம்**

புதன் x குரு

7. **துலா லக்ன** ஆண்/பெண்ணிற்கு 7மிட மேஷ லக்ன பெண்/ ஆணை இணைக்கலாம்.

துலாம் x **மேஷம்**

சுக்கிரன் x **செவ்வாய்**

காரணம்:

★ சுக்கிரனும் செவ்வாயும் பகையல்ல.

★ திருமண உறவே 'நட்பு, பகையில்'தான் தீர்மானிக்கப்படுகிறது.

8. **விருச்சிக லக்ன** ஆண்/பெண்ணிற்கு ரிஷபலக்ன பெண்/ ஆணை இணைக்கலாம்.

விருச்சிகம் x **ரிஷபம்**

செவ்வாய் x **சுக்கிரன்**

9. **தனுசு லக்ன** ஆண்/பெண்ணிற்கு மிதுன லக்ன பெண்/ஆணை திருமணம் செய்வித்தல் கூடாது.

காரணம்:

★ உபய ராசியான தனுசுக்கு 7மிடம் பாதக மற்றும் மாரக, ஸப்தம கேந்திர ஸ்தானமாகும்.

★ குருவும், புதனும் பகைவர்கள்.

தனுசு x மிதுனம்

குரு x புதன்

10. **மகர லக்ன** ஆண்/பெண்ணிற்கு கடக லக்ன பெண்/ஆணை இணைத்தல் கூடாது.

மகரம் x கடகம்

சனி x சந்திரன்

11. **கும்ப லக்ன** ஆண்/பெண்ணிற்கு சிம்மலக்ன பெண்/ஆணை பொருத்துதல் கூடாது.

கும்பம் x சிம்மம்

சனி x சூரியன்

12. **மீன லக்ன** ஆண்/பெண்ணிற்கு கன்னிலக்ன பெண்/ஆணை சேர்த்தல் சிறப்பல்ல.

மீனம் x கன்னி

குரு x புதன்

இதுவரை ஒவ்வொரு லக்னத்திற்கும் 7மிட லக்னங்கள் பொருந்துமா? அல்லது பொருந்தாதா என்ற ஆய்வு விளக்கங்களை விரிவாகப் பார்த்தோம். அதன் சுருக்க அட்டவணை பின்வருமாறு:

ஆணின் [அ] பெண்ணின் ஜென்ம லக்னம்	பொருத்தம் உண்டு/இல்லை (Yes / No)	பெண் [அ] ஆண் ஜென்ம லக்னம்
1. மேஷம்	**உண்டு**	துலாம்
2. ரிஷபம்	**உண்டு**	விருச்சிகம்
3. மிதுனம்	இல்லை	தனுசு
4. கடகம்	இல்லை	மகரம்
5. சிம்மம்	இல்லை	கும்பம்
6. கன்னி	இல்லை	மீனம்
7. துலாம்	**உண்டு**	மேஷம்
8. விருச்சிகம்	**உண்டு**	ரிஷபம்
9. தனுசு	இல்லை	மிதுனம்

10. மகரம்	இல்லை	கடகம்
11. கும்பம்	இல்லை	சிம்மம்
12. மீனம்	இல்லை	கன்னி

ஒரு ஆணின் 6மிட லக்னப் பெண்ணைத் திருமணம் செய்தல் கூடாது. மீறி செய்யின் 6மிட நோய், கடன், பலவித பிரச்சனைகள் மேலோங்கும். கேடே விளையும்.

சாண் ஏறினால் முழம் சறுக்கும்.

6மிடம் வேலை செய்ய ஆரம்பித்துவிடும்.

ஒரு ஆணின் லக்னத்திற்கு 5மிட புண்ணிய ஸ்தான லக்னப் பெண்ணை திருமணம் செய்தல் பூர்வபுண்ணிய அதிர்ஷ்டமாகும்.

வாழ்க்கை உச்சக்கட்டத்தை அடையும். சகல சம்பத்துக்களும் சித்திக்கும். இதைவிட ஒரு சிறந்த பொருத்தம் வேறெதுவுமில்லை.

ஒரு ஆணின் லக்னத்திற்கு 4மிட லக்னப் பெண்ணை திருமணம் செய்யலாம்.

நான்காமிட சுகஸ்தான **'காரக ஆதிபத்திய'** பலன்கள் வலிமை பெறும். ஒன்றும் பாதிப்பைத் தராது.

ஒரு ஆணின் லக்னத்திற்கு 3மிட லக்னப் பெண்ணை திருமணம் செய்யலாம்.

இவன் வாழ்க்கையில் தனது ஒவ்வொரு முயற்சியிலும் வெற்றி கிட்ட உறுதுணையாக இருப்பாள். அவன் 3மிட லக்ன மனைவி.

வெற்றிகரமான இல்லற வாழ்க்கை அமையும்.

ஒரு ஆணின் லக்னத்திற்கு 2மிட குடும்பஸ்தான லக்னத்தில் பிறந்த பெண்ணை தாராளமாக மணம் செய்யலாம். குடும்ப வாழ்க்கை சிறப்புப் படும். தனம், குடும்பம் வளர்ச்சி அடையும். இது ஆணிற்கு மட்டுமே பொருந்தும்.

ஆணின் லக்னத்திற்கு 2மிட லக்னம் பெண்ணின் லக்னமாக வரலாம்.

ஆணின் லக்னத்திற்கு 12மிடம் லக்னம் பெண்ணின் லக்னமாக வருதல் கூடவே கூடாது. அந்தப் பெண்ணை மணம் செய்ததிலிருந்து 12மிட விரய பலன்களே மேலோங்கி செயல்படும். எனவே 12மிட லக்னப் பெண்ணை விலக்குதல் வேண்டும்.

ஆணின் லக்னத்திற்கு 11மிட லாபஸ்தான லக்னப் பெண்ணை திருமணம் செய்தல் சிறப்பு. வாழ்வில் வெகுசிறப்பான முன்னேற்றம் கிட்டும். எதிலும் மனைவியால் ஆதாயங்களே ஏற்படும்.

ஆணின் லக்னத்திற்கு 10மிட தொழில், உத்தியோக, ஜீவன ஸ்தான லக்ன பெண்ணை திருமணம் செய்த பிறகு 10மிட தொழில், ஜீவனம், உத்தியோகம் பலம் பெறும். 10மிடம் செயல்படத் தொடங்கும்.

வேலை, தொழில் இல்லாதோர்க்கு அவைகள் கிட்டும்.

உத்தியோகமே புருஷட்சணம்.

உத்தியோகம் = வேலை (தொழில், ஜீவனம்)

புருஷன் = ஆண்மகன்

லட்சணம் = அழகு

தொழில், வேலை செய்து பொருள் ஈட்டுதலே (பணம் சம்பாதித்தல்) ஒரு ஆண்மகனுக்குப் பேரழகாகும்.

ஒரு ஆணின் அழகு பணம் சம்பாதிப்பதே.

பணம் இல்லாதவன் பிணம்.

இல்லானை இல்லாளும் வேண்டாள்.

பணம் பத்தும் செய்யும்; பணம் பாதாளம் வரை பாயும்.

அருள் இல்லார்க்கு அவ்வுலகம் இல்லை
பொருள் இல்லார்க்கு இவ்வுலகம் இல்லை.

உலக வாழ்க்கைக்கு தேவை பொருள் என்கிற 'பணம்' இதை புரிந்தவன் வாழ்வில் வெற்றி பெறுகிறான்.

அறம், **பொருள்,** இன்பம்.

பொருள் இருந்தால் **அறம்** செய்யலாம்.

பொருள் இருந்தால் **இன்பம்** அனைத்தையும் அடையலாம்.

இதைத்தான் **'நடுவது எய்தினால் இருதலையும் எய்தலாமே'** என்றனர் ஆன்றோர்கள். இங்கு,

நடுவது = பொருள்

இருதலை = அறம், இன்பம்

எய்தல் = அடைதல்

இத்தகு சிறப்புமிக்க பொருள் தருவது 10மிடம் என்கிற கர்ம ஜீவனஸ்தானம் ஆகும்.

எனவே 10மிட லக்னப் பெண்ணை மணம் செய்தல் எப்போதும் மேன்மையைத் தரும்.

ஆண், பெண் இருவரும் 'ஒரே லக்னமாக' இருப்பது போன்ற சிறப்பு வேறெதுவும் இல்லை.

ஏக லக்னப் பொருத்தமே எல்லாவற்றிலும் ஏற்றமான (உயர்வான) பொருத்தமாகும். இது தன்னிகரற்ற பொருத்தமாகும்.

2. பாவாதிபதிகள் பொருத்தம்

விதி – 1:

ஆண் ஜாதகத்தின் கேந்திர, திரிகோண, தனலாப அதிபதிகள், பெண் ஜாதகத்தில் நீச்சம், அஸ்தமனம், வக்கிரம், பகை, பாபர் தொடர்பு, 6, 8, 12ல் இருந்து கெடக்கூடாது.

அதேபோல பெண் ஜாதகத்தின் கேந்திர, கோண, தன, லாப அதிபதிகள் ஆண் ஜாதகத்தில் நீச்சம், அஸ்தமனம், வக்கிரம், பகை பெற்று, 6, 8, 12ல் மறைந்து, பாபர் தொடர்பு பெற்று இருத்தல் கூடாது.

அவ்வாறு இருந்தால் எந்தெந்த பாவாதிபதிகளோ அந்த பாவ பலன்கள் அடிபடும் (பாதிப்படையும்).

கேந்திர அதிபதிகள்: [1, 4, 7, 10]
1. லக்னாதிபதி
2. நான்காம் பாவாதிபதி
3. ஏழாம் பாவாதிபதி
4. பத்தாம் பாவாதிபதி

திரிகோண அதிபதிகள்: [1, 5, 9]
1. லக்னாதிபதி
2. ஐந்தாம் பாவாதிபதி
3. ஒன்பதாம் பாவாதிபதி

தன லாபாதிபதிகள்: [2, 11]
1. தன, குடும்ப ஸ்தானாதிபதி (2க்குடையவர்)
2. லாபாதிபதி (11க்குடையவர்)

மேற்கண்ட மூன்று முக்கியப் பிரிவுகளில் அதிக இடத்தைப் பிடித்து அதிமுக்கியத்துவம் பெறுபவர் 'லக்னாதிபதியே' ஆவார்.

ஜெயங்கொண்டான் கொளஞ்சி   43

ஜென்ம லக்னாதிபதியே ஒரு ஜாதகத்தை இயக்கக்கூடிய 'கேப்டன்'.

ஜாதகத்தில் உள்ள 9 கிரகங்களில் மிக முக்கியமானவரும், தலைவரும் **'லக்னாதிபதியே'** ஆவார்.

ஒரு ஜாதகத்தில் அந்த ஜாதகரை குறிப்பிடுபவர் **லக்னாதிபதியே.**

ஆண்   ⇒   ஜாதகர்   =   லக்னாதிபதி

பெண்   ⇒   ஜாதகி   =   லக்னாதிபதி

விதி – 2:

ஆண் ஜாதகத்தின் கேந்திர, திரிகோண, தன, லாபாதிபதிகள் பெண் ஜாதகத்தில் ஆட்சி, உச்சம், கேந்திரம், திரிகோணம், தன லாபங்களில், சுபர் தொடர்போடு இருப்பது சிறந்த பொருத்தம் ஆகும்.

அவ்வாறு இருந்தால் அந்தப் பெண்ணால் இந்த ஆண்மகன் எல்லா நன்மைகளையும், சுகபாக்கியங்களையும் அடைவது உறுதி (100%).

பெண் ஜாதகத்தின் கேந்திர, திரிகோண, தன, லாப அதிபதிகள் ஆண் ஜாதகத்தில் ஆட்சி, உச்சம், கேந்திரம், திரிகோணம், தன, லாபங்களில் இருப்பது சிறந்த பொருத்தம் ஆகும்.

இவ்வாறு பொருத்தம் இருந்தால் அந்த ஆண்மகனால் இந்தப் பெண் சகல சௌபாக்கியங்களையும், சுகசௌக்கியங்களையும் பெறுவது உறுதி (100%).

மேற்கண்ட விதிகளின்படி திருமணப் பொருத்தம் பார்ப்பதே உத்தமப் பொருத்தமாகும். இதைத் தவிர வேறொன்றும் இல்லவே இல்லை.

இவ்விதிகளையே **ரிஷிகள், முனிகள்** பின்பற்றினர்.

1. லக்னாதிபதியின் சிறப்புப் பொருத்தம்:

ஒரு ஆணின் லக்னாதிபதி பெண்ணின் ஜாதகத்தில் அவரின் லக்னத்திலேயே (1ல்) இருந்தால் அதுபோல சிறந்த பொருத்த அமைப்பு வேறெதுவும் இல்லை. இதுவே No-1 பொருத்தமாகும். மேலும் அந்த ஆணின் லக்னாதிபதி பெண்ணின் லக்னத்தில் நீச்சம், அஸ்தமனம், வக்ரம், பகை பெறாமல் இருக்க வேண்டும். அடுத்து பாபர்களின் சேர்க்கை, பார்வையின்றி இருத்தலும் வேண்டும். இவ்வாறு கெடாமல் இருந்தால் பூரண சுபபலன் கிட்டும்.

இதன் பலன்:

- இந்தப் பெண்ணானவள் இந்த ஆண்மகனை தன் **'உயிரினில், உடலில், உள்ளத்தில்'** சுமப்பாள். இங்கே ஓர் ஆத்மார்த்தமான இணைவு இரண்டற உண்டாகிறது.
- ஆணின் உயிரோன் பெண்ணின் உயிரினில் இருப்பது. எவ்வா றெனில்? கணவனை தன் உயிராகக் கொண்டு வாழ்பவளாக ஆகிறாள்.

ஆண் லக்னாதிபதி ⇒ பெண்ணின் லக்னத்தில்

- இருவரும் இருவரல்ல ஒருவரே என்ற நிலையைத் தரும்.
- கணவனை நன்கு மதிப்பாள். அவன் எத்தகைய **குணம், செயல்** கொண்டவனாக இருந்தாலும் சரி, அதைப் பற்றி அவளுக்குக் கவலை இல்லை.

'கல்லானாலும் கணவன்; புல்லானாலும் புருஷன்''

- ஆணின் லக்னாதிபதி பெண்ணின் லக்னத்தில் ஆட்சி, உச்சம், சுபர் தொடர்பு பெற்றிருந்தால் ஈடிணையற்ற சுபத்தன்மையாகும்.

ஆண்

	இராசி சிம்ம லக்னம்		
			ல/.

பெண்

	ல/சூ		
	இராசி மேஷ லக்னம்		
குரு			

மேற்கண்ட உதாரண ஜாதகங்களில் ஆணின் சிம்ம லக்னாபதி சூரியன், பெண்ணின் மேஷ லக்னத்தில் உச்சம் பெற்ற லக்ன சுபர் குரு பார்வையில் இருக்கிற இதுவே நிகரற்ற ஜாதகப் பொருத்தமாகும்.

இந்தப் பெண் ஜாதகம் அந்த சிம்ம லக்ன ஆண்மகனை வாழ்வின் உச்சநிலைக்கு உயர்த்தியே தீரும்.

பிறப்பு ஜாதகத்தில் ஜென்ம லக்னாதிபலம் குன்றியிருப்பின், அவர்கள் தங்களது லக்னாதிபதியாக வரும் கிரகம் எதுவோ? அந்த கிரகம் எந்தப் பெண்ணின் ஜாதகத்தில் 'அதிபலம்' பெற்றுள்ளதோ

அந்தப் பெண்ணைத் திருமணம் செய்துகொள்வதால் பலவீனம் பெற்ற லக்னாதிபதியின் பலத்தை ஓரளவேனும் பெற முடியும் (sure).

உதாரணம்:

ஆண் ஜாதகம்

	இராசி		
	சிம்ம லக்னம்		ல/

பெண் ஜாதகம்

	ல/கு		
	இராசி		
	மேஷ லக்னம்		
குரு			

ஆணின் மீனலக்னாபதி குரு நீச்சம். இது கடக லக்னத்தில் **உச்ச + திக்பலம்** (அதிபலம்) பெற்று குரு இருக்கும் பெண்ணைத் திருமணம் செய்வதால் ஆணுக்கு லக்னாதிபதி பலவீனம் நிவர்த்தி செய்யப்படும். இது ஈருடல் ஓர் உயிர் என்ற நிலை தரும். இல்லற சுகத்தின் மூலம் மட்டுமே பெற முடியும். இது ஒரு 'Energy Transmission' ஆகும்.

மீன லக்ன ஆண் குருவின் கதர்வீச்சை குறைந்த அளவே பெற்றிருக்கிறான். கடக லக்ன பெண்ணோ உச்ச + திக்பலம் பெற்று லக்னத்தில் இருக்கும் குருவின் கதிர்வீச்சை பூரணமாகப் பெற்றிருக்கிறாள்.

கணவன் மனைவியிடமிருந்து பணம், கைசெலவிற்கு வாங்கிக் கொள்வதைப்போல, தனது லக்னாதிபதி குருவின் பலத்தை மனைவியிடமிருந்து பெற்று கொள்கிறான்.

பணத்தை கையிலிருந்து பெறுகிறான். பலத்தை மைதுனத்திலிருந்து பெறுகிறான்.

பெண்ணின் லக்னாதிபதி பலவீனம் அடைந்திருந்தால், தன் லக்னாதிபதி பலமாக உள்ள ஆண்மகனை மணம் செய்தால் லக்னாதிபதியின் பலவீனம் நிவர்த்தி செய்யப்படும்.

உதாரண ஜாதகம்:

ஆண் ஜாதகம்

	இராசி கடக லக்னம்		ல/சு
	சந்		

பெண் ஜாதகம்

		ல/சந்	
	இராசி ரிஷப லக்னம்		

மேற்கண்ட உதாரணத் தம்பதிகளின் ஜாதகத்தில் ஆணின் கடக லக்னாபதி சந்திரன் விருச்சிகத்தில் நீச்சம். ஆனால் மனைவியின் ரிஷப லக்னத்தில் சந்திரன் உச்சம் பெற்றுள்ளார். மனைவியின் ரிஷப லக்னாதிபதி சுக்கிரன் கணவனின் கடக லக்னத்திலேயே அமர்ந்துள்ளார். இது சிறந்த லக்னாதிபதி பொருத்த ஜாதகமாகும்.

இதன் பலன்:

- ❖ நல்ல ஒற்றுமை (Understanding).
- ❖ விட்டுக்கொடுத்தல் (Adjustment).
- ❖ மனைவியின் லக்னத்தில் கணவனின் லக்னாதிபதி சந்திரன் உச்சம் பெற்றுள்ளதால் இந்தப் பெண்ணை மணம் முடித்த பிறகு இவர் வாழ்வில் உயர்நிலையைப் பெற்றார். சமூகத்தில் உயர் அந்தஸ்து கிடைத்தது.
- ❖ கணவரின் கடக லக்னகாரகன் சந்திரன் நீச்சம், மனைவியின் உச்ச சந்திரனால் நீச்சபங்கம் ஏற்பட்டுவிட்டது.
- ❖ இதேபோன்று லக்னாதிபதி பலவீனம் அடைந்த ஜாதகர்கள் மனைவி, கணவரின் ஜாதகத்தில் தன் லக்னாதிபதி பலம் பெற்றிருக்குமாறு ஜாதகப் பொருத்தம் அமைத்துக்கொண்டு தன் லக்னாதிபதிக்கு பலத்தைக் கூட்டலாம்.

பொது விதி:

தன் ஜாதகத்தில் எந்தப் பாவாதிபதி பலவீனம் அடைந்துள்ளாரோ, அந்த கிரகம் பலம் பெற்று, வலிமையாக இருக்கும்

ஜெயங்கொண்டான் கொளஞ்சி

ஜாதகரை திருமணம் செய்து, இல்லறத்தில் ஈடுபடும்போது தன் ஜாதக பலவீன கிரகம் பங்கமாக பலம் பெறும். இதுவே **பிரபஞ்ச ஜோதிட விதி** ஆகும்.

இதற்கு மேற்கண்ட கடக + ரிஷப லக்ன உதாரண ஜாதகத்தைப் பார்த்துக் கொள்ளவும்.

லக்னாதிபதி 5, 9 அமைப்பு:

ஆண் ஜாதக லக்னாதிபதி பெண் ஜாதகத்தில் பூர்வ புண்ணிய ஸ்தானமாகிய 5மிடத்தில் இருந்தால் அந்தப் பெண்ணால் ஆண்மகன் நன்மைகள் பல அடைவான். அப்பெண் அவனை நன்கு மதித்து நடப்பாள். தன் இருதயத்தில் சுமப்பாள். 5மிடம் இருதயத்தைக் குறிக்கும்.

பெண்ணின் லக்னாதிபதி ஆணின் 5மிடத்தில் இருப்பதால் அந்தப் பெண்ணுக்கு நன்மைகள் பல சித்திக்கும். கணவனால் நன்கு நேசிக்கப்படுவாள், உபாசிக்கப்படுவாள்.

இங்கு முக்கியமாகக் கவனிக்க வேண்டிய விஷயம் என்ன வெனில் 5மிடத்தில், 9மிடத்தில் அந்த கிரகம் நீச்சம், வக்ரம், அஸ்த மனம், கிரகணதோஷம் (ரா/கே தொடர்பு) பெறாமல் இருக்க வேண்டும். அப்போதுதான் பூரண பலன் கிடைக்கும்.

ஆணின் லக்னாதிபதி பெண்ணின் 9மிடத்தில் இருந்தால் ஆணிற்கு மிக்க சிறந்த நற்பலன் உண்டு. வாழ்வில் உறுதியாக அந்தப் பெண்ணால் உயர்வு உண்டு எனலாம். அந்தப் பெண் அவனை உயர்வாக எண்ணி போற்றி வாழ்க்கை நடத்துவாள். 9மிடம் குரு ஸ்தானம், பெரியோர்கள், உயர்ந்தவர்களைக் குறிக்கும் ஸ்தானம். எனவே 9மிட பலன்களைக் கொண்டு யூகிக்கவும்.

பெண்ணின் லக்னாதிபதி ஆணின் 9மிடத்தில் இருந்தால் அவன் அப்பெண்ணை நன்கு மதித்து நடப்பான். மனைவிக்கு நல்லதோர் உன்னத நிலையைக் கொடுப்பான். பெண் கணவனால் பல பாக்கிய சுகங்களை அனுபவிப்பாள்.

லக்னாதிபதி கேந்திர (4, 7, 10) பொருத்தம்:

ஆணின் லக்னாதிபதி பெண் ஜாதகத்தில் 4, 7, 10மிடங்களில் நீச்சம், வக்ரம், அஸ்தமனம், கிரகணதோஷம் பெறாமல் இருப்பது சிறப்பு. ஆட்சி, உச்சம், வர்க்கோத்தமம் பெறுதல் நன்று. இவ்வாறு இருப்பின் அந்தப் பெண்ணால் இந்த ஆணிற்கு நன்மைகள் பல உண்டு.

பெண்ணின் லக்னாதிபதி ஆண் ஜாதகத்தில் 4 (அ) 7 (அ) 10மிடங்களில் நீச்சம், அஸ்தமனம், வக்ரம், கிரகணதோஷம் பெறாமல் ஆட்சி, உச்சம், நட்பு, வர்க்கோத்தமம் பெற்றிருத்தல் மிகச் சிறப்பு தரும்.

இருவரின் லக்னாதிபதிகள் ஒன்றுக்கொன்று கெடாமல் மேற்கண்ட விதிகளின்படி சிறப்பாக இருந்தாலே போதும். வேறு பொருத்தங்கள் இதற்கு அடுத்த நிலைதான் லக்னாதிபதி நன்றாகப் பொருந்தி இருந்தாலே தம்பதிகள் ஒருவருக்கொருவர் விட்டுக் கொடுத்து, நன்கு மதித்து, புரிந்துகொண்டு வாழ்க்கை நடத்துவார்கள். வாழ்க்கையும் வளங்கள், நலங்கள் நிறைந்து சிறப்பாக அமையும்.

உதாரணம்:

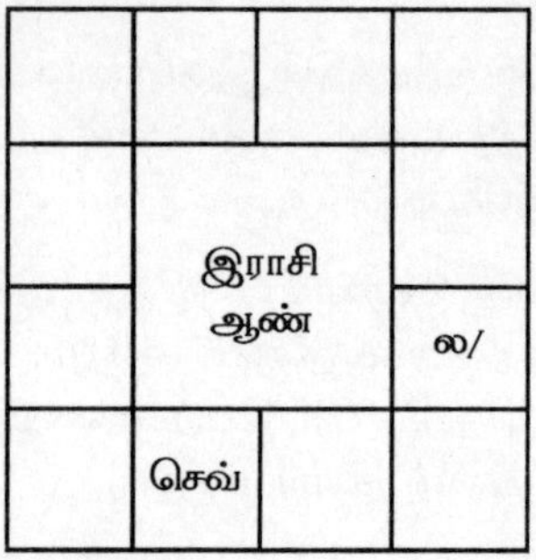

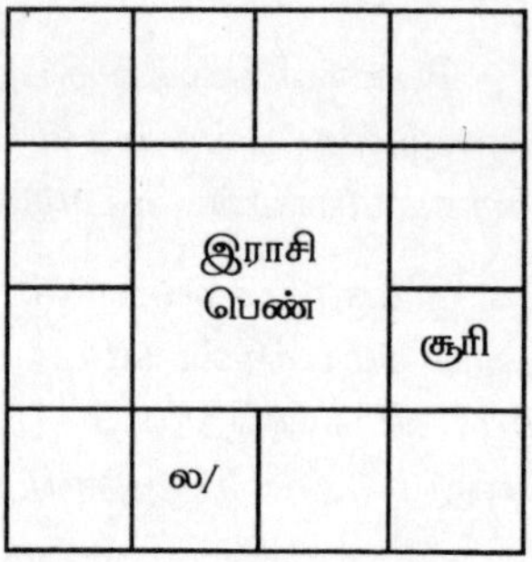

	ராசி ஆண்	ல/	
	செவ்		

	ராசி பெண்		சூரி
		ல/	

ஆணின் சிம்மலக்னாதிபதி சூரியன் பெண்ணின் ஜாதகத்தில் 10மிடத்தில் ஆட்சி + திக்பலம்.

பெண்ணின் விருச்சிக லக்னாதிபதி செவ்வாய் ஆண் ஜாதகத்தில் 4மிடத்தில் ஆட்சிபலம் பெற்றுள்ளார்.

இருவரின் லக்னாதிபதியும் ஒருவர் ஜாதகத்தில் மற்றொருவர் பலம் பெற்றுள்ளனர். எனவே இவர்கள் வாழ்க்கை நன்றாகவே இருக்கும். குறை ஏதும் இராது (100%).

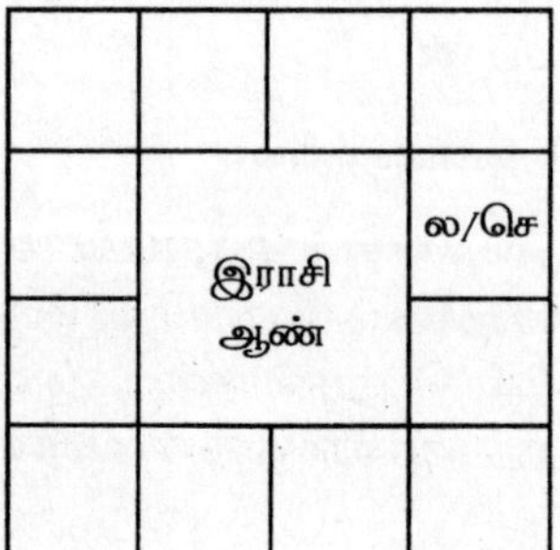

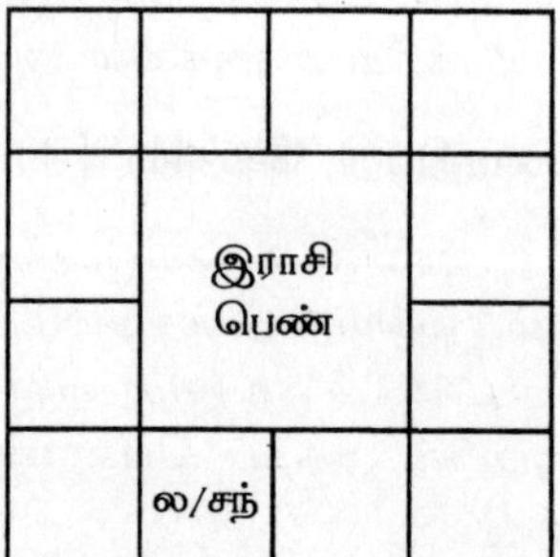

	ராசி ஆண்	ல/செ	

	ராசி பெண்		
		ல/சந்	

மேற்கண்ட உதாரண ஜாதகத்தில் ஆணின் கடக லக்னாதிபதி சந்திரன் பெண்ணின் விருச்சிக லக்னத்தில் நீச்சம்.

பெண்ணின் விருச்சிக லக்னாதிபதி செவ்வாய் ஆணின் கடக லக்னத்தில் நீச்சம்.

இங்கு திரிகோணப் பொருத்தம் மற்றும் லக்னாதிபதி பொருத்தம் பூரணமாக வேலை செய்யாது. இது ஏற்றமும், இறக்கமும் இல்லாத ஓர் உறவு நிலையைத் தரும். இதுபோல் பல கோணங்களில் ஜாதகப் பொருத்தங்களை ஆய்வு செய்யவும். இதேபோன்று வக்ர, அஸ்தமனம் போன்ற நிலைகளையும் ஆய்வுக்கு எடுத்துக் கொள்ளவும்.

லக்னாதிபதி 6, 8, 12ல் பொருந்தாநிலை:

ஆணின் லக்னாதிபதி பெண்ணின் ஜாதகத்தில் 6, 8, 12ல் இருந்தால் அப்பெண் அந்த ஆண்மகனை மதிக்க மாட்டாள். அந்தப் பெண்ணால் ஆணிற்கு தீமைகளே ஏற்படும். சிறிதும் நன்மை கிட்டாது. இதேபோல், ஆணின் லக்னாதிபதி பெண்ணின் ஜாதகத்தில் 6மிடத்தில் கெட்டு நின்றால் ஆண் 6மிட பலன்களை அனுபவிப்பான். (நோய், கடன், பிரச்சனை, பிரிவுகள், பல தொல்லைகள்... etc.).

ஆணின் லக்னாதிபதி பெண் ஜாதகத்தில் 8மிடத்தில் இருந்தால் அந்த ஆண் காணாமல் போய்விடுவான் (out) ஒருவேளை 8மிடத்தில் ஆட்சி, உச்சம் பெற்று சுபர் கூடி, நோக்கி இருப்பின் ஆயுள்பங்கம் ஏற்படாது.

ஆணின் லக்னாதிபதி பெண்ணின் 8மிடத்தில் இருப்பது தீமையே செய்யும். அந்தப் பெண்ணால் ஆண்மகன் நன்மை சிறிதும் பெற வாய்ப்பே இல்லை. கண்டம்தான். (சிறையில் அடைத்தது போன்று).

இவ்வாறு அமைந்த ஜாதகப் பொருத்தம் நாளடைவில் ஆண்மகன் நோய், கண்டங்கள், பேரிழப்புகள், அவமானம், சிறை வாசம்... போன்ற தீயபலன்களையே பெறுவான்.

ஆணின் லக்னாதிபதி பெண் ஜாதகத்தில் 12ல் இருப்பது தீமையே தரும்.

பெண்ணின் லக்னாதிபதி ஆண் ஜாதகத்தில் 12ல் இருப்பதும் நல்லதல்ல.

இதனால் விரய பலன்களே காட்டும். நல்ல பொருத்தம் இருக்காது. ஏதேனும் குறைகள் இருக்கும்.

உதாரணம்:

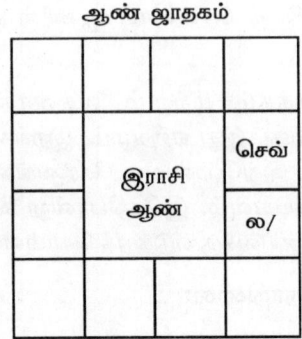

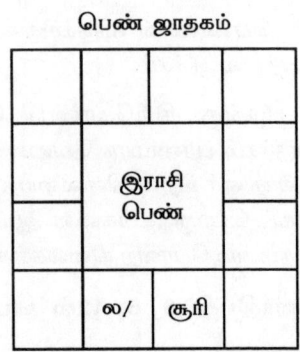

ஆண் ஜாதகம்

பெண் ஜாதகம்

மேற்கண்ட உதாரண ஜாதகத்தில் ஆணின் சிம்மலக்னாதிபதி சூரியன் பெண்ணின் 12மிடம் துலாவில் நீச்சம்.

பெண்ணின் விருச்சிக லக்னாதிபதி ஆண் ஜாதகத்தில் 12மிடம் கடகத்தில் நீச்சம்.

இதனால் இருவருக்கும் பலன் இல்லை. ஏமாற்றம், தோல்விதான் மிஞ்சும். இந்த அமைப்பு 100% பொருத்தமில்லை.

இருவரும் ஒருவரையொருவர் அழித்துக் கொள்வார்கள்.

லக்னாதிபதி 3ல்:

ஆணின் லக்னாதிபதி பெண் ஜாதகத்தில் 3மிடத்தில் இருந்தால் கணவனால் நிறைய சகாயங்களை பெறுவாள்.

பெண்ணின் லக்னாதிபதி ஆண் ஜாதகத்தில் 3மிடத்தில் இருந்தால் அப்பெண்ணால் பல சகாயங்களைப் பெறுவான். இவன் வாழ்க்கை வெற்றிகரமாக இருக்க அவள் துணையாக இருப்பாள்.

இங்கு முக்கியமாகக் கவனிக்க வேண்டியது 3ல் உள்ள லக்னாதிபதி நீச்சம், வக்ரம், அஸ்தமனம் பெற்றுக் கெடாமல் இருக்க வேண்டும். மாறாக சுபர் சாரம், சுபர் சேர்க்கை பார்வை பெற்று இருப்பது நலம். பலம்.

லக்னத்திற்கு 3மிடம் துர்ஸ்தானம் அல்ல. மறைவிடமும் அல்ல. அது வெற்றி, வீர, வீரிய, சகாயஸ்தானம் ஆகும்.

உதாரணம்: (லக்னாதிபதி 3ல் பொருத்த நிலை)

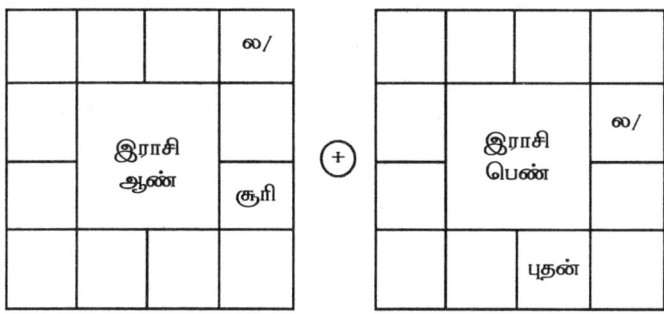

லக்னாதிபதி பொருத்த தராதரம் (%):

Part - A:

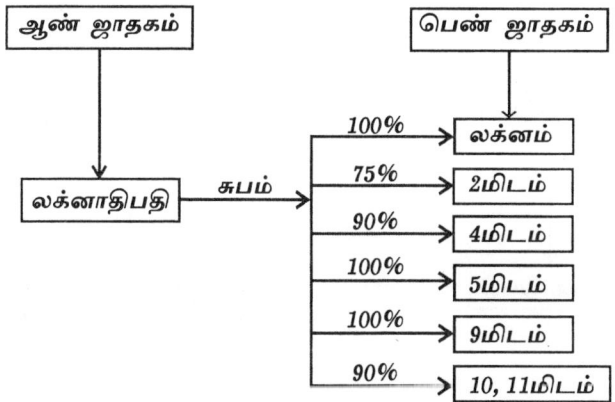

Part - B:

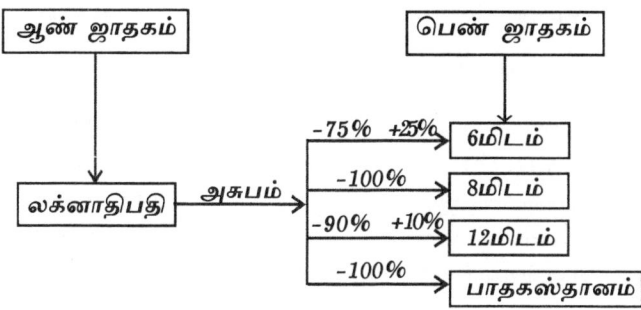

Part - C:

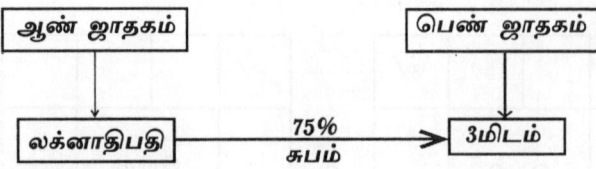

Part - D:

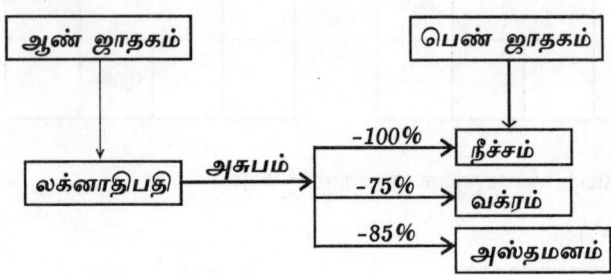

Part - E:

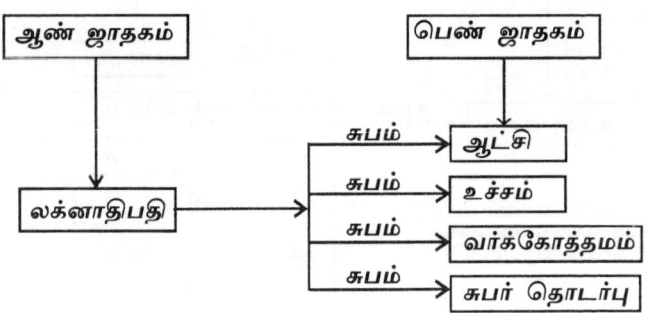

இதேபோல் பெண் ஜாதக லக்னாதிபதிக்கும் பார்த்துக் கொள்ள வேண்டும்.

2. குடும்பாதிபதி பொருத்தம்:

ஒரு ஜாதகருக்கு 2மிடம் என்பது அவரது குடும்ப வாழ்க்கையைப் பிரதிபலிக்கும் ஸ்தானம் ஆகும் (Family Life). மேலும் பணவரவு, இருப்புதனம் (Book Balance), பேச்சுத்திறன், வாக்குசாதுர்யம், குடும்பப் பொறுப்புத் திறன் மற்றும் நிர்வாகத் தன்மை போன்றவற்றை எடுத்துரைக்கும் பாவம் 2மிடம்.

தனஸ்தானம் என்கிற 2மிடம்தான் புதிய நபர்கள் சேர்க்கையை உணர்த்தும் பாவம் (மனைவி / குழந்தைகள்).

ஒரு ஆணின் குடும்பஸ்தானாதிபதி மனைவி ஜாதகத்தில் 6, 8, 12ல் இருந்து கெடக்கூடாது. இவ்வாறு கெட்டிருந்தால் அவள் அவனது குடும்ப வாழ்க்கை சீரும் சிறப்புமாக இருக்க உறுதுணையாக இருக்க மாட்டாள். இவனது 2மிட சுபப்பலன்கள் யாவும் நாளடைவில் க்ஷீணம் அடையும். தரித்திரம் ஏற்படும்.

ஆணின் குடும்பஸ்தானாதிபதி பெண் ஜாதகத்தில் நீச்சம், அஸ்தங்கம், வக்ரம், திதிசூன்யம், பாதகம், அசுபர் தொடர்பு பெற்றிருப்பின் அப்பெண் அவனது குடும்ப மேன்மைக்கு ஒத்துழைக்க மாட்டாள். அவனது 2மிடப் பலன்கள் சிறப்புப்படாது.

உதாரணம்:

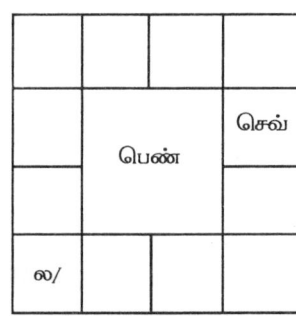

மேற்கண்ட உதாரண ஜாதகத்தில் ஆணின் குடும்பாதிபதி செவ்வாய், பெண் ஜாதகத்தில் தனுசு லக்னத்திற்கு 8ல் மறைந்து நீச்சம் பெற்றுள்ளது. இது குடும்பஸ்தான சுபபலன்களை அறவே தராது. எனவே இதுபோன்று பொருத்தம் செய்யக்கூடாது. மீறி பொருத்தின் அந்த ஆண்மகனின் குடும்ப வாழ்க்கை பாதிப்படையும்.

பெண்ணின் குடும்பஸ்தான அதிபதி ஆண் ஜாதகத்தில் 6, 8, 12ல் இருந்தும், நீச்சம், அஸ்தமனம், வக்ரம், பாதகம் பெற்று இருத்தல் கூடாது. அவ்வாறு இருந்தால் அந்தப் பெண்ணின் குடும்ப வாழ்க்கை பாதிப்படையும்.

உதாரணம்:

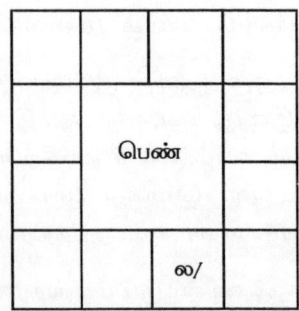

மேற்கண்ட உதாரண ஜாதத்தில் துலா லக்னப் பெண்ணின் குடும்பாதிபதி செவ்வாய் சிம்மலக்ன ஆண் ஜாதகத்தில் 12ல் மறைந்து நீச்சம். இந்த அமைப்பு பெண்ணுக்கு குடும்ப வாழ்க்கையை திருப்தி கரமாகத் தராது. இதுபோன்ற பொருத்தங்களைத் தவிர்க்கவும்.

ஆணின் குடும்பாதிபதி பெண் ஜாதகத்தில் 1, 2, 4, 5, 9, 10,11ல் இருப்பது மிகச் சிறப்பு.

ஆணின் குடும்பாதிபதி பெண் ஜாதகத்தில் ஆட்சி, உச்சம், வர்க்கோத்தமம் பெறுதல் மிகச் சிறப்பு. மேற்கண்ட அமைப்பு நல்லதோர், ஏற்றமான குடும்ப வாழ்க்கையைத் தரும்.

பெண்ணின் குடும்பாதிபதி ஆண் ஜாதகத்தில் 1, 2, 4, 5, 9, 10,11ல் இருப்பது மிகச் சிறப்பு ஆகும்.

பெண்ணின் குடும்பாதிபதி ஆண் ஜாதகத்தில் ஆட்சி, உச்சம், வர்க்கோத்தமம் பெற்றிருத்தல் நன்று. மேற்கண்ட பொருத்த அமைப்பு, சிறந்த குடும்ப வாழ்க்கையைத் தரும்.

உதாரணம்:

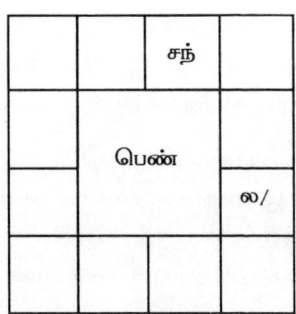

இது சிறந்த குடும்ப வாழ்க்கையைத் தரும்.

ஜெயங்கொண்டான் கொளஞ்சி 55

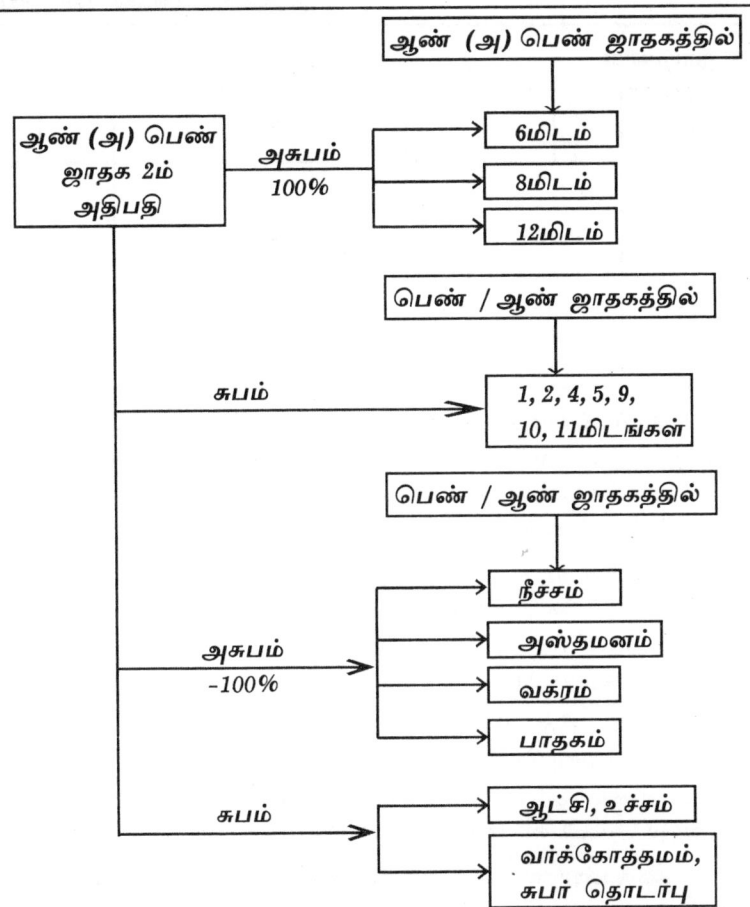

3. மூன்றாம் பாவாதிபதி பொருத்தம்:

ஒரு ஆணின் வெற்றி, தைரிய, வீர்ய, சகாய ஸ்தானாதிபதி என்கிற 3க்குடையவர் பெண்ணின் ஜாதகத்தில் 6, 8, 12ல் இருக்கக் கூடாது. அடுத்ததாக நீச்சம், அஸ்தமனம், வக்ரம், பாதகம் பெறுதல் கூடாது. அவ்வாறு இருப்பின் அந்தப் பெண் ஜாதகப்படி ஆண்மகனின் 3மிட பலன்கள் பாதிப்படையும். அந்தப் பெண் இந்த ஆடவனின் வெற்றிகரமான வாழ்க்கைக்கு உதவிகரமாக இருக்க மாட்டாள்.

ஒரு பெண்ணின் 3க்குடைய கிரகம் ஆண் ஜாதகத்தில் 6, 8, 12ல் இருக்கக்கூடாது. நீச்சம், அஸ்தமனம், வக்ரம், பாதகம், பாபர் தொடர்பு பெறக்கூடாது. அவ்வாறு இருப்பின் பெண்ணின் 3ம் பாவக பலன்கள் பாதிப்படையும்.

உதாரணம்:

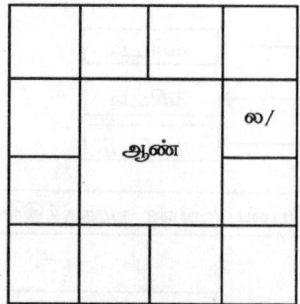

மேற்கண்ட உதாரண ஜாதகத்தில் கடகலக்ன ஆணின் 3ம் பாவாதி பதி புதன் துலா லக்ன பெண்ஜாதகத்தில் 6ல் நீச்சம். இது ஆணிற்கு 3மிட பலன்களை பாதிப்படையச் செய்யும். நாளடைவில் அவன் வீரியம் இழந்துவிடுவான்.

ஆணின் 3ம் பாவாதிபதி பெண் ஜாதகத்தில் 1, 2, 4, 5, 9, 10, 11ல் கெடாமல் இருக்க வேண்டும். மேலும் ஆட்சி, உச்சம், வர்க்கோத்தமம் பெற்றிருத்தல் சிறப்பு. இந்தப் பெண்ணால் அவனுக்கு 3மிட சுப பலன்கள் சித்திக்கும்.

பெண்ணின் 3ம் பாவாதிபதி ஆண் ஜாதகத்தில் 1, 2, 4, 5, 9, 10, 11ல் கெடாமல் இருக்க வேண்டும். மேலும் அந்த 3ம்அதிபதி ஆட்சி, உச்சம், வர்க்கோத்தமம் பெற்று இருப்பின் மிகச் சிறப்பு தரும். இந்த ஆணால் அப்பெண் 'சகாயம்' (Support) பெறுவாள்.

கணவன், மனைவி இருவரும் ஒருவருக்கொருவர் சப்போர்ட்டாக (Support) இருந்து வெற்றிகரமான வாழ்க்கைக்கு எதையும் எதிர்த்து சாதிப்பதற்கு இந்த மூன்றாம் பாவக அதிபதி பொருத்தம் மிக நன்றாக இருக்க வேண்டும்.

உதாரணம்:

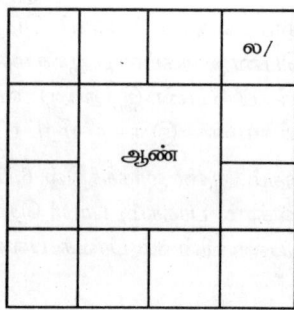

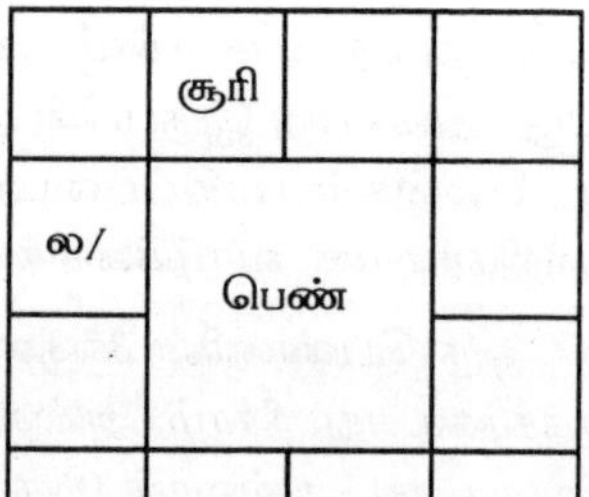

ஆணின் 3ம்அதிபதி சூரியன் பெண் ஜாதகத்தில் உச்சம். இந்தப் பெண் இவனுக்கு உச்சக்கட்ட சப்போர்ட்டாக இருப்பாள்.

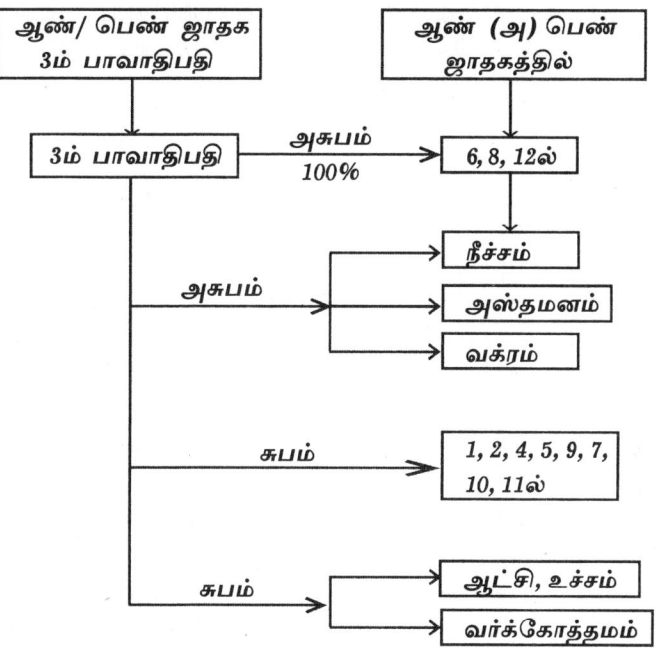

4. சுகாதிபதி பொருத்தம்:

ஒருவன் வாழ்க்கையில் அனுபவிக்கும் அனைத்துவித சுகங்களுக்கும் 4மிடம் என்கிற சுகஸ்தானம்தான் முக்கியக் காரணம் ஆகும். நிலம், வீடு, வாகனம், வித்தை, பட்டம், தாய் போன்ற வாழ்விற்கு அர்த்தம் அளிக்கும் முக்கிய காரகங்களை உள்ளடக்கியதே சுகஸ்தானம் எனும் 4மிடம் ஆகும்.

ஆண் ஜாதகத்தின் சுகாதிபதி பெண் ஜாதகத்தில் 6, 8,12ல் இருக்கக் கூடாது. இருப்பின் ஆணின் சுகம் மற்றும் 4மிட சுப பலன்கள் க்ஷீணம் அடையும், பாதிக்கும்.

ஆண் ஜாதகத்தின் சுகாதிபதி பெண் ஜாதகத்தில் நீச்சம், வக்ரம், அஸ்தமனம், பாதகம், திதி சூன்யம் பெறக்கூடாது. இருப்பின் ஆணின் சுகம் மற்றும் 4மிட சுபபலன்கள் யாவும் நாசமடையும்.

பெண் ஜாதகத்தின் சுகாதிபதி எனும் கற்பு ஸ்தானாதிபதி ஆண் ஜாதகத்தில் 6, 8, 12ல் இருத்தல் கூடாது. இருப்பின் பெண்ணுக்கு

அந்த ஆண்மகனால் எந்த ஒரு சுகமும் கிட்டாது. மேலும் பெண்ணின் சுகமும், 4மிட சுபபலன்கள் யாவும் பாதிக்கும்.

எக்காரணம் கொண்டும் ஒரு பெண்ணின் கற்பு ஸ்தானாதிபதி ஆண் ஜாதகத்தில் கெட்டு இருக்கக் கூடாது. அதிமுக்கியம்!

பெண்ணின் சுகாதிபதி ஆண் ஜாதகத்தில் நீச்சம், அஸ்தமனம், வக்ரம், பாதகம், பாபர் தொடர்பு பெற்று கெட்டிருக்கக் கூடாது.

உதாரணம்:

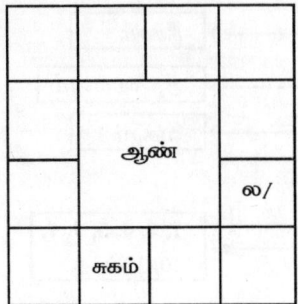 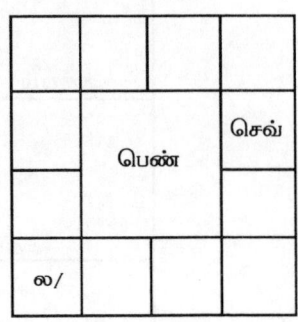

மேற்கண்ட உதாரண ஜாதகத்தில் சிம்ம லக்ன சுகாதிபதி செவ்வாய் பெண் ஜாதகத்தில் 8ல் நீச்சம் பெற்றுள்ளார். இது ஆணின் சுகஸ்தான காரக பலன்களை நீச்சமடையச் செய்யும். இந்தப் பெண்ணால் சுகம் பெற முடியாது.

உதாரணம்:

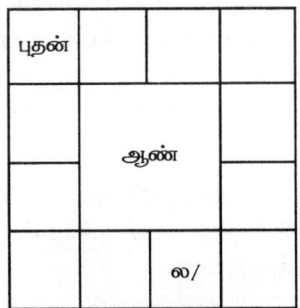 

மேற்கண்ட உதாரண ஜாதகத்தில் மிதுனலக்ன பெண்ணின் சுகாதிபதி + லக்னாதிபதி ஆணின் லக்னத்திற்கு 6ல் நீச்சம். இந்த அமைப்புள்ள பெண்ணின் சுகம் பாதிப்படையும் அந்த ஆண்மகனால்.

ஆணின் சுகாதிபதி பெண்ணின் ஜாதகத்தில் கேந்திர கோண தனலாயங்களில் 'கெடாமல்' இருந்தால், அந்தப் பெண்ணால் சுகங்கள் பல பெறுவான் ஆண்மகன்.

கெடாமல் என்றால்?

நீச்சம், அஸ்தமனம், பகை, வக்ரம், அசுபர் சாரம், பாதகம், சூன்யம், பாபர் தொடர்பு பெறாமல் இருத்தலே 'கெடாமல்' என்பதற்கு அர்த்தமாகும்.

ஆணின் சுகாதிபதி பெண் ஜாதகத்தில் ஆட்சி, உச்சம், வர்க் கோத்தமம் பெற்று 6, 8, 12ல் இல்லாமல் இருப்பின் மிக சிறப்பு. இந்தப் பெண்ணைத் திருமணம் செய்த பிறகு அவன் நிலம், மண், மனை வாங்குவான் (அ) அபிவிருத்தி ஆகும். வீடு கட்டுவான், வண்டி, வாகனங்கள் (car, two wheeler) உண்டாகும். இன்னும் பல நான்காமிட சுப சுக பலன்கள் பெருகும்.

எவர் ஒருவர் ஜாதகத்திலும் சுகஸ்தானம் எனும் நான்காமிடம் மிகமிக அதிமுக்கியமாகும். எக்காரணம் கொண்டும் 4மிடம் பாதிக்கப்படக் கூடாது.

பெண்ணின் சுகாதிபதி ஆண் ஜாதகத்தில் கேந்திர கோண தனலாபத்தில் கெடாமல், ஆட்சி, உச்சம், வர்க்கோத்தமம் பெற்று பலமுடன் இருக்க வேண்டும். 6, 8, 12ம் நீச்சம், அஸ்தமனம், வக்ரம் பெறக்கூடாது.

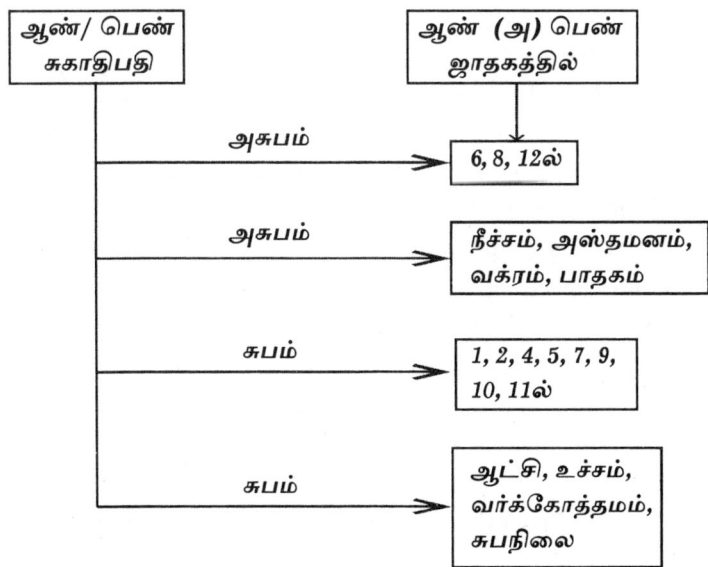

சுகாதிபதி பலவீனம் பெற்ற ஜாதகன், அந்த சுகஸ்தான கிரகம் நன்கு பலம் பெற்ற பெண்ணைத் திருமணம் செய்வதால் சுகாதிபதியின் பலவீனம் நிவர்த்தி செய்யப்படுகிறது. அதாவது மனைவியின் மூலம் நான்காமிட சுகஸ்தான பலன்களான நிலம், வீடு, வாகனங்கள் போன்ற இன்னும் பல சுகபலன்களை அடைகிறான்.

என் மனைவி வந்த பிறகுதான் நான் வீடு கட்டினேன், நிலம் வாங்கினேன், மனை (Flat) வாங்கினேன், வாகனம் வாங்கினேன் என்பவர்கள் எல்லாம் இந்த விதிப்படிதான்.

5. புத்திரஸ்தானாதிபதி பொருத்தம்:

ஒருவரின் பூர்வபுண்ணியத்தைக் குறிக்கும் பாவம்தான் 5மிடம் என்கிற பூர்வபுண்ணிய புத்திரபாவம். இந்த ஸ்தானத்திற்கு உரியவரே **'புத்திராதிபதி'** என்றழைக்கப்படுகிறார்.

புத்திரன்	=	**புத்து + அரன்**
புத்து	=	**நரகம்**
அரன்	=	**தடுத்தல், காத்தல்**
புத்து + அரன்	=	**நரகம் செல்லாமல் தடுப்பவன்.**

ஆண்மகனாகப் பிறந்த ஒவ்வொரு ஆடவரும் தார்மீகமான முறையில் ஒரு பெண்ணை மணம் முடித்து குறைந்தது ஒரு புத்திரனை யாவது (only one son) ஈன்றெடுக்க வேண்டும். அப்போதுதான் அவன் பிறவிப்பயனை அடைகிறான். இந்த புத்திரன் கர்ம புத்திரன் என்று அழைக்கப்படுகிறான். இவனால்தாமே பிதுர்க்கள் அனைவரும் முக்தி அடைய வேண்டும்.

புத்திரன் மட்டுமே திதி, தர்ப்பணம் கொடுக்க முடியும். இதுவே பித்ருக்களின் பரமப்ரீதி தரும் செயலாகும். இவ்வாறு கர்மபுத்திரனின் சிறப்புகள் கோடானு கோடி உள்ளது. விரிவஞ்சி நிற்க.

ஒரு ஆணின் புத்திராதிபதி பெண் ஜாதகத்தில் 6, 8, 12ல் இருக்கக் கூடாது. இருந்தால் ஆணின் பூர்வ புண்ணிய 5மிட சுபபலன்கள் பாதிப்படையும்.

ஆணின் புண்ணிய ஸ்தானாதிபதி பெண் ஜாதகத்தில் நீச்சம், அஸ்தமனம், வக்கிரம், பாதகம், பாபர் தொடர்பு பெறாமல் இருக்க வேண்டும். பெற்றிருப்பின் ஆணின் ஐந்தாமிட புண்ணியாதிபதி பலன்கள் யாவும் கெடும்.

ஒரு பெண்ணின் ஐந்தாம் பாவாதிபதி ஆண் ஜாதகத்தில் 6, 8, 12ல் இருக்கக் கூடாது. நீச்சம், அஸ்தமனம், வக்ரம்,

பாதகம், பாபர் தொடர்பு, சூன்யம் பெறக்கூடாது. இதனால் அந்தப் பெண்ணுக்கு புண்ணிய பாவ சுபபலன்கள் தடைபடும்.

உதாரணம்:

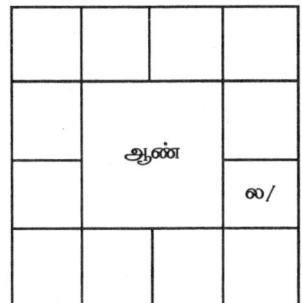

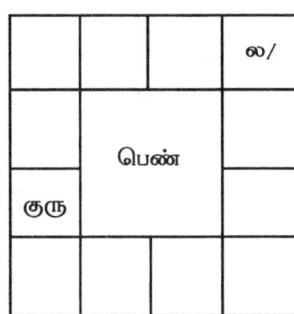

மேற்கண்ட உதாரண ஜாதகத்தில் சிம்மலக்ன ஆண் ஜாதகத்தின் புத்திராதிபதி குரு பெண் ஜாதகத்தில் 8ல் நீச்சம் அடைந்துள்ளார். இதனால் ஆண் புண்ணிய + புத்திர ஸ்தான பலன்களில் பாதிப்பு காணும். புத்திர சம்பந்தமான குறைகள் ஏதேனும் கண்டிப்பாக இருக்கும். எனவே இவ்வாறான பொருத்தங்களை ஆய்வுசெய்து தவிர்த்தல் வேண்டும்.

ஆணின் புண்ணியபாவாதிபதி பெண்ணின் ஜாதகத்தில் கேந்திரம், கோணம், தனலாபங்களில் 'கெடாமல்' ஆட்சி, உச்சம், வர்க்கோத்தமம் பெற்று சுபர் தொடர்பு பெற்றிருப்பின், ஆணின் புண்ணிய புத்திரபாவ சுபபலன்கள் மேன்மை அடையும்.

பெண்ணின் புண்ணிய ஸ்தானாதிபதி ஆண் ஜாதகத்தில் கேந்திரம் கோண தனலாபங்களிலிலிருந்து 'கெடாமல்' ஆட்சி, உச்சம், வர்க்கோத்தமம், சுபர் சாரம், தொடர் பெற்றிருப்பின் பெண்ணின் 5மிட புண்ணிய பாவ சுபபலன்கள் சிறந்து விளங்கும்.

உதாரணம்:

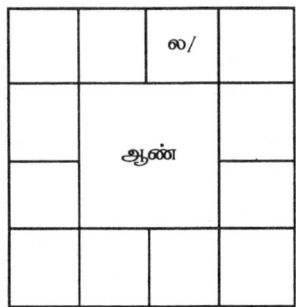

மேற்கண்ட உதாரண ஜாதகத்தில் ரிஷப லக்ன ஆணின் 5ம் பாவாதிபதி கும்பலக்ன பெண் ஜாதகத்தில் 5ல் ஆட்சி. இதனால் ஆணின் பூர்வபுண்ணிய பலன் வலிமை அடையும் இந்த கும்பலக்னப் பெண்ணால்.

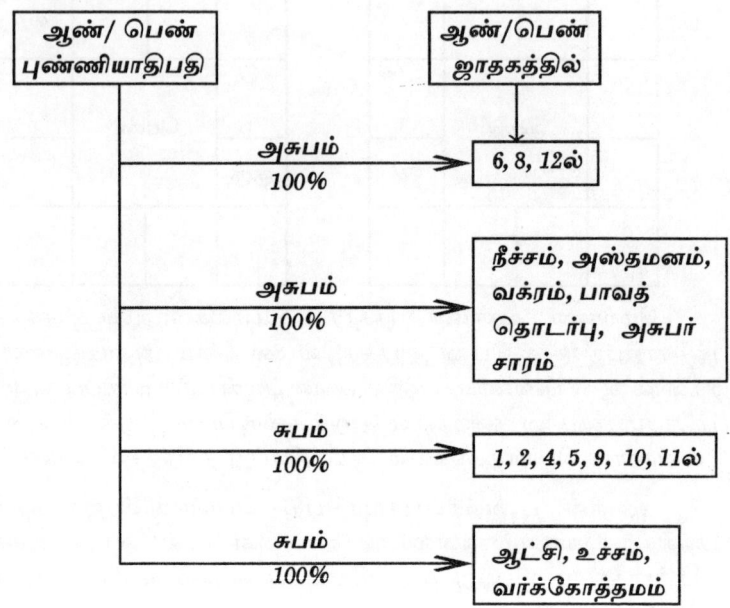

ஒருவரின் புண்ணியாதிபதி எக்காரணம் கொண்டும் மற்றொரு வரின் ஜாதகத்தில் கெடக் கூடாது. எப்பேர்ப்பட்ட இக்கட்டான சந்தர்ப்ப சூழ்நிலையிலும், கடைசியில் கைகொடுத்துக் காப்பாற்றுவது ஒருவரின் பூர்வபுண்ணியமே என்பதை மறத்தல் ஆகாது. பூர்வ புண்ணியமற்றவர் பூலோகத்திற்கு வரவேண்டியதில்லை.

6. களத்திராதிபதி பொருத்தம்:

ஒருவரின் லக்னத்திற்கு ஏழாமிடம் என்பது அவரின் காம, களத்திர, இல்லற விஷயங்களை உள்ளடக்கிய பாவகமாகும்.

ஒருவரின் ஏழாமிடம் என்பது அவரின் வாழ்வை திருமணத் திற்குப் பிறகு வானளாவிய அளவிற்கு உயர்த்தவும் செய்யும் (அ) படுபாதாளத்திற்கு அமுக்கவும் செய்யும்.

7மிடம் என்பது திருமணத்தின் மூலம் ஒருவன் மறுபிறவி எடுப்பதைப் போன்றதாகும். அவனது ஜாதகம் புதியதோர் மாற்றம்

பெறுகிறது. அந்த மாற்றம் ஏற்றமாகவும் இருக்கலாம் அல்லது ஏமாற்றமாகவும் இருக்கலாம். இது மனைவியின் ஜாதக நிலையைப் பொறுத்தே அமையும்.

ஒரு மனிதனுக்கு திருமணத்திற்கு முன்பு அவனது ஜாதகம் மட்டுமே வேலை செய்யும். திருமணத்திற்குப் பின்பு அவனது + மனைவி ஜாதகம் ஆகிய இரண்டு ஜாதகமும் வேலை செய்யும்.

எனவே இருவரின் ஜாதக பலாபலன்களே அவனது முக்காலங்களையும் நிர்ணயம் செய்கிறது. அடுத்து **'குழந்தைகளின் ஜாதகமும்'** செயல்படும்.

குழந்தை பிறப்பிற்குக் காரணமாக அமையும் ஒருவரின் காம, களத்திர ஸ்தானாதிபதி பெண் ஜாதகத்தில் 6, 8, 12ல் இருக்கக் கூடாது.

நீச்சம், அஸ்தமனம், வக்ரம், பாதகம், சூன்யம், பாபர் தொடர்பு பெறுதல் கூடாது. அவ்வாறு பெற்றுக் கெட்டிருப்பின் அந்தப் பெண்ணிடம் ஆண்மகன் காம களத்திர சுகம் அனுபவிப்பதில் கோளாறுகள் ஏற்படும்.

பெண்ணின் ஏழாம்பாவாதிபதி ஆண் ஜாதகத்தில் 6, 8, 12ல் இருக்கக் கூடாது. நீச்சம், அஸ்தமனம், வக்ரம், பாபர் தொடர்பு பெறக்கூடாது. இருந்தால் இந்தப் பெண் அந்த ஆணிடம் சரியான காம களத்திர சுகம் பெற முடியாது.

உதாரணம்:

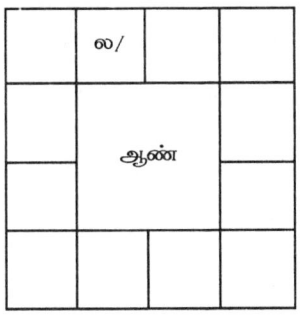

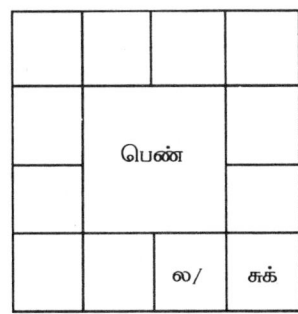

மேற்கண்ட உதாரண ஜாதகத்தில் மேஷ லக்ன ஆணின் 7ம்அதிபதி சுக்கிரன் பெண் ஜாதகத்தில் 12ல் நீச்சம். இந்த அமைப்பு ஆணிற்கு திருப்தியான இல்லற காமசுகத்தை அளிக்காது.

ஒரு ஆணின் ஏழாம் பாவாதிபதி பெண் ஜாதகத்தில் கேந்திரம், கோணம், தனலாபங்களில் கெடாமல் இருந்து, ஆட்சி,

உச்சம், வர்க்கோத்தமம், சுபர் சாரம் / தொடர்பு பெற்றிருப்பின் மிகச் சிறப்பு. ஆண்மகன் அந்தப் பெண்ணிடம் பூரண காமசுகத்தை அனுபவிப்பான்.

உதாரணம்:

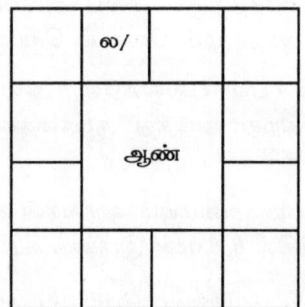

மேற்கண்ட உதாரண ஜாதகத்தில் ஆணின் ஏழாம்அதிபதி சுக்கிரன் பெண் ஜாதகத்தில் 11ல் உச்சம். இவன் இந்தப் பெண்ணிடம் பூரண இல்லற சுகத்தைப் பெறுவான்.

ஒரு பெண்ணின் ஏழாம் பாவாதிபதி ஆண்ஜாதகத்தில் கேந்திரம் கோணம், தனலாபங்களில் கெடாமல் இருந்து, ஆட்சி, உச்சம், வர்க்கோத்தமம், சுபர் சாரம்/தொடர்பு பெற்றிருப்பின் அந்தப் பெண் ஆணிடம் திருப்தியான இல்லற சுகத்தைப் பெறுவாள்.

ஒரு தம்பதிகளின் இல்லற இணக்கம், பிணைப்பு எல்லாமே இந்த 'இல்லற சுகம்' என்ற கயிற்றால்தான் கட்டப்பட்டிருக்கிறது. இந்தக் **கயிற்றின் வலிமையை** நிர்ணயிப்பதே ஏழாமிடத்தின் பொருத்தம் ஆகும்.

ஆணின் ஏழாம் பாவாதிபதியும், பெண்ணின் 7ம் பாவாதி பதியும் ஒருவருக்கொருவர் திரிகோணம், கேந்திரம் என்ற நிலையில் இருப்பது சிறப்பு. அவர்கள் இருவரும் ஒருவருக்கொருவர் 6, 8, 12 ஆக இருக்கக் கூடாது. ஆணின் 7ம் பதியும், பெண்ணின் 7ம் பதியும் ஒருவருக்கொருவர் **நட்பாக** இருத்தல் அவசியம்.

ஆணின் 7க்குடையவரும், பெண்ணின் 7ம் அதிபதியும் திரி கோண அமைப்பு மிக சிறப்பு. இந்த அமைப்பு சரியான sexual understanding-ஐ ஏற்படுத்தும்.

உதாரணம்:

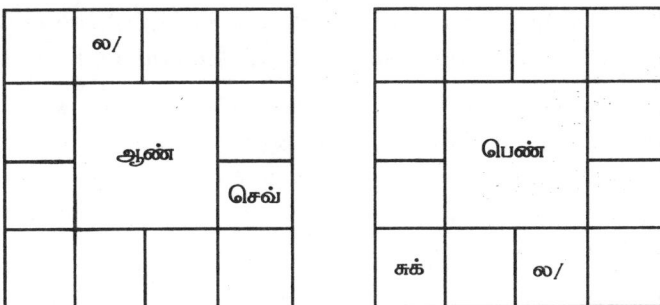

மேற்கண்ட உதாரண ஜாதகத்தில் ஆணின் 7ம் இட அதிபதி சுக்கிரனும் பெண்ணின் 7ம் இட அதிபதி செவ்வாயும் திரிகோண அமைப்பில் இணைந்துள்ளனர். இது மிக சிறப்பு.

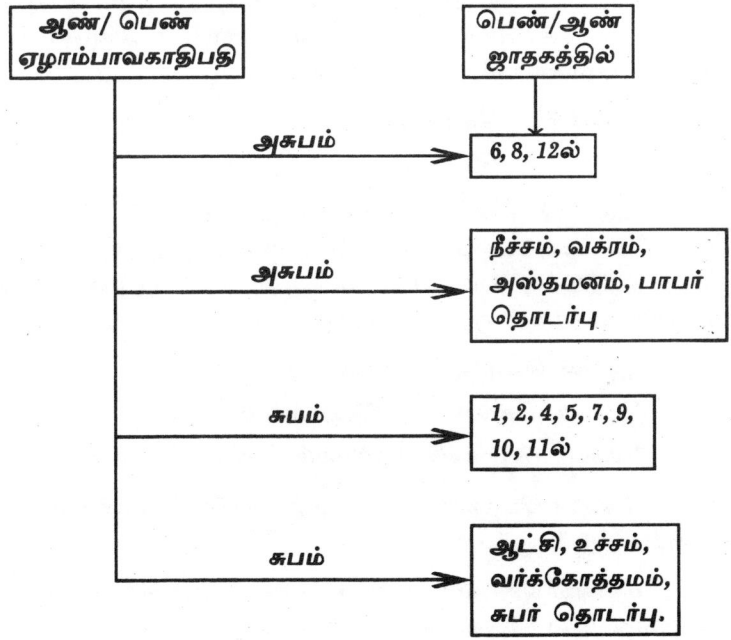

ஆண்.பெண் இருவரின் 7ம் பாவாதிபதிகள் பரஸ்பர நண்பர்களாயிருத்தல் மிக சிறப்பு. இது திரிகோண லக்னங்களுக்கே பொருந்தும்.

7. ஒன்பதாம் பாவாதிபதி பொருத்தம்:

ஒன்பதாம் பாவாதிபதி என்கிற பாக்கியாதிபதிதான் ஒருவரின் யோக அமைப்புகளையும், அளவுகளையும் தீர்மானம் செய்பவர் ஆவார்.

பாக்கியாதிபதியே ஒரு லக்னத்திற்கு **'யோகர் + சுபர்'** என்ற இரட்டை சிறப்பம்சங்களைப் பெறுகிறார். எனவே எந்த ஒரு லக்னத் திற்கும் யோகாதிபதி என்கிற பாக்கியாதிபதியே பூரண சுபகிரகமாக திகழ்வார். எக்காரணம் கொண்டும் ஜாதகத்தில் பாக்கியாதிபதி பலவீனமடைந்து கெடக்கூடாது.

பாக்கியம்:

பூர்வாந்திர ஜென்மங்களில் நாம் செய்த தான, தர்மங்கள், நற்செயல்கள்தாமே இந்த ஜென்மாவில் பாக்கியமாக வந்து சேர்கின்றது. இதுவே பாக்கியத்தின் தெய்வ ரகசியம் ஆகும்.

பாக்கியத்தை கொடுப்பினை என்றும் அழைப்பதுண்டு. முன்பு எதைக் கொடுத்து வைத்துள்ளோமோ அதுவே பின்பு கொடுப்பினையாகக் கிடைக்கிறது.

முன்பு = கொடுத்தல்

பின்பு = கொடுப்பினை பெறுதல்

'எதற்கும் கொடுப்பினை என்பது வேண்டும்' என்று வாய் மொழியாக அடிக்கடி கேள்விப்பட்டிருக்கலாம். இந்த 'கொடுப்பினை' என்ற பதத்திற்கு உரிய பாவகமே ஒன்பதாமிடம் என்கிற யோக பாக்கிய ஸ்தானமாகும். அதன் அதிபதியே பாக்கியாதிபதி ஆவார்.

'அவன் கொடுத்துவச்சவன் ஐயா'

'அவளுக்கென்ன கொடுத்து வச்சவ'

'பானை பிடித்தவள் பாக்கியம் செய்தவள்'

'பானை பிடித்தவள்' என்பது இல்லத்தரசி என்கிற இல்லாள் மனைவியைக் குறிக்கும்.

மனைவி என்பவள் ***'பாக்கியம்'*** செய்தவளாக இருக்க வேண்டும். அதாவது கொடுத்துவைத்தவளாக இருக்க வேண்டும்.

ஒரு பெண் ஜாதகத்தில் பாக்கிய ஸ்தானம் பலம் பெற்று இருக்க வேண்டும். அப்படி பலம் பெற்றிருப்பின் அவள் ஜாதகத்தில் தோன்றும் ***'பிற தோஷங்கள்'*** யாவும் செயல்படாது.

பெண்களுக்கு ஒன்பதாமிடம் மிகமிக முக்கிய ஸ்தானமாகும். மேலும் அதுவே அவர்களுக்கு புத்திர ஸ்தானமாகும்.

எவள் ஒருவள் தீர்க்கசுமங்கலியாக, புத்திர சந்தானங்களோடு, சகல உலக வாழ்க்கை வசதிகளோடு, பேர் புகழ் பெற்று வாழ்கிறாளோ அவளே **'சௌபாக்கியவதி'** என்று சாஸ்திரங்கள் சிறப்பித்துக் கூறுகிறது.

இத்தகைய சௌபாக்கியங்களை அள்ளித் தருவதே ஒன்பதாமிடம் என்கிற பாக்கிய ஸ்தானம் ஆகும். எனவேதான் பெண்ணுக்கு 9மிடம் பிரபல முக்கிய பாவமாகக் கருதுகின்றனர்.

ஒன்பதாமிடம் ஓர் அளவுகோல்:

ஒருவரின் ஆயுள், ஆரோக்கியம், ஐஸ்வர்யங்கள், களத்திர, புத்திர, வாகனாதிகள், கல்வி கேள்வி ஞானங்கள், தொழில், ஜீவனம், உத்தியோகம், பட்டம், பதவிகள், பேர், புகழ், வெற்றி தோல்விகள், லாபநஷ்டங்கள், சுகதுக்கங்கள் போன்ற இன்னும் பலப்பல வாழ்வியல் அம்சங்கள் யாவற்றிற்கும் அளவீட்டைத் (Quantity) தருபவர் பாக்கியாதிபதியே.

'பூர்வத்தில் கொடுத்ததே பருவத்தில் திரும்பி வரும்' - இதுவே நியூட்டனின் மூன்றாம் விதி. (F = -F).

ஜாதகத்தின் 12 பாவங்களின் ஏற்ற இறக்கங்கள் 9மிடத்தைப் பொறுத்தே செயல்படுகின்றன.

பாவதிபாவ விதிப்படி அந்தந்த பாவங்களுக்கு 9மிடமே, அந்தப் பாவத்திற்கு பாக்கிய ஸ்தானமாகும்.

எந்தெந்த வகையில் ஒருவர் கொடுத்து வைத்துள்ளாரோ அந்த வகையிலேயே பாக்கியம் வந்து சேரும்.

கணவன் அல்லது மனைவி மூலம் யோக பாக்கியங்கள் கிடைக்கும் அம்சங்களுக்கான விதிமுறைகளை இனி பார்ப்போம்.

ஒரு ஆணின் பாக்கியாதிபதி பெண் ஜாதகத்தில் கேந்திர கோண தனலாபங்களில் கெடாமல் இருக்க வேண்டும். அங்கு ஆட்சி, உச்சம், வர்க்கோத்தமம், சுபர் தொடர்பு பெறுதல் மிகச் சிறப்பு. இவ்வாறு இருப்பின் அந்தப் பெண் மூலம் இந்த ஆண்மகன் பல **'யோக பாக்கிய சுகங்களை'** அனுபவிப்பான்.

அந்தப் பெண்ணைத் திருமணம் செய்தப் பிறகு இவனது வாழ்க்கை **வளம்** பெருகும்.

உதாரணம்:

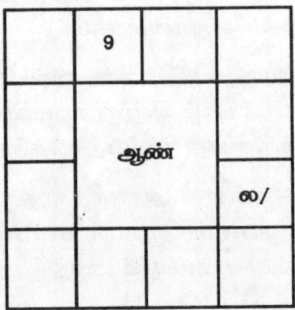

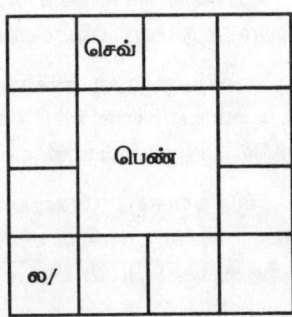

சிம்ம லக்ன ஆணின் பாக்கியாதிபதி செவ்வாய் பெண் ஜாதகத்தில் 5மிடத்தில் ஆட்சி பெற்று பலமாக உள்ளார். இந்தப் பெண்ணால் அந்த ஆண்மகனின் பாக்கியங்கள் பல்கிப் பெருகும்.

ஒரு பெண்ணின் 9ம் பாவாதிபதி ஆணின் ஜாதகத்தில் கேந்திர கோண தனலாபங்களில் கெடாமல், ஆட்சி, உச்சம், வர்க்கோத்தமம், சுபர் சாரம், தொடர்பு பெற்று வலுத்திருப்பின் அந்த ஆண்மகனால் இந்தப் பெண் பல யோக பாக்கிய சுகங்களை அடைவாள்.

உதாரணம்:

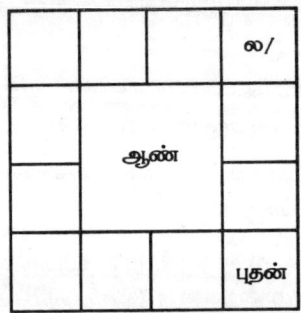

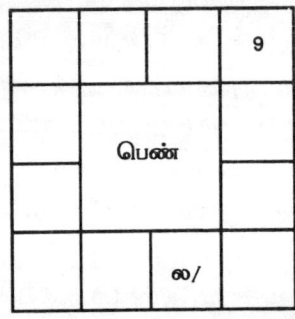

துலா லக்னப் பெண்ணின் 9மிட பாக்கியாதிபதி புதன் ஆண் ஜாதகத்தில் 4ல் உச்சம் பெற்றுள்ளார். இந்த ஆண்மகனால் பெண் பல பாக்கியங்களை அடைவாள்.

ஒரு ஆணின் 9மிடத்ததிபதி பெண் ஜாதகத்தில் 6, 8, 12ல் நீச்சம், அஸ்தமனம், வக்ரம், பாபர் தொடர்பு பெற்றிருத்தல் கூடாது. இருப்பின் அந்தப் பெண்ணால் ஆணின் பாக்கியஸ்தான பலன்கள் நாசமடையும்.

உதாரணம்:

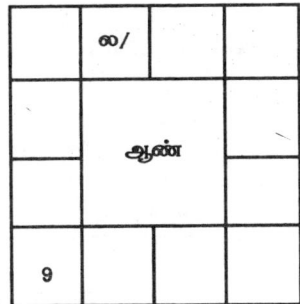
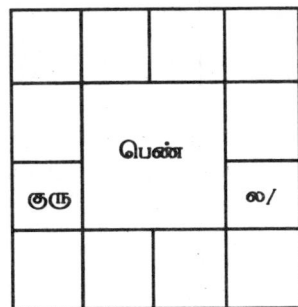

மேஷ லக்ன ஆணின் 9ம் அதிபதி குருவானவர் பெண் ஜாதகத்தில் 6ல் நீச்சம். இந்த அமைப்பு ஆணின் பாக்கிய யோகம் பெண்ணால் நீச்சத்தன்மை (அழிவு) பெறும்.

ஒரு பெண்ணின் 9ம் இட அதிபதி ஆண் ஜாதகத்தில் 6, 8, 12லோ அல்லது நீச்சம், அஸ்தமனம், வக்ரம், பாபர் தொடர்பு பெறின் அந்த ஆண்மகனால் பெண் எந்த பாக்கியமும் பெற முடியாது.

உதாரணம்:

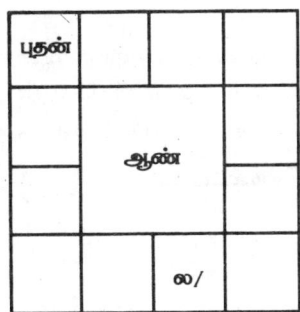

பெண்ணின் 9ம் அதிபதி புதன் ஆண் ஜாதகத்தில் 6ல் நீச்சம். இந்த ஆணிடம் அந்தப் பெண் பாக்கியங்கள் அனுபவித்தல் என்பது ஆகாத காரியம். இதேபோல பாக்கியஸ்தான ஆய்வுகள் செய்து 9மிடப் பொருத்தம் பார்க்கவும்.

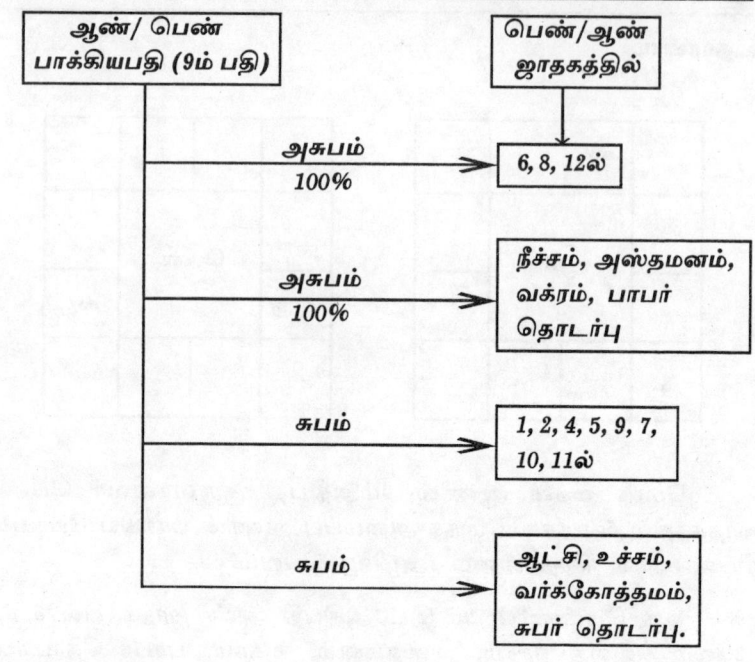

8. கர்ம ஜீவனாதிபதி பொருத்தம்:

ஒரு ஜாதகத்தில் 10மிடம் என்பது தொழில், உத்தியோக, கர்ம ஜீவனத்தை குறிக்கும் பாவகமாகும். 10க்குரியவர் கர்மாதிபதி என்றழைக்கப்படுகிறார்.

'உத்தியோகம் புருஷ லட்சணம்' என்பதற்கிணங்க ஆணாகப் பிறந்த ஒவ்வொருவரும், ஏதேனும் ஓர் தொழிலில் ஈடுபட்டு பொருள் ஈட்டியே ஆகவேண்டும் என்பது கட்டாய நிலை ஆகும்.

உத்தியோகம் = தொழில், செயல்படல்
புருஷன் = ஆண்மகன்
லட்சணம் = அழகு

'தொழில் செய்வதே ஒரு ஆணிற்கு அழகு' ஆகும்.

தொழில் செய்வதன் நோக்கம் பணம் சம்பாதிப்பது. பணம் எதற்கு? பணத்தின் முக்கியத்துவம் என்ன?

உலக வாழ்க்கையில் அனைத்துத் தேவைகளையும் பூர்த்தி செய்ய 'பணம்' ஒன்றே சிறந்த கருவி ஆகும்.

பணத்தின் வலிமையை உணராதவன் உலக வாழ்வில் ஜெயிக்க முடியாது.

'அருள் இல்லார்க்கு அவ்வுலகம் இல்லை'
'பொருள் இல்லார்க்கு இவ்வுலகம் இல்லை'
பணம் இல்லாதவன் பிணம்!
பணம் பந்தியிலே குணம் குப்பையிலே!
பணம் பத்தும் செய்யும்!
பணம் பாதாளம் வரை பாயும்!
பணம் இருந்தால்தான் மணம்! (Marriage).

இவ்வாறு பணம் பற்றிய சிறப்பு செய்திகளை அடுக்கிக் கொண்டே போகலாம்.

பணத்திற்கு மூலாதாரக் காரண சக்தி *'தொழில்'*தான்.

ஜாதகத்தில் **தொழில்** ஸ்தானம் 10மிடமாகும்.

12 பாவங்கள் என்பது ஒரு ரயிலில் (Train) உள்ள பெட்டிகள் என வைத்துக் கொண்டால், அந்த ரயிலில் இன்ஜின் (Engine) என்பது 10வது பெட்டி ஆகும்.

ரயில் இன்ஜின் **திறன்** (Power) மற்றும் **வேகம்** (Speed) இவற்றைப் பொறுத்தே அந்த ரயிலின் இயக்கம் தீர்மானம் செய்யப்படுகிறது. இது ஜாதகத்தில் 10மிடமும் அதன் அதிபதியின் வலிமைக்கு ஒப்பாகும்.

10மிடம் = **இரயில் இன்ஜின்** (Engine)

லக்னாதிபதி = **ஓட்டுனர்** (Driver)

12 இராசிகளும் 12 பெட்டிகள் போன்றது. அதில் 10மிட இன்ஜின் லக்னம் அதன் அதிபதி (லக்னாதிபதி) Driver.

உதாரணம்:

		10மிடம் Engine	
	இராசி		
			சூல/ Driver

மேற்கண்ட உதாரண ஜாதகத்தில் லக்னம் சிம்மம். 10மிடம் ரிஷபம். இங்கு 10மிடம் ரிஷபம் என்ற இன்ஜினை லக்னாதிபதி சூரியன் Drive பண்ணுகிறார்.

இன்ஜினும் சரியாக இருக்க வேண்டும். Driver-ம் சரியாக இருக்க வேண்டும்.

இன்ஜின் சரியாக இருந்து Driver சிறிது சரியில்லா விட்டாலும் வேறு Driver வைத்து ரயிலை ஓட்டி விடலாம்.

எனவே 10மிடம் கண்டிப்பாக பலமாக இருக்க வேண்டும்.

மேற்கண்ட சிம்மலக்ன ஜாதகரின் வாழ்க்கையாகிய இரயிலை ரிஷபம் என்ற 10மிட (தொழில்) இன்ஜின்தான் இழுத்துச் செல்ல வேண்டும்.

10மிடமாகிய இன்ஜின் இயங்கினால்தான் மற்ற 11 பாவங்களும் (பெட்டிகளும்) நகரும்.

அந்த பிற பாவங்களில் மனைவி (7) புத்திர (5), குடும்பம் (2), சுகம் (4), லாபம் (61), வெற்றி (3), ஜாதகர் (1), தர்மம் (9), படுக்கை சுகம் (12), ஆயுள் (8), நோய் (6) இல்லாத நிலை போன்ற வாழ்வின் பிரதி அம்சங்கள் யாவும் அடங்குகின்றன. இவ்வளவும் சரியாக இயங்க வேண்டுமெனில் 10மிடம் பலமாக இருந்து இயங்க வேண்டும். இயக்க வேண்டும் லக்னாதிபதி.

இயங்குவது	=	10மிடம்
இயக்குவது	=	1மிடம்

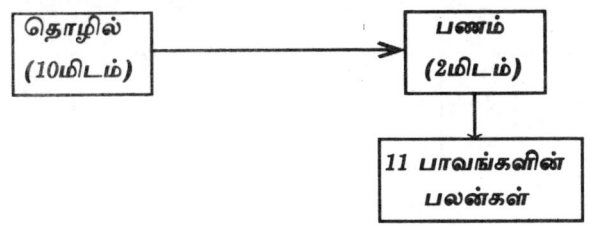

எனவே ஒரு ஜாதகத்தில் லக்னம் (1), பத்தாமிடம் (10), தனம் (2) ஆகிய மூன்றும் மூன்று கண்களைப் போன்றதாகும்.

மேலும் பத்தாம் பாவம் என்பது ஒருவரின் அன்றாட செயல்பாடுகளை பிரதிபலிக்கும் (நித்திய கர்மா).

எனவே ஒருவர் செய்கை 10மிடத்தின் தன்மையிலிருந்தே வெளிப்படும்.

10மிடம் = செய்கை

ஒரு ஆணின் 10ம் பாவாதிபதி பெண் ஜாதகத்தில் கேந்திர கோண, தனலாபங்களில் கெடாமல், ஆட்சி, உச்சம், வர்க்கோத்தமம், சுபர் தொடர்பு பெற்றிருப்பின் அந்தப் பெண்ணால் ஆண்மகனின் 10மிட சுப பலன்களான தொழில், உத்தியோகம், ஜீவனம் பலப்படும். இதுவரை இந்த ஆண் உத்தியோகம், தொழில், வேலை (job), இல்லாதவனாக இருந்தாலும், இந்தப் பெண்ணைத் திருமணம் செய்த பிறகு அவனுக்கு வேலை கிடைக்கும். உத்தியோகம், தொழில் உண்டாகும். இது அனுபவத்தில் பார்க்கலாம்.

எவரது ஜாதகத்தில் தொழில் ஸ்தானம் எனும் 10மிடம் பலவீனப்பட்டு இருப்பின், அவர் தனது 10ம் பாவாதிபதி ஆட்சி, உச்சம் பெற்று கேந்திர கோண, தனலாபங்களில் வீற்றிருக்கும் பெண்ணை விலை கொடுத்தாவது திருமணம் செய்தல் வேண்டும். இதன் பிறகு இவரின் 10மிடம் செயல்படத் தொடங்கும். இது 100% உண்மை ஆகும்.

உதாரணம்:

		10 மிடம்	
	ஆண்		
			ல/

	சுக்		ல/
	பெண்		

வேலை, தொழில், உத்தியோகத்தில் நிலைபடாத சிம்மலக்ன ஆண், 10ம் பாவபதி சுக்கிரன் உச்சம் பெற்ற பெண்ணைத் திருமணம் செய்ததால் வேலை கிட்டியது. 10மிடம் பலம் பெற்றது.

ஆணின் பத்தாம் பாவாதிபதி பெண்ணின் ஜாதகத்தில் ஆட்சி, உச்சம், கேந்திர கோணம், தனலாபம் பெற்று கெடாமல் இருப்பின் அந்த ஆண் எத்தகைய செய்கை (நல்ல / கெட்ட (அடி, உதை etc...) அப்பெண்ணிற்கு செய்யினும், அவள் அவனை முழு மனதாக ஏற்றுக் கொள்வாள்.

உதாரணம்:

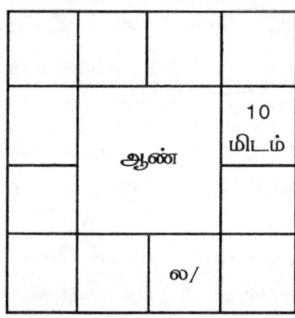

மேற்கண்ட துலா லக்ன ஆணின் 10மிட அதிபதி சந்திரன் பெண் ஜாதகத்தில் பாக்கியத்தில் (9ல்) உள்ளார். இதன் பலன்: ஆண் என்னதான் அப்பெண்ணை அடித்தாலும், உதைத்தாலும் அவள் அதையெல்லாம் பாக்கிய சுகங்களாக எண்ணுவாள். அவனை விட்டு ஒருபோதும் நீங்க (விலக) மாட்டாள். எல்லாம் கோள்களின் கோலாட்டமே.

பெண்ணின் 10மிட அதிபதி ஆண் ஜாதகத்தில் ஆட்சி, உச்சம், கேந்திர கோணம் தனலாபம் பெற்று கெடாமல் இருப்பின், அந்த ஆண்மகனால் நல்ல செய்கையை (Activity) அப்பெண் அடைவாள்.

இவளின் செய்கைகள் அவனுக்குப் பிடித்தமானதாக இருக்கும். சாம்பாரில் உப்பு அறவே இல்லாவிடினும் இருப்பதாக பாவித்து சாப்பிடுவான்.

ஆண் ஜாதக 10மிட அதிபதி பெண் ஜாதகத்தில் 6, 8, 12லோ அல்லது நீச்சம், அஸ்தமனம், வக்ரம், பாபர் தொடர்பு பெறுதல் கூடாது. பெற்றிருப்பின் ஆண்மகனின் தொழில், உத்தியோகம், வேலையில் பாதிப்புகள் காணும். சரிவுகள் ஏற்படும். நிலைக்கொப்ப பலன்கள் யூகம் செய்யவும்.

உதாரணம்:

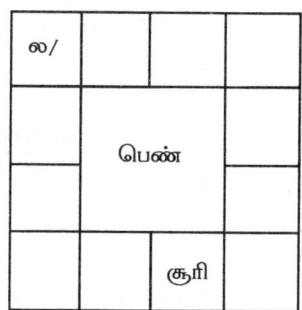

மேற்கண்ட உதாரண ஜாதகத்தில் விருச்சிக லக்ன ஆணின் தொழில், உத்தியோக (வேலை) ஸ்தானாதிபதி சூரியன் மீன பெண் ஜாதகத்தில் 8ல் மறைந்து நீச்சம். இதனால் ஆணின் 10மிடம் கடுமையாக வீழ்ச்சி அடையும்.

மேலும் இந்த ஆணின் செய்கைகள் (Activities) அந்தப் பெண் நீச்சமாக (துச்சமாக) தான் உணர்வாள். இதனால் பல பிரச்சனைகள் உருவெடுக்கும்.

10மிடத்தின் முக்கியத்துவம்:

❖ இல்லற குடும்ப வாழ்வில் இணையும் இருவரின் பத்தாம் பாவாதிபதிகள் இருவரின் ஜாதகத்திலும் நல்ல நிலையில் இருக்க வேண்டும். இல்லை எனில் பொருத்தமில்லை என்று ஒதுக்கிவிட (Reject) வேண்டும்.

- ஆணின் 10ம் பாவாதிபதி பெண் ஜாதகத்தில் நன்றாக இருக்க வேண்டும்.
- பெண்ணின் 10ம் பாவாதிபதி ஆண் ஜாதகத்தில் நன்றாக இருக்க வேண்டும்.
- இவ்வாறு இருப்பதே மிகச்சிறந்த பொருத்தமாகும்.
- எல்லாவற்றிற்கும் இந்த 10மிட பொருத்தமே முக்கியச் சிறப்பு வாய்ந்ததாகும்.

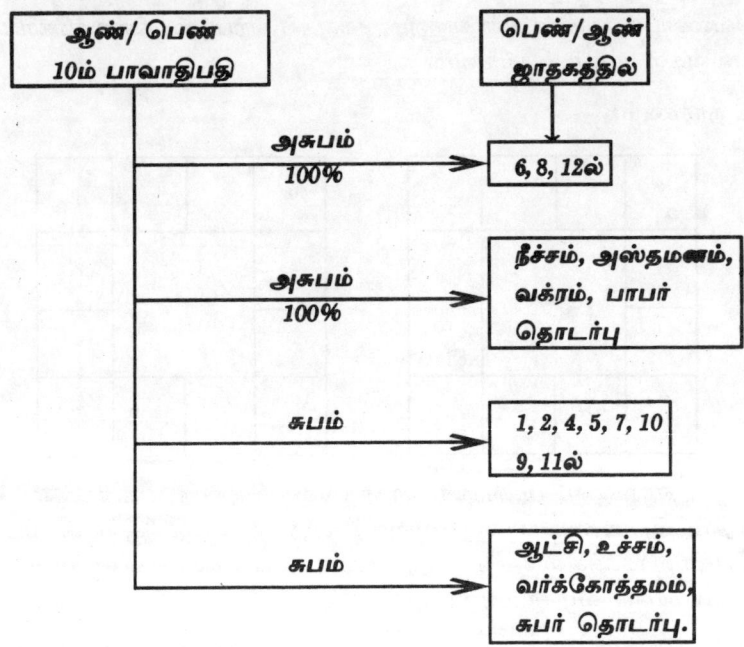

உதாரணம் மேஷ லக்ன ஆண், சனி 6, 8, 12ல் அல்லது நீச்சம், அஸ்தமனம், வக்ரம் பெற்றுள்ள பெண்ணை Reject செய்துவிட வேண்டும். இதேபோல் பிற லக்னங்களுக்கும் அட்டவணையில் கண்டுள்ளதுபோல் பார்த்துக் கொள்ளவும்.

உத்தியோகம் புருஷலட்சணம்:

12 லக்னங்களுக்கும் பத்தாமிடப் பொருத்தம்:

ஆண் லக்னம்	10மிட அதிபதி (கர்மாதிபதி)	பெண் ஜாதகத்தில் 6, 8, 12, நீச, அஸ், வக்ரம்	பொருத்த நிலை
1. மேஷம்	சனி	6, 8, 12 / நீ, அஸ், வக்ரம்	Reject
2. ரிஷபம்	சனி	6, 8, 12 / நீ, அஸ், வக்ரம்	Reject
3. மிதுனம்	குரு	6, 8, 12 / நீ, அஸ், வக்ரம்	Reject
4. கடகம்	செவ்வாய்	6, 8, 12 / நீ, அஸ், வக்ரம்	Reject
5. சிம்மம்	சுக்கிரன்	6, 8, 12 / நீ, அஸ், வக்ரம்	Reject
6. கன்னி	புதன்	6, 8, 12 / நீ, அஸ், வக்ரம்	Reject
7. துலாம்	சந்திரன்	6, 8, 12 / நீ, அஸ், வக்ரம்	Reject
8. விருச்சிகம்	சூரியன்	6, 8, 12 / நீ, அஸ், வக்ரம்	Reject
9. தனுசு	புதன்	6, 8, 12 / நீ, அஸ், வக்ரம்	Reject
10. மகரம்	சுக்கிரன்	6, 8, 12 / நீ, அஸ், வக்ரம்	Reject
11. கும்பம்	செவ்வாய்	6, 8, 12 / நீ, அஸ், வக்ரம்	Reject
12. மீனம்	குரு	6, 8, 12 / நீ, அஸ், வக்ரம்	Reject

9. லாபாதிபதி பொருத்தம்:

ஒருவர் வாழ்வில் பெரிய அளவிலான முன்னேற்றங்களையும், உயர்வுகளையும் பெறவேண்டுமானால், அவருக்கு 11மிடம் என்கிற லாபஸ்தானம் சிறப்பாக அமைய வேண்டும்.

11மிடத்தின் முக்கிய காரகத்துவங்கள்:

- ❖ லாபம் (எதிலும்).
- ❖ வெளியிடத்து பெரிய ஆட்களின் சகாயம்.
- ❖ வெற்றி பெறுதல்.
- ❖ வாழ்வில் உச்சத்தில் இருத்தல்.
- ❖ ஆசைகள், விருப்பங்கள் நிறைவேறுதல்.
- ❖ திருமணம், புத்திரப்பேறு, பணவரவு, சொத்து வரவு... etc.
- ❖ மன சந்தோஷம்.
- ❖ எதையும் லாபகரமாக்குதல்.

- ❖ எதையும் அபிவிருத்தி செய்தல்.
- ❖ பெருக்குதல்.
- ❖ வெற்றிகரமான, நிறைவான வாழ்க்கை வாழ்தல்.
- ❖ வறுமைக் கோட்டைத் தாண்டி உச்சக்கட்ட வாழ்க்கை வாழ்தல்.

ஆணின் லாபாதிபதி பெண் ஜாதகத்தில் கேந்திரம், கோணம், தனலாபங்களில் கெடாமல், ஆட்சி, உச்சம், வர்க்கோத்தமம் பெற்றிருப்பின், அந்தப் பெண்ணால் ஆண்மகன் லாபஸ்தான சுப பலன்களை தங்குதடையின்றிப் பெறுவான். பெண்ணால் வெகு லாபாதிகளை அடைவான்.

உதாரணம்:

		11	
			ல/
	ஆண்		

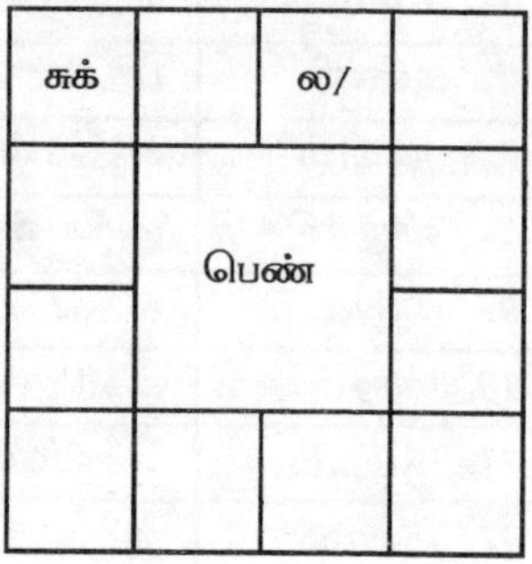

	சுக்		ல/
		பெண்	

மேற்கண்ட உதாரண ஜாதகத்தில் கடக லக்ன ஆணின் லாபாதிபதி சுக்கிரன் ரிஷப லக்ன பெண் ஜாதகத்தில் 11ல் உச்சம். இந்தப் பெண்ணால் ஆண் லாபஸ்தான சுபபலன்களை அடைவான்.

பெண்ணின் லாபாதிபதி ஆண் ஜாதகத்தில் கேந்திர, கோணம், தனலாபங்களில் கெடாமல், ஆட்சி, உச்சம், வர்க்கோத்தமம், சுபர் தொடர்பு பெற்றிருப்பின் அந்த ஆண்மகனால் பெண் லாபாதிபதி சுகங்களை அடைவாள். இதற்கு உதாரணம் பின்வருமாறு:

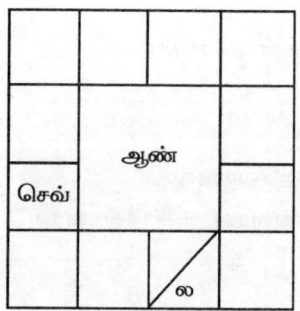

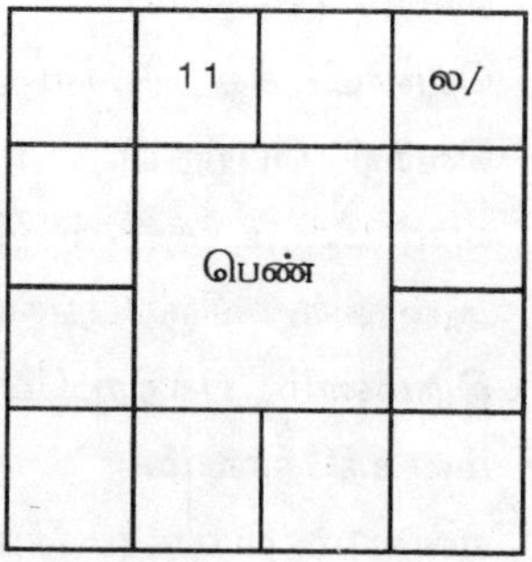

பெண்ணின் செவ்வாய் ஆண் ஜாதகத்தில் 4ல் உச்சம்.

ஆணின் லாபாதிபதி பெண் ஜாதகத்தில் 6, 8, 12லோ அல்லது நீச்சம், அஸ்தமனம், வக்ரம், பாபர் தொடர்பு பெற்றிருப்பின், அப்பெண்ணால் ஆணிற்கு லாபஸ்தானம் சுபபலன்களில் அவ்வப் போது சுணக்கங்கள் காணும். i.e. ஆசைகள், விருப்பங்கள் நிறை வேறுவதில் தடைகள் காணும்.

உதாரணம்:

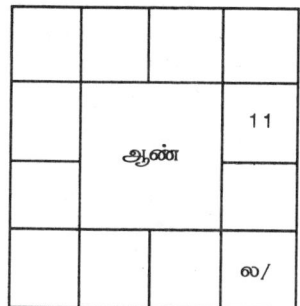

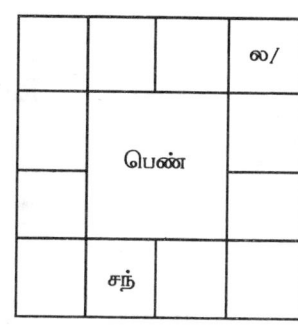

மேற்கண்ட உதாரண ஜாதகத்தில் கன்னிலக்ன ஆணின் லாப சந்திரன் மிதுன லக்ன பெண் ஜாதகத்தில் 6ல நீச்சம். இப்பெண்ணால் ஆண்மகன் லாபஸ்தான ஆதாய சுகபலன்களை அடைவதில் சுணக்கம் பெறுவான்.

பெண்ணின் லாபாதிபதி ஆண் ஜாதகத்தில் 6, 8, 12லோ (அ) நீச்சம், அஸ்தமனம், வக்ரம், பாபர் தொடர்பு பெற்றிருப்பின், அந்த ஆண்மகனால் பெண் லாபாதி சுகங்களை அடைய முடியாது. பெண்ணின் ஆசைகள் அபிலாஷைகளை ஆண் நிறைவேற்ற மாட்டான். உதாரணம் பின்வருமாறு:

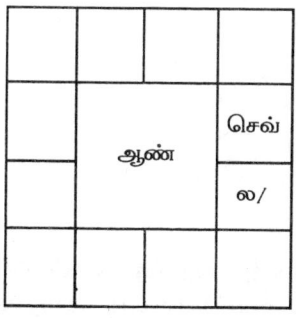

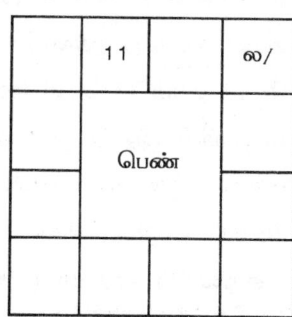

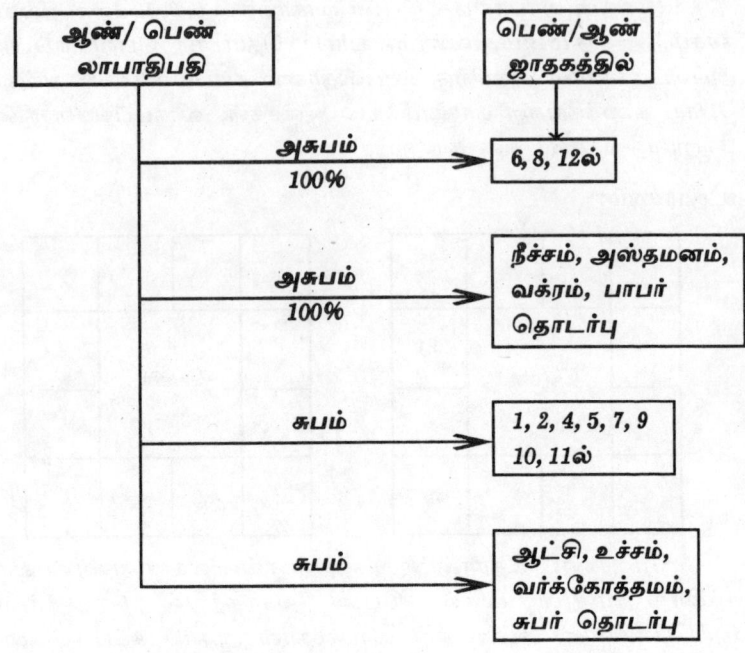

10. விரயாதிபதி பொருத்தம்:

ஒரு ஜாதகத்தில் லக்னத்திற்கு 12மிடம் என்பது விரய ஸ்தானமாகும்.

12மிடத்தின் முக்கிய காரகங்கள்:

❖ விரயங்களின் தன்மை (சுப / அசுப).
❖ சயன சுகம் (உறக்கம்).
❖ போக சுகம் (கட்டில் சுகம்).
❖ வாழ்வின் இறுதி முடிவு.
❖ மறுமையில் அடையுமிடம்.
❖ நித்திய செலவீனங்கள் (Expense).

ஒருவரின் விரயம் (செலவு) எந்த வழியில் எதன் ரீதியாக ஏற்படுகிறதோ அதுவே அவரின் வாழ்க்கையின் தராதரத்தை நிர்ணயம் செய்கிறது.

பணம் சம்பாதிப்பதைவிட அதை எப்படி செலவு (விரயம்) செய்வது என்பதிலேயே வாழ்வின் வெற்றி, தோல்வி அடங்கி உள்ளது.

ஒரே அளவிலான சம்பாத்தியம் உள்ள இரு நபர்களில் ஒருவர் வசதிவாய்ப்போடும், மற்றொருவர் சாதாரண நிலைகளில் இருப் பதையும் நடைமுறையில் காணலாம். இதற்கெல்லாம் காரணம் 12மிடத்தின் செயல்பாடுகளே.

12ம் பாவாதிபதியின் அனுக்கிரகமின்றி வாழ்வில் 'நிம்மதியை' அடைய முடியாது. எனவே நிம்மதியான வாழ்க்கைக்கு 12ம் பாவாதி பதியில் சாதகமான பலம் வேண்டும்.

நிம்மதியான உறக்கம் (well sleep);

நிறைவான உறவு (well sex).

இவைகள் இரண்டும் வாழ்வின் இன்றியமையாத இருமைகள்.

ஒரு ஆணின் விரயாதிபதி பெண்ணின் ஜாதகத்தில் **சுபத்தன்மை யோடு** கேந்திர கோணம், தனலாபங்களில் கெடாமல் இருப்பின், ஆணிற்கு சுபவிரயங்களே அப்பெண்ணால் ஏற்படும். ஆட்சி, உச்சம், வர்க்கோத்தமம், சுபர் தொடர்பு பெறின் அந்தப் பெண்ணால் நல்ல சயன போக சுகம் கிட்டும்.

உதார்ணம்:

மேற்கண்ட உதாரண ஜாதகத்தில் சிம்மலக்ன ஆணின் 12ம் அதிபதி சந்திரன் கன்னிலக்ன பெண்ஜாதகத்தில் 9ல் உச்சம். இந்தப் பெண் ஆணிற்கு பூரண சயன அயன சுகத்தைக் கொடுப்பாள். ஆணிற்கு இவளால் சுப செலவுகளே ஏற்படும். நிறைவான வாழ்க்கை வாழும் தம்பதிகளாவர்.

பெண்ணின் விரயாதிபதி ஆண் ஜாதகத்தில் சுபத்தன்மையுடன் கேந்திர கோணம், தனலாபங்களில் கெடாமல், ஆட்சி, உச்சம் பெற்றிருப்பின், இந்த ஆண்மகனிடம் பெண் நிறைவான சயன சுகங்களைப் பெறுவாள்.

உதாரணம்:

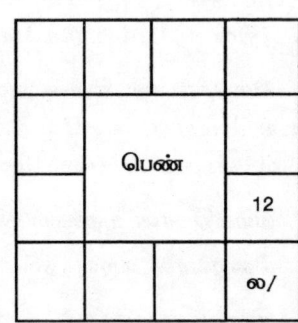

மேற்கண்ட உதாரண ஜாதகத்தில் பெண்ணின் கன்னிலக்ன 12ம் அதிபதி சூரியன் ஆண் ஜாதகத்தில் 9ல் ஆட்சி. இந்த ஆணிடம் பெண் நிறைவான சயன சுகத்தைப் பெறுவாள்.

ஆணின் விரயாதிபதி பெண் ஜாதகத்தில் 6, 8, 12லோ அல்லது நீச்சம், அஸ்தமனம், பகை, வக்ரம், பாபர், பகைவர் தொடர்பு பெற்றிருப்பின், அந்தப் பெண்ணிடம் ஆண்மகன் பூரண சயன சுகத்தைப் பெற முடியாது. அவளும் தரமாட்டாள். மேலும் அப்பெண் வந்ததிலிருந்து வீண் விரயங்களே காட்டும். விரயத்திற்கு ஆதாரம் ஏதும் இராது.

பெண்ணின் விரயாதிபதி ஆண் ஜாதகத்தில் 6, 8, 12ல் (அ) நீச, அஸ், பகை, வக்ரம் பெறின் அவன் பூரண போக சயன சுகத்தைப் அப்பெண்ணிற்குத் தரமாட்டான்.

உதாரணம்:

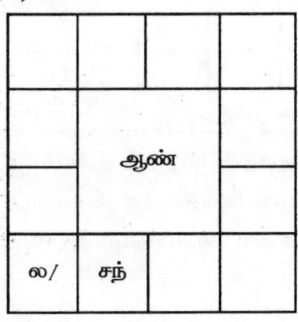

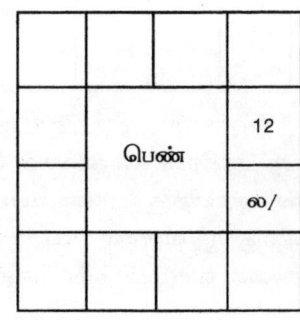

மேற்கண்ட சிம்மலக்ன பெண்ணின் 12ம் பாவாதிபதி ஆணின் தனுசு லக்னத்திற்கு 12ல் நீச்சம். இந்த அமைப்பு பெண்ணின் படுக்கை சுகம் ஆணிடம் பரிபூரணமாகக் கிடைக்க வழியில்லை.

உதாரணம்:

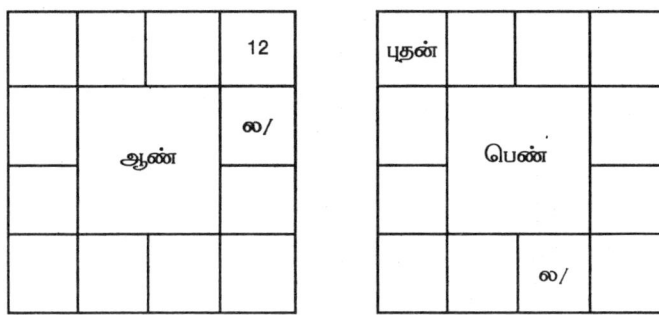

மேற்கண்ட உதாரண ஜாதகத்தில் கடக லக்ன ஆணின் 12ம் பாவாதிபதி புதன் பெண்ணின் துலா லக்னத்திற்கு 6ல் நீச்சம். இப்பெண் ஆணிற்கு நிறைவான சயன சுகம் தரமாட்டாள். மேலும் ஆணிற்கு நீச்ச விரயங்களே ஏற்படும்.

இதுபோன்று 12ம் பாவக ஆய்வு செய்து பொருத்தம் பார்க்க வேண்டும்.

12ம் பாவக பொருத்தம்தான் இல்லறப் பிணைப்பின் **வலிமையை நிர்ணயிக்கும்.**

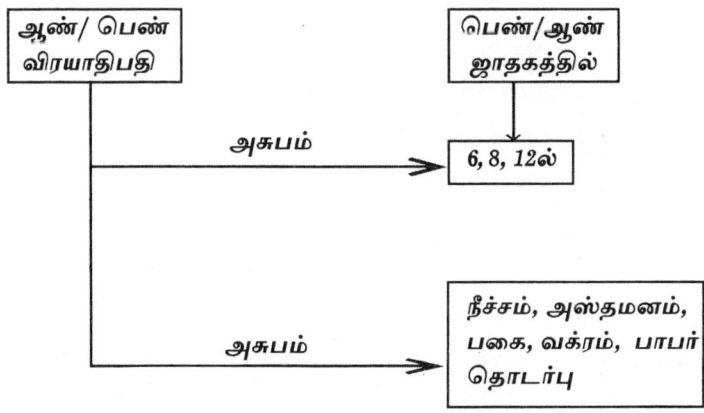

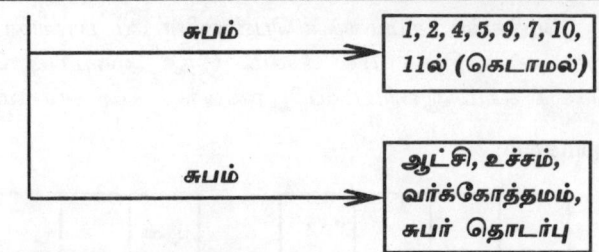

பாவாதிபதிகள் பொருத்தம்:

1. லக்னாதிபதி பொருத்தம்
2. குடும்பாதிபதி பொருத்தம்
3. மூன்றாம் பாவாதிபதி பொருத்தம்
4. சுகாதிபதி பொருத்தம்
5. புத்திரஸ்தானாதிபதி பொருத்தம்
6. களத்திராதிபதி பொருத்தம்
7. பாக்கியாதிபதி பொருத்தம்
8. கர்மஜீவனாதிபதி பொருத்தம்
9. லாபாதிபதி பொருத்தம்
10. விரயாதிபதி பொருத்தம்

மேற்கண்ட பாவாதிபதிகள் பொருத்தத்தில் ஆண்/பெண் இருவருக்கும் ஒருவர் ஜாதகத்தில் மற்றொருவருக்கு (must be) கண்டிப்பாக இருந்தே ஆகவேண்டிய 'மூன்று' பொருத்தங்கள் பின்வருமாறு:

1. லக்னாதிபதி பொருத்தம்
2. குடும்பாதிபதி பொருத்தம்
3. கர்ம ஜீவனாதிபதி பொருத்தம்

இதன் மதிப்பீடு:

$$\frac{3}{10} = 30\%$$

அடுத்து மீதியுள்ள ஏழு பொருத்தங்களில் குறைந்தது 3 அல்லது 4 பொருத்தங்களாவது ஒருவர் அல்லது மற்றொருவர் ஜாதகங்களில் மாறிமாறி இருக்கலாம்.

இவ்வாறு இருப்பின் இதன் மதிப்பீடு:

$$\frac{3}{10} = 30\%$$

மேற்கண்ட இரு மதிப்புகளைக் கூட்டவும்.

$$\frac{3}{10} + \frac{3}{10} = \frac{6}{10} = 60\%$$

அறுபது சதவீதம் (60%) என்பது முதல் வகுப்பு (First class) நிலையில் பொருந்துகிறது என்று அர்த்தம். இதற்கு மேலேயும் வரலாம். இதுபோன்று **பாவாதிபதிகள்** பொருத்தம் பார்க்கவும்.

3. கிரகப் பொருத்தங்கள்

லக்னாதிபதி பன்னிரெண்டு பாவங்களுக்கும் பொருத்தம் பார்ப்பதுபோல, ஆண்/பெண் இருவரின் ஜாதகத்தின் கிரகங்களின் பொருத்த நிர்ணயம் என்பது முக்கிய அம்சமாகும்.

கிரகங்களுக்கு கிரகங்கள் ஈர்ப்பு (Attractive) மற்றும் புறக்கணிப்பு (Rejective) நன்மையில் செயல்படுகின்றன. இதன் அடிப்படையில் அமைந்ததே 'கிரகப் பொருத்தம்' ஆகும்.

நாடி விதிகளின்படி திரிகோணத்தில் உள்ள கிரகங்கள் ஒரே ராசியில் சேர்ந்துள்ளதுபோல பலன் தரும் என்பதாகும். உதாரணமாக மேஷத்தில் செவ்வாயும் அதன் திரிகோணம் தனுசில் குருவும் இருந்தால் குருவும் செவ்வாயும் சேர்க்கை பலனே உரைக்கவும்.

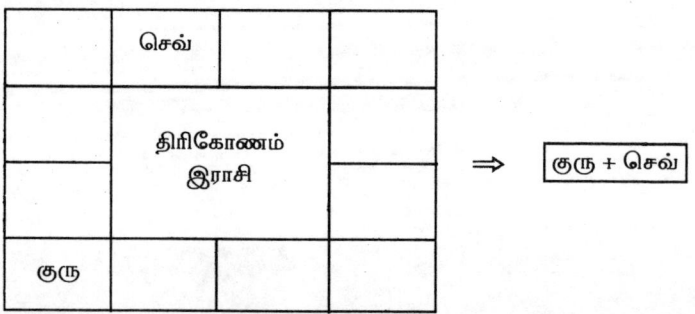

இங்கு குருவும், செவ்வாயும் சேர்ந்துள்ளனர் நாடி விதிப்படி.

கிரகப் பொருத்தம் பார்ப்பதில் இரண்டு விதிகள் மட்டுமே நன்மை தரும்.

1. திரிகோணம் *(1, 5, 9)*
2. சமசப்தமம் *(7 ⟺ 7)*

தீமை தரும் விதிகள்:
1. ஷஷ்டாஷ்டகம்   (6 x 8)
2. இரண்டு, பன்னிரெண்டு (2, 12)

கிரகப் பொருத்தத்தில் இடம்பெறும் அதிமுக்கியக் கிரகங்கள் பின்வருமாறு:

1. சூரியன்   (ஆத்மா - Soul)
2. சந்திரன்   (உடல், மனம் - Thoughts)
3. செவ்வாய்   (பெண்ணின் காம உணர்வு)
4. சுக்கிரன்   (ஆணின் காம உணர்வு)
5. குரு   (சுபர், போகர், நன்மை தருதல்)
6. சனி   (துக்கம், வெறுப்பு, தீமை)
7. புதன்   (எதையும் தூண்டிவிடுதல்)
8. ராகு   (எதையும் பெரிதுபடுத்தல், அம்பலப் படுத்துதல் - Expands)
9. கேது   (எதையும் சுருக்குதல், விரக்தி உண்டாக்குதல் - Reduction)

கிரகப் பொருத்தங்கள் என்பது கிரகங்களுக்கிடையேயான கவர்ச்சி மற்றும் விலக்கு விசையைப் பொறுத்து நிர்ணயம் செய்ய வேண்டிய ஒன்றாகும்.

உதாரணம்:

சூரியனுக்கு சந்திரன்மீது ஈர்ப்பு இருக்கும்.

சந்திரனுக்கு சூரியன்மீது ஈர்ப்பு இருக்கும்.

செவ்வாய்மீது சுக்கிரனுக்கு ஈர்ப்பு இருக்கும்.

சுக்கிரன்மீது செவ்வாய்க்கு ஈர்ப்பு இருக்கும்.

இங்கு ஈர்ப்பு என்பது 'காதல்' என்பதற்கு ஒத்ததாகும்.

கிரக விலக்கு விசை [வெறுப்பு]:

- சூரியன், சந்திரனுக்கு ராகு/கேது பிடிக்காத கிரகங்கள்.
- செவ்வாய் x சனி

- சூரியன் x சனி, ராகு/கேது
- சந்திரன்x சனி, ராகு/கேது
- செவ்வாய் x புதன்

மேற்கண்ட கிரகங்கள் ஒருவருக்கொருவர் பகையாகின்றனர்.

மேற்கண்ட கிரகங்களின் ஈர்ப்பு மற்றும் விலக்கு விதிகளைப் பின்பற்றி கிரக பொருத்தங்களை தீர்மானம் செய்யக் கடவது.

முதலில் சூரிய கிரகப் பொருத்தம் பற்றி பார்க்கலாம்.

சூரிய கிரகப் பொருத்தம்:

ஆணின் சூரியன் நின்ற இராசியில் பெண்ணின் சந்திரன் இருக்கவும், இது முதல் தர சூரியப் பொருத்தம் ஆகும். உதாரணம் பின்வருமாறு. கிரகப் பொருத்தத்தில் 'லக்னம்' தேவையில்லை.

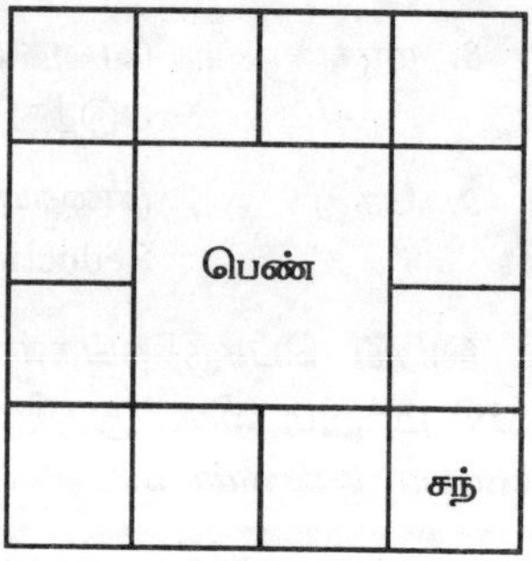

ஆண்	பெண்	இராசி
சூரியன்	சந்திரன்	கன்னி

மேற்கண்ட உதாரண ஜாதகத்தில் ஆணின் சூரியனும், பெண்ணின் சந்திரனும் கன்னி இராசியில் இணைகின்றனர். இங்கே சூரியனுக்கும் சந்திரனுக்கும் காதல் ஈர்ப்பு ஏற்படுகிறது.

இந்த இரண்டு நபர்களையும் சூரியனும், சந்திரனும் தங்களது 'காதல் ஈர்ப்பு விசை' என்ற கயிற்றால் வலிமையாகக் கட்டிவிடுகின்றனர்.

இது ஒன்றே போதும் இவர்கள் இருவரும் **ஒற்றுமையாக, பாசமாக** வாழ்வாங்கு வாழ்வதற்கும், வேறு எந்தப் பொருத்தமும் தேவையில்லை.

சூரியன் = சிவன்
சந்திரன் = சக்தி

இவ்வாறு ஆண்/பெண் ஜாதகங்களில் **சூரியன் + சந்திரன்** ஒரே ராசியால் இணைவது (ஐக்கியமாவது) **'சிவசக்தி ஐக்கியம்'** என்று அழைக்கப்படுகிறது.

இந்த சிவசக்தி ஐக்கியப் பொருத்தம் பெற்று இணைந்த திருமண ஜோடிகள் **'அர்த்தநாரீஸ்வரர்'** போல் வாழ்வில் இருப்பார்கள்.

சூரியன் = உயிர்
சந்திரன் = உடல்

உயிர் உடலைப் பிரியாது!
உடல் உயிரைப் பிரியாது!

மேற்கண்ட விதிப்படி சூரியனும், சந்திரனும் ஒரே ராசியால் இணைந்த தம்பதிகள் **'உயிரும் உடலும்'** போன்று ஒன்றில் ஒன்று உறைந்து இருப்பார்கள். இங்கு **'உயிர்'** போன்றவர் எவர் ஜாதகத்தில் சூரியனோ அவர். **'உடல்'** போன்றவர், எவர் ஜாதகத்தில் சந்திரனோ அவர்.

மேற்கண்ட உதாரண ஜாதகத்தில் **உயிர்** போன்றவர் **கணவர்.** (கன்னியில் - சூரியன்).

உடல் போன்றவர் **மனைவி.** (கன்னியில் - சந்திரன்).

உதாரணம்:

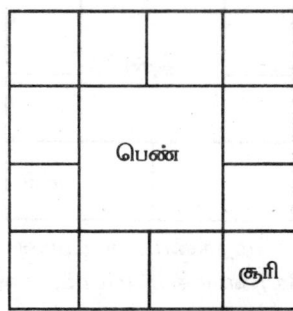

ஆண்	பெண்	இராசி
சூரியன்	சந்திரன்	கன்னி
உடல்	உயிர்	அர்த்தநாரீஸ்வரர் ராசி கன்னி

மேற்கண்ட உதாரண ஜாதகத்தில் ஆணின் சந்திரனும், பெண்ணின் சூரியனும் கன்னிராசியில் உள்ளனர். இந்த அமைப்பு சிவசக்தி ஐக்கியம் என்கிற அர்த்தநாரீஸ்வரர் பொருத்தத்தை உருவாக்குகிறது.

ஆனால் இங்கு உடல் கணவன், உயிர் மனைவியாக அமைகிறது.

கன்னி சூரியன் = பெண்
கன்னி சந்திரன் = ஆண்

இவ்வாறும் அமையலாம் சிறப்புதான்.

இரண்டாம் சூரியப் பொருத்தம்:

ஆணின் சூரியன் நின்ற ராசியின் திரிகோணத்தில் (5 (அ) 9ல்) பெண்ணின் சந்திரன் இருப்பது இரண்டாம் தர சூரியப் பொருத்தம் ஆகும். இது ஆண் பெண் இடையே நல்ல ஒற்றுமை, ஈர்ப்பை உண்டாக்கும்.

உதாரணம்:

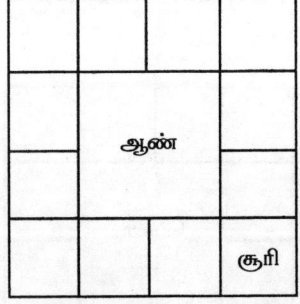 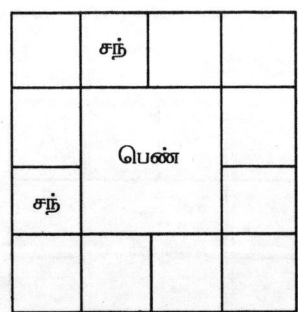

மேற்கண்ட உதாரண ஜாதகத்தில் ஆணின் சூரியனுக்கு திரிகோணமாகிய மகரம், ரிஷபம் ஆகிய ராசிகளில் பெண்ணின் சந்திரன் இருப்பது இரண்டாம் தர சூரியப் பொருத்தமாகும்.

ஜெயங்கொண்டான் கொளஞ்சி 91

ஆணின் சந்திரனுக்கு 5, 9ல் பெண்ணின் சூரியன் இருக்கலாம். உதாரணம் பின்வருமாறு:

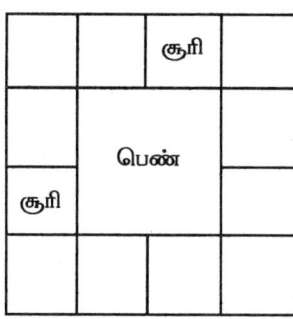

சூரிய சந்திர ஏழாமிடப் பொருத்தம்:

ஆணின் சூரியன் நின்ற இராசியில் பெண்ணின் சந்திரன் இருப்பது சூரிய சந்திர சமசப்தமப் பொருத்தமாகும். இதனால் ஆண், பெண் இருவரும் ஒருவரையொருவர் பார்த்த மாத்திரத்திலேயே நன்றாகப் பிடித்துக்கொள்ளும் நிலையைத் தோற்றுவிக்கும். இது பௌர்ணமி யோகத்தைக் கொடுக்கும்.

பௌர்ணமி:

சூரியனுக்கு ஏழாமிடத்தில் சந்திரன் சஞ்சரிப்பதே பௌர்ணமி ஆகும்.

சூரியன் $\xleftrightarrow{180^0}$ சந்திரன். இதுவே பௌர்ணமி.

சூரியனால் சந்திரன் பிரகாசிக்கப்படுகிறார்.

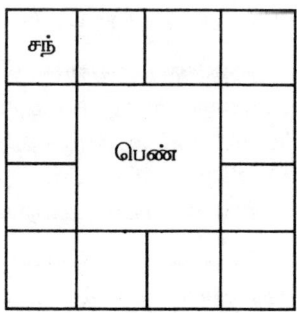

மேற்கண்ட உதாரண ஜாதகத்தில் ஆணின் சூரியனுக்கு பெண்ணின் சந்திரன் ஏழாமிட மீனராசியில் உள்ளார். இது

பௌர்ணமி யோகத்தை அளிக்கும். இந்த அமைப்புடைய ஆண் பெண் இருவரும் ஒருவர்பால் ஒருவர் நல்ல ஈர்ப்பு, ஒற்றுமை, கவர்ச்சி, காதல் பூண்டு இருப்பார்கள். இங்கு ஆணின் சூரியன் பெண்ணின் சந்திரனை பிரகாசப்படுத்துகிறது. இவர்கள் முதல் சந்திப்பிலேயே ஒருவரையொருவர் பலமாக கவர்ந்து விடுவார்கள்.

உதாரணம்:

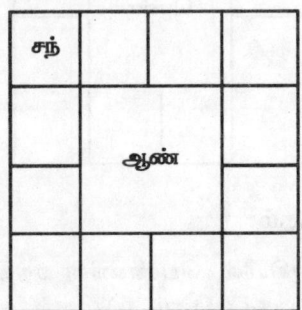 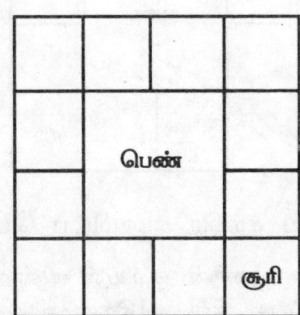

மேற்கண்ட உதாரண ஜாதகத்தில் ஆணின் **மீன சந்திரனை, பெண்ணின் கன்னி சூரியன் பிரகாசப்படுத்துகிறார்.** இங்கு கன்னியின் சூரியனுக்கும், மீனசந்திரனுக்கும் ஈர்ப்பு ஏற்படுகிறது.

குறிப்பு:

சூரிய சந்திர சமசப்தமப் பொருத்தத்தில் சனி, ராகு, கேது சேர்க்கை கூடாது. பூரண பலன் கிட்டாது. அதாவது சூரியன், சந்திரன் நின்ற ராசிகளில் சனி, ராகு / கேது இருக்கக் கூடாது. மற்ற கிரகங்கள் இருக்கலாம்.

சூரியன் குருபார்வை பலன்:

ஆணின் சூரியனை பெண்ணின் குரு 5, 9ம் அல்லது 7ம் பார்வையால் பார்த்தால் ஆணிற்கு சூரியனின் காரக ஆதிபத்தியம் சிறப்படையும். ஆண் ஜாதகத்தில் சூரியன் எந்த பாவாதிபதியாக வருகிறாரோ, அந்த பாவம் விருத்தி அடையும். சுபிட்சம் தரும். சூரியனின் தீயபலன் குறையும்.

பெண்ணின் சூரியனை ஆணின் குரு தனது 5, 7, 9ம் பார்வையால் பார்த்தால் பெண்ணின் சூரியனின் காரக + ஆதிபத்தியங்கள் சிறப்படையும். மேலும் சூரியனின் கெடு பலன்கள் குறையும்.

மேற்கண்ட விதிகளின்படி ஆணால் பெண்ணிற்கு நன்மையும், பெண்ணால் ஆணிற்கு நன்மையும் உண்டாகும். இப்படித்தான் கிரகப் பொருத்தங்கள் பார்க்க வேண்டும்.

உதாரணம்:

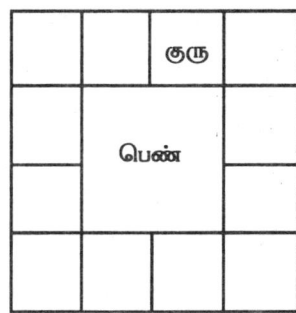

மேற்கண்ட உதாரண ஜாதகத்தில் பெண்ணின் குரு 5ம் பார்வையால் ஆணின் சூரியனைப் பார்க்கிறார். இந்தப் பெண்ணை திருமணம் செய்த பிறகு ஆணின் சூரியன் **கராகம் + ஆதிபத்தியம்** சிறப்படையும். சூரியனின் தீயபலன்கள் குறையும் (தணியும்). மேலும் ஆணின் தந்தைக்கு பெண்ணால் தீர்க்காயுள், திடகாத்திரம் உண்டாகும். இப்பெண் மாமனாருக்கு நன்மை அளிக்கும் **ஜாதகி** ஆவாள். (இந்த ஆண் ஜாதகத்தைப் பொறுத்தவரை).

இங்கு ஆணின் தந்தை சூரியன். இவரே பெண்ணுக்கு மாமனார் ஆகிறார்.

உதாரணம்:

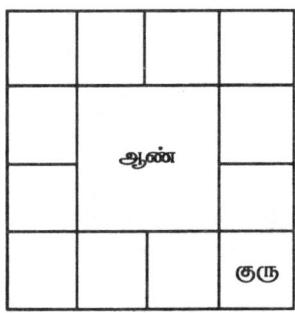
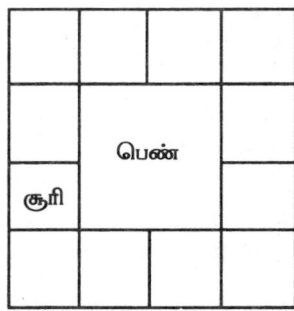

மேற்கண்ட உதாரண ஜாதகத்தில் ஆணின் குரு, பெண்ணின் சூரியனை 5ம் பார்வையால் பார்க்கிறார். இது பெண்ணின் சூரியனின் 'காரக + ஆதிபத்தியங்கள்' சிறப்படையச் செய்யும். சூரியனின் தீயபலன்கள் கட்டுப்படும். பெண்ணின் தந்தைக்கு தீர்க்காயுள், திடம் உண்டாகும். இந்த ஆண், மாமனாருக்கு நன்மை அளிக்கும் ஜாதகன் ஆவான். (இந்தப் பெண் ஜாதகத்தை பொறுத்தவரை).

இங்கு பெண்ணின் தந்தை சூரியன். இவரே ஆணிற்கு மாமனார் ஆகிறார்.

குறிப்பு:

ஒருவரின் சூரியனை மற்றொருவரின் சனி, ராகு / கேது பார்த்தால் சூரியனின் சுபபலன்கள் சுணக்கம் காட்டும்.

சூரியனுக்கு சூரியன் சமசப்தம்:

ஆணின் சூரியனுக்கு பெண்ணின் சூரியன் சமசப்தமாக இருப்பது நல்ல பொருத்தமாகும். இது தம்பதிகளுக்கிடையே நல்ல ஒற்றுமை, பிணைப்பை நல்கும்.

உதாரணம்:

மேற்கண்ட உதாரண ஜாதகத்தில் ஆணின் சூரியன் தனுசு ராசியில் உள்ளார். பெண்ணின் சூரியன் மிதுன ராசியில் உள்ளார். தனுசும் மிதுனமும் சமசப்தம ராசிகளாகும். இந்தத் தம்பதிகள் நல்ல ஒற்றுமையாக, பிணைப்புடன் பொருந்தி இருப்பார்கள். மேலும் இருவரும் நல்ல கூட்டாளிகள் (Life partner).

சூரியனே அனைத்துக் கிரகங்களையும் தனது ஈர்ப்பு சக்தியால் அரவணைத்துக் கொண்டு, தனது ஒளியையும் வழங்கி பிரகாசிக்கச்

செய்கிறார். எனவே சூரியனின் கிரகப் பொருத்தம் மிக முக்கியமாகும். மேலும் சூரியன்தான் ஒரு ஜாதகருக்கு ஆத்ம (உயிர்) கிரகம்.

சந்திர கிரகப் பொருத்தம்:

ஆணின் சந்திரனும் பெண்ணின் சூரியனும் ஒரே ராசியில் இருப்பின் அது 'சிவசக்தி ஐக்கியப்' பொருத்தமாகும். இது தம்பதிகள் 'ஈருடல் ஓர் உயிர்போல' இருக்கின்ற நிலையைத் தோற்றுவிக்கும்.

உதாரணம்:

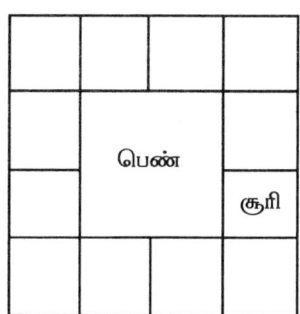

மேற்கண்ட உதாரண ஜாதகத்தில் ஆணின் சந்திரனும், பெண்ணின் சூரியனும் சிம்மராசியில் உள்ளனர். சூரியனையும், சந்திரனையும் சிம்மராசி இணைக்கிறது. இது அர்த்தநாரீஸ்வர அமைப்பை உருவாக்குகிறது. இதனால் இவ்விருவரும் நல்ல ஒற்றுமையாக உடலும் உயிரும்போல் இருப்பார்கள். இவர்களை உலகின் எந்த ஒரு சக்தியாலும் பிரிக்க முடியாது.

இங்கு பெண்ணின் சூரியனால் ஆணின் சந்திரன் ஒளிபெறுகிறது.

அடுத்து சந்திர திரிகோணப் பொருத்தம் பற்றி பார்க்கலாம்.

சந்திரனின் இரண்டாம்தரப் பொருத்தம்:

ஆணின் சந்திரன் நின்ற ராசியின் திரிகோண ராசியில் பெண்ணின் சூரியன் இருப்பது நல்லதோர் சந்திர சூரியப் பொருத்தமாகும். இது தம்பதிகளுள் நல்ல ஒற்றுமை, பிணைப்பை உருவாக்கும்.

உதாரணம்:

 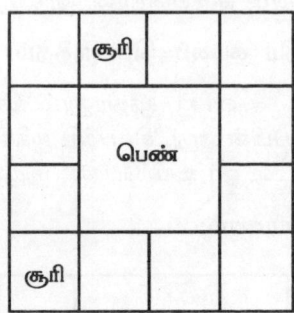

மேற்கண்ட உதாரண ஜாதகத்தில் ஆணின் சந்திரன் சிம்ம ராசியில் உள்ளார். சிம்மத்தின் திரிகோணமாகிய தனுசு அல்லது மேஷத்தில் பெண்ணின் சூரியன் இருக்க வேண்டும். இந்த அமைப்பு தம்பதிகளுக்கு நல்ல பொருத்தத்தைத் தரும்.

பெண்ணின் சந்திரனுக்கு திரிகோணத்தில் ஆணின் சூரியன் இருப்பதும் சிறந்த பொருத்தம்.

உதாரணம்:

 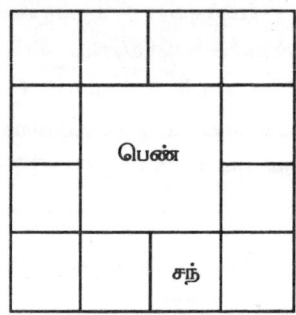

பெண்ணின் துலா சந்திரனுக்கு திரிகோண மிதுனம் (அ) கும்பத்தில் ஆணின் சூரியன் இருப்பது நல்ல பொருத்தம்.

சந்திர சூரிய சமசப்தமப் பொருத்தம்:

பெண்ணின் சந்திரன் நின்ற ராசிக்கு ஏழாமிட ராசியில் ஆணின் சூரியன் நின்றால் அது சந்திர சூரிய சமசப்தமப் பொருத்தமாகும். இந்த அமைப்பு தம்பதிகளுக்கிடையே நல்ல ஈர்ப்பையும், வசியத்தையும் தரும்.

உதாரணம்:

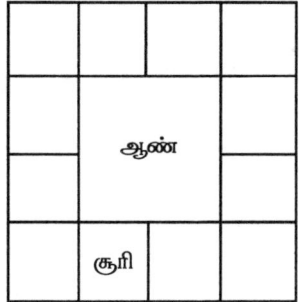

மேற்கண்ட உதாரண ஜாதகத்தில் பெண்ணின் சந்திரன் நின்ற ராசி ரிஷபம். இதற்கு 7மிடம் விருச்சிகத்தில் ஆணின் சூரியன். இது சூரிய சந்திர சமசப்தமப் பொருத்தத்தை ஏற்படுத்துகிறது.

ஆணின் சந்திரன் நின்ற ராசிக்கு ஏழாமிட ராசியில் பெண்ணின் சூரியன் இருப்பது நல்லதோர் பொருத்த ஜாதக அமைப்பாகும். இது இருவரிடையே நல்ல நட்பு, பிணைப்பை உருவாக்கும்.

உதாரணம்:

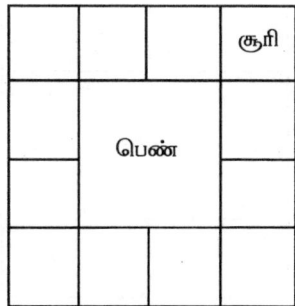

சந்திரன் குருபார்வை பலன்:

ஆணின் சந்திரனை பெண்ணின் ஜனன கால குரு தனது 5, 7, 9ம் பார்வையால் பார்த்தால் ஆணின், சந்திரன் காரக ஆதி பத்தியங்கள் சிறப்புப் பெறும். இந்தப் பெண்ணால் ஆணின் சந்திரன் (தாய்) என்கிற மாமியாருக்கு நன்மை உண்டாகும்.

உதாரணம்:

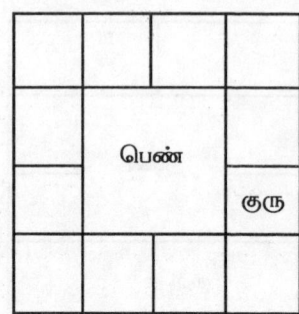

மேற்கண்ட உதாரண ஜாதகத்தில் பெண்ணின் குரு ஆணின் சந்திரனை 5ம் பார்வையால் பார்க்கிறார். இது ஆணின் சந்திரன் காரக ஆதிபத்தியங்களை விருத்தியடையச் செய்யும் அமைப்பாகும். இந்தப் பெண் மாமியாருக்கு க்ஷேமத்தை அளிப்பார்.

பெண்ணின் சந்திரனை ஆணின் குரு பார்வை செய்தால், பெண்ணின் சந்திரன் காரக ஆதிபத்தியங்கள் சிறப்புப் பெறும். இந்த ஆண் மாமியாருக்கு நலம் செய்யும் ஜாதகன் ஆவார். உதாரணம் பின்வருமாறு:

ஆண், பெண் சந்திரனை மற்றொருவரின் சனி, ரா/கே பார்வை செய்தால் சந்திரனின் சுபபலன்கள் சுணக்கமடையும்.

செவ்வாய் கிரகப் பொருத்தம்:

பெண்ணிற்கு செவ்வாய் களத்திரகாரகர், காம உணர்வின் கர்த்தா. ஆணிற்கு செவ்வாய் செயல்திறனை அளிப்பவர்.

ஆணிற்கு சுக்கிரன் களத்திரகாரகர். காம உணர்வுக்கு காரண கர்த்தா. ஆணின் சுக்கிரனும், பெண்ணின் செவ்வாயும் தாம்பத்திய உறவுக்கு முக்கியப் பங்கு வகிப்பவர்கள்.

ஆணின் செவ்வாய் நின்ற ராசியும் பெண்ணின் சுக்கிரன் நின்ற ராசியும் ஒரே ராசி எனில், அவ்விருவரும் நல்ல உதாரண தம்பதிகளாய் இருப்பார்கள். இவர்களுக்குள் எந்த பிரச்சனைகளும் தணிக்கப்பட்டு விடும். நல்ல ஒற்றுமை, பிணைப்பை உருவாக்கும்.

இவ்விரு தம்பதிகளிடையே 'காதல் + காமம்' இரண்டும் சரிபாதியாகக் கலந்து இருக்கும்.

உதாரணம்:

 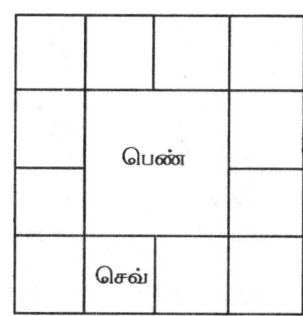

மேற்கண்ட உதாரண ஜாதகத்தில் ஆணின் சுக்கிரனும், பெண்ணின் செவ்வாயும் விருச்சிக ராசியில் இருக்கின்றனர். இந்த அமைவு ஒரேவித, பேதமற்ற ஒற்றுமை, நல்லிணக்கத்தை இரு வரிடமும் ஏற்படுத்தும். இவர்களை யாராலும் பிரிக்க முடியாது.

செவ்வாய் சுக்கிரன் 2ம் நிலை பொருத்தம்:

பெண்ணின் செவ்வாயும் ஆணின் சுக்கிரனும் ஒரே ராசியில் இருப்பதும் மிகச் சிறப்பு. ஆண் பெண் இருவரும் நல்ல ஒற்றுமையாக, பாசத்தோடு இணைபிரியாமல் இருப்பர்.

ஆணின் செவ்வாய்க்கு திரிகோணத்தில் பெண்ணின் சுக்கிரன் இருப்பதும், பெண்ணின் செவ்வாய்க்கு திரிகோணத்தில் ஆணின் சுக்கிரன் இருப்பதும் இரண்டாம் நிலை செவ்வாய் + சுக்கிர பொருத்தமாகும். இதுவும் சதிபதிகளிடையே மிகச் சிறந்த ஒற்றுமை, பிணைப்பைத் தரும்.

உதாரணம்:

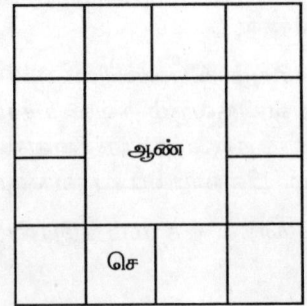

மேற்கண்ட உதாரண ஜாதகத்தில் ஆணின் செவ்வாய்க்கு திரிகோணத்தில் பெண்ணின் சுக்கிரன் இருக்கிறார். இது நல்ல செவ்வாய் + சுக்கிர பொருத்தமாகும்.

செவ்வாய் = முருகன் (கந்தன்)
சுக்கிரன் = வள்ளி

செவ்வாய் சுக்கிர பொருத்தம் என்பது 'முருகன் வள்ளி காதலைப்' போன்றதாகும். வள்ளி கந்தனைப் போன்று தம்பதிகள் இருப்பார்கள்.

செவ்வாய் சுக்கிர சமசப்தமப் பொருத்தம்:

ஆணின் செவ்வாயும் பெண்ணின் சுக்கிரனும் ஒருவருக் கொருவர் சமசப்தமாக (7க்கு 7) இருப்பது மிக நல்ல பொருத்தமாகும். தம்பதிகள் இருவரிடையே நல்ல கவர்ச்சி, ஈர்ப்பு இருக்கும்.

ஆணின் சுக்கிரனுக்கு ஏழாமிடத்தில் பெண்ணின் செவ்வாய் இருப்பது உத்தமம். இது தம்பதிகளுக்கிடையே நல்ல ஒற்றுமை, பிணைப்பு, பாசத்தை உண்டுபண்ணும்.

உதாரணம்:

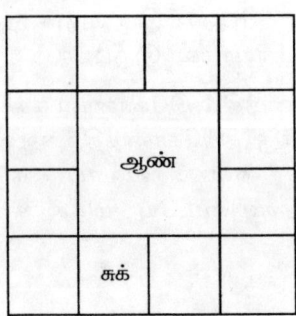

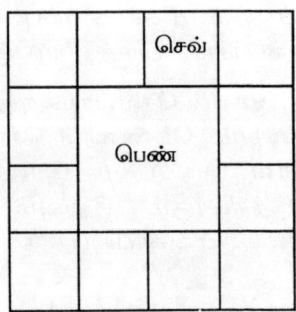

மேற்கண்ட உதாரண ஜாதகத்தில் ஆணின் சுக்கிரனுக்கு பெண்ணின் செவ்வாய் சமசப்தமாக அமைந்துள்ளது. இது ஆண் பெண் இருவரிடையே நல்ல பிணைப்பை, ஒற்றுமையை உருவாக்கும். இருவரிடையே நல்லதோர் வசியம், கவர்ச்சி நிலவும்.

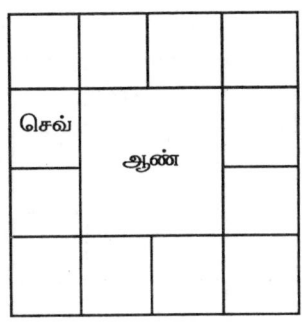

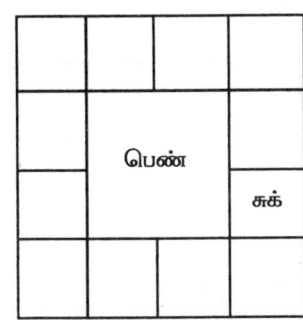

இங்கு கும்ப செவ்வாய்க்கு 7ல் சிம்ம சுக்கிரன், இது நல்ல பொருத்தம்.

செவ்வாய்க்கு குருபார்வை பலன்:

ஆணின் செவ்வாயை பெண்ணின் குரு பார்த்தால், செவ்வாயின் காரக ஆதிபத்தியங்கள் அபிவிருத்தி அடையும். இந்தப் பெண்ணால் ஆணின் சகோதர வர்க்காதிகளுக்கு க்ஷேமம் உண்டாகும்.

உதாரணம்:

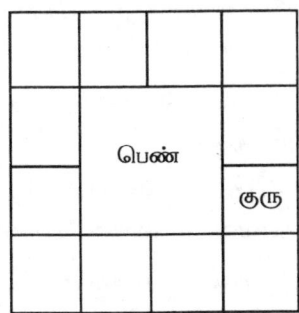

மேற்கண்ட உதாரண ஜாதகத்தில் ஆணின் செவ்வாயை பெண்ணின் சிம்மகுரு 5ம் பார்வையால் பார்க்கிறார். இது ஆணின் செவ்வாய் காரக + ஆதிபத்தியம் சிறப்புப் பெறச் செய்யும். நிலம், வீடு, பூமி, காணி விருத்தி ஏற்படும்.

பெண்ணின் செவ்வாயை ஆணின் குரு பார்த்தால், பெண்ணின் செவ்வாய் காரக + ஆதிபத்தியங்கள் அபிவிருத்தி அடையும். இந்த ஆண் பெண்ணின் சகோதரர்கள் அதாவது மச்சான்களுக்கு நன்மை செய்யும் ஜாதகன் ஆவார். உதாரண ஜாதக அமைப்பு பின்வருமாறு:

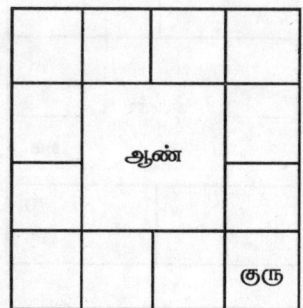
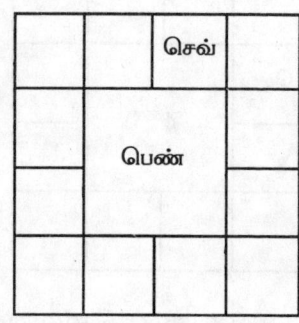

குறிப்பு:

ஒருவரின் செவ்வாயை மற்றொருவரின் சனி 3, 7, 10ம் பார்வையால் பார்க்கக் கூடாது. பார்த்தால் செவ்வாயின் பலன்கள் சுணங்கும்.

புதன் கிரகப் பொருத்தம்:

புதன் மட்டுமே ஒன்பது கிரகங்களில் யாரோடும் ஒத்துப் போகிற கிரகமாகும். புதன் யாரோடு இணைகிறாரோ அவரைப் போலவே ஆகிவிடுவார்.

சுபரோடு சேர்ந்த புதன் சுபர், பாபரோடு சேர்ந்த புதன் பாபர் ஆவார்.

புதன் புத்திகாரகன், சிந்தனா சக்தியை தருபவன். நல்லறிவை நல்குபவன். ஒருவரின் 'பேச்சு' கிரகம் புதன் ஆவார் (பேச்சாற்றல்).

ஆணின் புதனும் பெண்ணின் புதனும் ஒரே ராசியில் இருப்பின், தம்பதிகள் இருவரின் சிந்தனைகள் ஒரே மாதிரி ஒத்து இருப்பின், வாழ்வின் ஒவ்வொரு இயக்கத்திலும், இருவரும் ஒத்து இயங்குவார்கள் (செயல்படுவார்கள்). இருவரின் முடிவுகளும் (Dessicion) ஒன்றாகவே இருக்கும். உதாரணம் பின்வருமாறு:

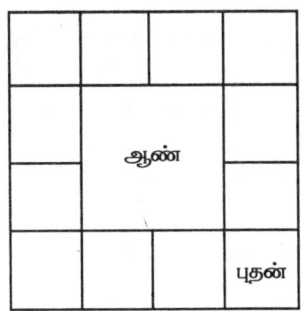 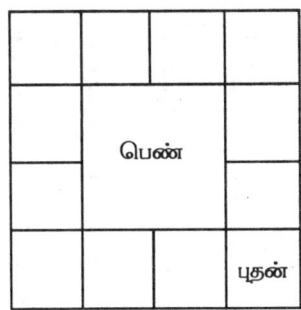

மேற்கண்ட உதாரண ஜாதகத்தில் ஆண்/பெண் இருவர் ஜாதகத்திலும் புதன் கன்னி ராசியில் உள்ளார். இது ஏகாந்த சிந்தனையை இருவரிடையே உற்பவிக்கும் அமைப்பாகும். இருவரின் சிந்தனையும், பேச்சும் ஒன்றாகவே இருக்கும். ஒரே எண்ணம், சொல், செயல் என்ற நிலை இருக்கும். இதனால் இவர்களிடம் எந்த ஒன்றிற்கும் **பேதம், பிரச்சனைகளுக்கு இடமே** இல்லை.

ஆணின் புதனுக்கு திரிகோணத்தில் பெண்ணின் புதன் இருப்பதும், பெண்ணின் புதனுக்கு திரிகோணத்தில் ஆணின் புதன் இருப்பது மிக்க நன்று.

உதாரணம்:

புதனின் குருபார்வை பலன்:

ஆணின் புதனை பெண்ணின் குரு பார்ப்பதும், பெண்ணின் புதனை ஆணின் குரு பார்ப்பதும் புதனின் காரக ஆதிபத்தியங்களை சிறப்புறச் செய்யும். புதனின் தீயபலன்கள் கட்டுப்படுத்தப்படும்.

உதாரணம்:

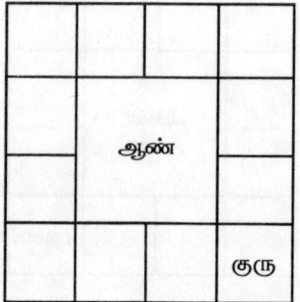
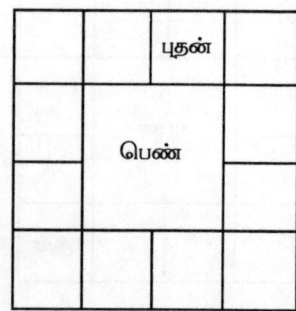

குறிப்பு:

மாணவனின் புதனுக்கு 5, 9ல் குரு இருக்கும் ஆசிரியர் யாரோ? அவரிடம் வித்தை கற்க, வித்தை நன்கு சித்திக்கும்.

கணவரின் குருவிற்கு 1, 5, 9ல் மனைவியின் புதன் இருந்தால், கணவரின் வார்த்தைக்கு மனைவி கட்டுப்படுவாள்.

குரு கிரகப் பொருத்தம்:

ஒருவரின் அறிவு, மூளை, யூகம் இவற்றை பிரதிபலிப்பவர் குரு ஆவார். குருவின் காரகங்களில் 'அறிவுரை' (Advice) ஆலோசனை, 'உபதேசம்' (Teaching) மிக முக்கியத்துவம் பெறும்.

குருவின் திரிகோணம்:

ஆணின் குருவும் பெண்ணின் குருவும் திரிகோணத்தில் இருந்தால், இருவரும் ஒருவரின் ஆலோசனையை மற்றொருவர் கேட்டு நடப்பர். இதனால் இருவரும் கருத்துவேறுபாடின்றி நல்ல ஒற்றுமையாக வாழ்வார்கள்.

உதாரணம்:

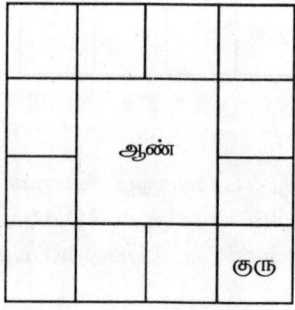
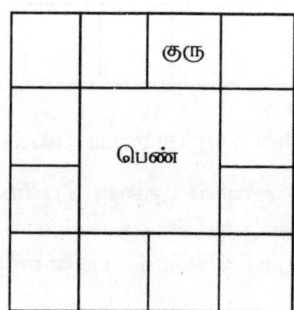

மேற்கண்ட உதாரண ஜாதகத்தில் ஆணின் குருவிற்கு பெண்ணின் குரு திரிகோணத்தில் (9ல்) உள்ளார். பெண்ணின் குருவிற்கு திரிகோணம் 5ல் ஆணின் குரு உள்ளார். இந்த குருவின் அமைப்பு மிகச் சிறந்த குரு பொருத்தமாகும். இதனால் தம்பதிகள் இருவரும் ஒருவரின் அறிவுரையை, ஆலோசனையை மற்றொருவர் ஆமோதித்து நடந்துகொள்வர். இதைவிட வேறு ஒரு பொருத்தம் வேண்டுமா? என்ன?

குருவின் ஷஷ்டாஷ்டக நிலை [6&8]:

ஆணின் குருநின்ற ராசிக்கு 6, 8, 12வது ராசியின் பெண்ணின் குரு இருப்பது, இருவருக்கும் ஏட்டா, போட்டியை உண்டுபண்ணும் அமைப்பாகும். பெண்ணின் குருவுக்கு 6, 8, 12ல் ஆணின் குரு இருப்பதும் இதே பலன்தான்.

இதனால் கணவன் மனைவி இருவருக்கும் கருத்து ஆலோசனை களில் ஒருவருக்கொருவர் முரண்பாடு உண்டாகும். இது சரியான பொருத்தம் அல்ல.

உதாரணம்:

 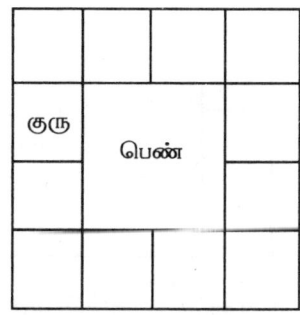

மேற்கண்ட உதாரண ஜாதகத்தில் ஆணின் குருவிற்கு 6ல் பெண்ணின் குருவும், பெண்ணின் குருவுக்கு 8ல் ஆணின் குருவும் இருக்கிற அமைப்பாகும். இந்த நிலையானது 'என் பொண்டாட்டி நான் சொல்றத கேட்கவே மாட்டா...' என்று புருஷனும், 'என் புருஷன் நான் சொல்லறத ஏத்துக்கவே மாட்டார்' என்று பொண்டாட்டியும் புலம்பும் அவல நிலையை உண்டாக்கும். எனவே குருவின் 6 x 8 நிலையைத் தவிர்த்தல் நலம்.

குருவின் பார்வை பலன்கள்:

குரு பார்க்க கோடி புண்ணியம்.
குரு பார்க்க கோடி நன்மை.
குரு பார்க்க கோடி பாவம் நீங்கும்.

மேற்கண்ட குருவின் ஸ்தோத்திரங்கள் ஜோதிட விதிப்படி உண்மையே ஆகும்.

தீமை செய்யும் கிரகங்களை, பாவகங்களை குரு பார்த்தால் தீமைகள் குறையும்.

ஆணின் குரு பார்க்கின்ற இராசிகளில் பெண்ணின் ஜாதக கிரகங்கள் எதுவாக இருந்தாலும் அதன் தீயபலன்கள் மட்டுப்படும். சுப பலன்கள் விருத்தி அடையும். இதேபோல பெண்ணின் குருவால் ஆணின் ஜாதகத்தில் பார்க்கப்படுகின்ற கிரகங்களின் தீயபலன்கள் மட்டுப்படும். சுப பலன்கள் விருத்தி பெறும்.

உதாரணம்:

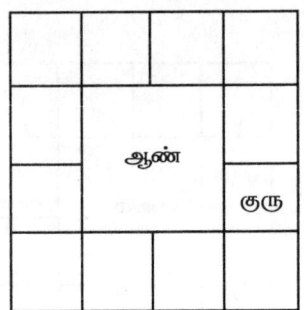

ஆணின் குரு பெண் ஜாதகத்தில் சந்திரன், செவ்வாய், புதனைப் பார்க்கிறார்.

ஆணின் குரு நின்ற ராசியின் திரிகோணத்தில் பெண்ணின் லக்னம், சூரியன், சந்திரன், செவ்வாய் இருப்பது மிக நல்லதோர் பொருத்த அமைப்பாகும்.

பெண்ணின் குருவின் பார்வையில் ஆணின் லக்னம், சூரியன், சந்திரன் வருவது மிகச் சிறப்பு ஆகும். இவைகளில் ஏதேனும் ஒன்றாவது குறைந்தபட்சம் இருக்க வேண்டும்.

உதாரணம்:

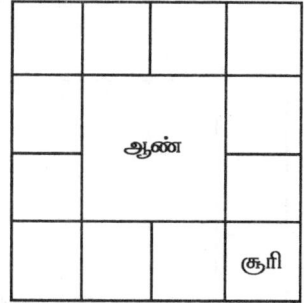

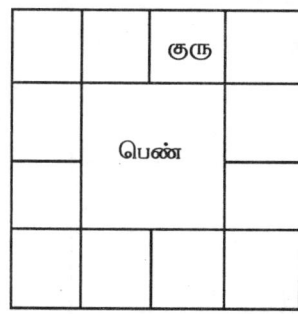

பெண்ணின் ரிஷப குருவின் 5ம் பார்வை படும் கன்னியில் ஆணின் சூரியன் இருக்கிறார். இது ஆணிற்கு நன்மை தரும்.

எவருக்கும் லக்னம், சூரியன், சந்திரன் இம்மூன்றும் மிக மிக முக்கியமாகும். எனவேதான் இவைகளை அடுத்தவரின் குருபார்வை செய்ய வேண்டும் என்றனர்.

ஆணின்	பெண்ணின்	நிலை	பலன்
குரு	குரு	*1, 5, 9*	அதிநன்மை *(100%)*
குரு	குரு	*6, 8, 12*	அதிதீமை *(100%)*
குரு	குரு	*4, 7, 10*	மத்திமம் *(50%)*
குரு	குரு	*3, 11*	மத்திமம் *(50%)*

நாடி விதிகள்படி குரு யாவருக்கும் **'லக்னாதிபதி'** கிரகமாகும்.

குரு **ஜீவ** கிரகமாகும்.

குரு **'புத்திர, போக'**காரகர்.

குரு மட்டுமே பூரண *(100%)* சுபர்.

சுக்கிர கிரகப் பொருத்தம்:

ஆணின் சுக்கிரனும் பெண்ணின் செவ்வாயும் ஒரே ராசியில் இருப்பது சிறந்த சுக்கிரப் பொருத்தமாகும். இருவரிடையே நல்ல இல்லற உறவு நிலைத்து நிற்கும். இவர்களே சிறந்த உதாரணத் தம்பதிகள் என்ற புகழோடு வாழ்பவர். இவர்களை உலகின் எந்த சக்தியாலும் பிரிக்க முடியாது.

இதே பலன்தான் பெண்ணின் சுக்கிரனும் ஆணின் செவ்வாயும் ஒரே ராசியில் இருப்பது.

உதாரணம்:

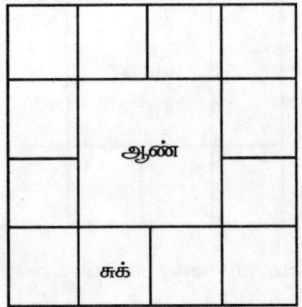
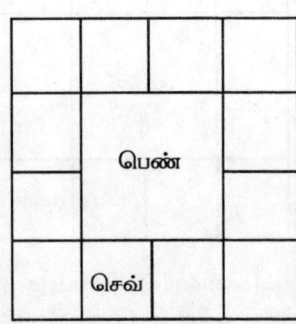

மேற்கண்ட உதாரண ஜாதகத்தில் ஆணின் சுக்கிரனும், பெண்ணின் செவ்வாயும் விருச்சிகத்தில் உள்ளனர். இந்த அமைப்பு இருவரிடமும் மிக வலிமையான இல்லறப் பிணைப்பை ஏற்படுத்தும். இவர்களை எந்த சக்தியாலும் பிரிக்க முடியவே முடியாது.

இவர்கள் *'காதல் மற்றும் காமத்தால்'* வலிமையாகப் பிணைக்கப் படுகிறார்கள்.

சுக்கிரன் இரண்டாம்தரப் பொருத்தம்:

ஆணின் சுக்கிரன் நின்ற ராசிக்கு திரிகோணத்தில் பெண்ணின் செவ்வாய் இருப்பது சிறப்பு.

பெண்ணின் சுக்கிரன் நின்ற ராசிக்கு திரிகோண ராசிகளில் ஆணின் செவ்வாய் இருப்பது சிறப்பு.

உதாரணம்:

மேற்கண்ட உதாரண ஜாதகத்தில் ஆணின் சுக்கிரனுக்கு திரிகோணத்தில் (5ல்) பெண்ணின் செவ்வாய் உள்ளது.

இது இருவரிடமும் நல்லதோர் **காதல், காமக் கவர்ச்சியை** உண்டாக்கும்.

குறிப்பு:

ஒரு ஆணையும் பெண்ணையும் **'காதல் & கருமத்தால்'** மட்டுமே கட்டிப் போட முடியும். வேறு எந்த ஒன்றாலும் பிணைக்க முடியவே முடியாது.

ஆணுக்குள் பெண்மை பெண்ணுக்குள் ஆண்மை:
செவ்வாய் சுக்கிர விளக்கம்:

கால புருஷனின் தலையாகிய மேஷத்திற்கு அதிபதி செவ்வாய் ஆகும். மேஷத்தின் 7வது ராசி துலாம். இதன் அதிபதி சுக்கிரனாகும்.

	செவ்வாய்		
	இராசி		
		சுக்கிரன்	

ரிஷபத்தின் அதிபதி சுக்கிரன். அதன் ஏழாம் ராசி விருச்சிகத்தின் அதிபதி செவ்வாய் ஆகும்.

		சுக்கிரன்	
	இராசி		
	செவ்வாய்		

இங்கு செவ்வாய் **ஆண்** கிரகம் ஆகும். சுக்கிரன் **பெண்** கிரகமாகும்.

செவ்வாய்	=	ஆண் ♂
சுக்கிரன்	=	பெண் ♀

ஒருவரின் 7மிடம் என்கிற ஸ்தானம் அவரின் காமத்தின் செயலை பிரதிபலிக்கும் ஸ்தானமாகும். அதாவது 'உடலுறவு' ஸ்தானமாகும்.

'உடலுறவின்'போது ஆணிற்கு வெளிப்படுவது சுக்கிலம் (விந்து) என்கிற வெந்நீர் ஆகும். இது வெண்மை நிறமுறை நீர் ஆகும். இதனால் இது வெந்நீர் எனப்படுகிறது. இதற்கு காரகர் சுக்கிரன் ஆகும்.

மேஷ ராசி **'ஆண்'** ஏழாம் பாவத்தின் (உடலுறவு) மூலம் அதாவது துலா ராசி மூலம் வெளிப்படுத்துவது **சுக்கிலம்** ஆகும்.

இங்கு ஆணிலிருந்து சுக்கிலம் வெளிப்படுவதே ஆணிற்குள் பெண்மை (சுக்கிரன்) இருக்கிறது என்பதை நிரூபிக்கிறது.

ரிஷபம் என்ற 'பெண்' (சுக்கிரன்) தனது 7மிட விருச்சிக ராசி (உறவு) மூலம் சுரோணிதத்தை வெளிப்படுத்துகிறாள். சுரோணிதம் சிவப்பு நிறம். இது செந்நீர் எனப்படுகிறது.

வெந்நீர் (சுக்கிலம்) = சுக்கிரன்
செந்நீர் (சுரோணிதம்)= செவ்வாய்

ஆணிற்கு உறவின்போது வெளிப்படுவது சுக்கிலம் (சுக்கிரன்). இங்கு 'செவ்வாய்' என்கிற ஆணிற்குள் சுக்கிலமாக '**சுக்கிரன்**' என்கிற பெண்மை ஒளிந்துள்ளது.

இதையே 'ஆணிற்குள் பெண்மை' என்றனர்.

பெண்ணிற்கு உறவின்போது வெளிப்படுவது சுரோணிதம் (செவ்வாய்). இங்கு '**சுக்கிரன்**' என்கிற பெண்ணுக்குள் சுரோணிதமாக 'செவ்வாய்' என்கிற ஆண்மை ஒளிந்துள்ளது.

இதையே 'பெண்ணுக்குள் ஆண்மை' என்றனர்.

செவ்வாய் = ஆண்
சுக்கிரன் = பெண்

ஆணிற்குள் பெண்மை (சுக்கிரன்) **சுக்கிலமாக** இருக்கிறது. பெண்ணிற்குள் ஆண்மை (செவ்வாய்) **சுரோணிதமாக** இருக்கிறது. இது இறையின் இயற்கையின் ரகசியமாகும்.

பெண்ணிற்கு காமம் அதிகம்:

ஆணைவிட பெண்ணிற்கே உணர்ச்சி அதிகம் என்று அனைவரும் கூறக் கேட்டிருக்கலாம். ஆணின் சுக்கிலத்தை குறிக்கும் சுக்கிரன் நீர்(மழை)க் கிரகமாகும்.

பெண்ணின் சுரோணிதத்தைக் குறிக்கும் செவ்வாய் நெருப்புக்(அக்னி) கிரகமாகும்.

பெண்ணிடம் உறவின்போது உண்டாகும் **காமாக்னியை** ஆணிடம் வெளிப்படும் **காம மழை** அணைக்கிறது அல்லது தணிக்கிறது. நெருப்பை அணைத்தாலும் சிறிதுநேரம் வரைக்கும் அதன் கனல் (வெப்பம் - சூடு) இருக்கும். இந்த விதிப்படிதான் '**பெண்ணிற்கு காமம் அதிகம்**' என்றனர்.

மேற்கண்ட விளக்க உரைகளில் செவ்வாய், சுக்கிரனைப் பற்றின சில அபூர்வ உண்மைகளை அறிந்திருக்கலாம்.

எனவே இல்லற உறவில் அதிமுக்கியப் பங்குகொள்ளும் செவ்வாய் சுக்கிரப் பொருத்தம் மிகமிக அவசியம்.

ஆண், பெண்ணின் உறவின் உணர்ச்சிகளின் 'அளவுகளை' குறிப்பது அவர்களிடையேயான செவ்வாயும் சுக்கிரனும் ஆகும்.

இதனால்தான் செவ்வாய் சுக்கிரப் பொருத்தம் சரியாக அமைந்திருக்க வேண்டும் என்றனர் ஆன்றோர்கள். (Quantity of sex).

இறைவன் ஆண் பெண் உறவின் உணர்ச்சியின் அளவுகளை, வேகங்களை செவ்வாய், சுக்கிரன் மூலம் ராசிகளின் தன்மைகளின் வழியாக ஒரு தொழில்நுட்பப் (Technology) பிணைப்பை வைத்து இயக்குகிறான். It is called sex technology both one them (Male & Female).

செவ்வாய் சுக்கிரன் 6 x 8 நிலை:

ஆணின் சுக்கிரனுக்கு பெண்ணின் செவ்வாய் 6, 8, 12ல் இருப்பது சிறப்பல்ல. இது நல்ல உறவின் பிணைபைத் தராது. (It will be creease some sexual problems).

பெண்ணின் செவ்வாய்க்கு ஆணின் சுக்கிரன் 6, 8, 12ல் இருப்பது சிறப்பல்ல. இது இருவரிடமும் நல்லதோர் உறவை ஏற்படுத்தாது.

உதாரணம்:

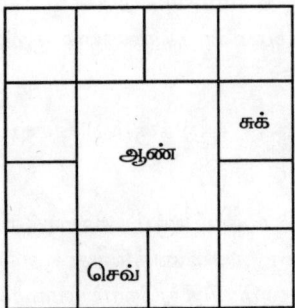 

உதாரண ஜாதகத்தில் ஆணின் சுக்கிரனுக்கு 8ல் பெண்ணின் செவ்வாய் ஆணின் செவ்வாய்க்கு பெண்ணின் சுக்கிரன் 6ல். இது செவ்வாய் சுக்கிர விரோத நிலையைத் தரும் அமைப்பு ஆகும். செவ்வாய் சுக்கிரன் ஒத்துழைப்பின்றி தாம்பத்திய உறவு பூரணத்துவம் (Fullfill) அடையாது. இதனால் இவர்களிடையே நிலையான வலிமையான இல்லறப் பிணைப்பு இருக்க வாய்ப்பே இல்லை.

ஆண்	பெண்	நிலை	பலன்	
சுக்கிரன்	செவ்வாய்	1, 5, 9	சுபம்	(100%)
செவ்வாய்	சுக்கிரன்	1, 5, 9	சுபம்	(100%)
சுக்கிரன்	செவ்வாய்	6, 8, 12	அசுபம்	(100%)
செவ்வாய்	சுக்கிரன்	6, 8, 12	அசுபம்	(100%)
சுக்கிரன்	செவ்வாய்	4, 7, 10	மத்திமம்	(50%)
செவ்வாய்	சுக்கிரன்	4, 7, 10	மத்திமம்	(50%)
சுக்கிரன்	செவ்வாய்	3, 11	மத்திமம்	(50%)
செவ்வாய்	சுக்கிரன்	3, 11	மத்திமம்	(50%)

மேற்கண்ட அட்டவணைப்படி செவ்வாய் சுக்கிரப் பொருத்தப் பலனை அறியவும்.

சனி கிரகப் பொருத்தம்:

ஒரு ஜாதகத்தில் கர்ம காரகர் எனப் போற்றப்படுபவர் சனீஸ்வரன் ஆவார். அதாவது தொழில்காரகர் சனி ஆகிறார்.

சனி = தொழில், கர்மம்.

ஆணின் **சனியை** பெண் ஜாதக குரு பார்த்தால் ஆணிற்கு நல்ல தொழில், உத்தியோகம் உண்டாகும். தொழில் அந்தப் பெண் வந்தபிறகு அபிவிருத்தி அடையும். உதாரணம் பின்வருமாறு:

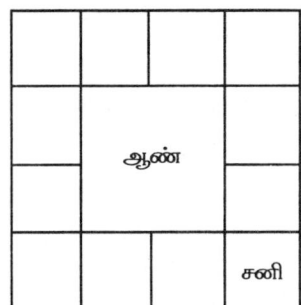
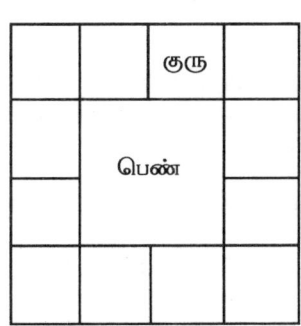

மேற்கண்ட உதாரண ஜாதகத்தில் ஆணின் சனியை பெண்ணின் குரு தனது 5ம் பார்வையாகப் பார்க்கிறார். இதனால் கணவனுக்கு நல்ல தொழில், உத்தியோகம் அமையும்.

ஆணின் சனியை பெண்ணின் சுக்கிரன் சேர்ந்தாலோ (சனியும், சுக்கிரனும் ஒரே ராசியில் இருத்தல்) அல்லது பார்த்தாலோ ஆணின் தொழில், சம்பாத்தியம் அபிவிருத்தி அடையும்.

உதாரணம்:

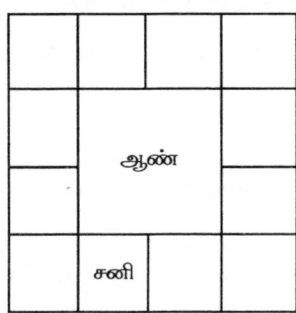

மேற்கண்ட உதாரண ஜாதகத்தில் ஆணின் சனியை பெண் ரிஷப சுக்கிரன் 7ம் பார்வையாகப் பார்க்கலாம் அல்லது விருச்சிகத்திலிருந்து ஏகராசியில் இணையலாம். இது ஆணிற்கு நல்ல தொழில் மேன்மையையும், சம்பாத்தியத்தையும் அளிக்கும். மேலும் இருவரிடமும் நல்லதோர் ஒற்றமை, பாசம், பிணைப்பை இணக்கமாக உண்டாக்கும்.

பெண்ணின் சனியை ஆணின் குரு பார்த்தால், பெண்ணிற்கு அந்த ஆணால் பல நன்மைகள் உண்டாகும். சனியின் தீயபலன்கள் மட்டுப்படும்.

பெண்ணின் சனியும் ஆணின் சுக்கிரனும் ஒரே ராசியில் இருப்பது, இருவரும் நல்ல நண்பர்களாக இருக்கும் தன்மையை உண்டாக்கும். தம்பதிகள் நல்ல நட்புபூண்டு ஒழுகுவார்கள். இவர்களைப் **பிரிக்க** எந்த சக்தியும் இன்னும் **பிறக்கவில்லை**.

உதாரணம்:

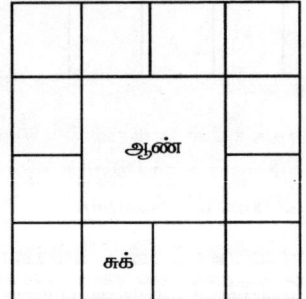 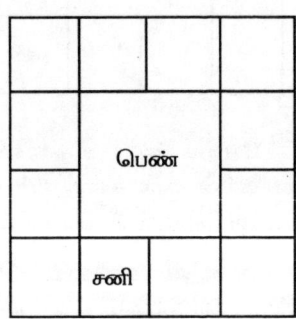

மேற்கண்ட உதாரண ஜாதகத்தில் ஆணின் சுக்கிரனும், பெண்ணின் சனியும் விருச்சிக ராசியில் இணைகின்றனர். இந்த அமைப்பு இருவரிடமும் நல்ல பிணைப்பை உண்டாக்கும்.

எந்த சூழ்நிலையிலும் இருவரும் ஒருவரையொருவர் பிரிய மாட்டார்கள்.

ராகு கிரகப் பொருத்தம்:

ஒருவர் ஜாதகத்தில் ராகு தான் 'யோக போக' காரகர் என்று சிறப்பித்துச் சொல்லப்படுகிறார்.

'ராகுவைப் பார்த்து யோகத்தைச் சொல்லு' என்பது ஜோதிட விதி.

ராகு எதையும் பெரிது படுத்தும் (Expands) குணம் உடையவர். ஒன்றை பத்தாகவும், பத்தை லட்சமாகவும் ஆக்குபவர் ராகு.

ராகுவைக் கண்ட பிற கிரகங்கள் யாவும் அஞ்சி நிற்பர்.

ஜாதகரின் பூர்வ கர்மாவைப் பிரதிபலிப்பது ராகு/கேது ஆகிய இருவரும் ஆகும்.

ராகு தான் இருந்த, தன்னுடன் சேர்ந்த / பார்த்த, தான் வாங்கிய சாரம் இவற்றைப் பொறுத்து பலன் தருவார். பிடுங்கிக் (எடுத்து) கொடுப்பவர் ராகு.

ராகுவோடு சுக்கிரன் மட்டுமே இணங்கிப் போவார். ராகுவும் சுக்கிரனோடு ஒத்துப்போவார்.

ராகுவிற்கு பிடித்தமான ஐந்து ராசிகள்: 1. மேஷம்; 2. ரிஷபம்; 3. கடகம்; 4. கன்னி; 5. மகரம் இவைகளில் ராகு இருந்தால் அவர் நிச்சயமாக தீமை செய்ய மாட்டார். தனித்த நிலையிலும் யோகம் தந்தே தீருவார்.

ஆணின் ராகுவும் பெண்ணின் கேதுவும் ஒரே ராசியில் இருக்கலாம். பெண்ணின் ராகுவும் ஆணின் கேதுவும் ஒரே ராசியில் இருக்கலாம். மிகச் சிறப்பு. ஆணின் ராகுவும் பெண்ணின் ராகுவும் ஒரே ராசியில் இருக்கலாம். இதேபோல் கேதுவும் இருக்கலாம்.

ஆணின் ராகுவும் பெண்ணின் குரு (அ) சுக்கிரனும் ஒரே ராசியில் இருப்பது நன்று.

ஆணின் குருவுக்கு திரிகோணத்தில் பெண்ணின் குரு/ சுக்கிரன் இருப்பது சிறப்பு.

பெண்ணின் ராகுவுக்கு திரிகோணத்தில் (1, 5, 9) ஆணின் சுக்கிரன் (அ) குரு இருப்பது சிறப்பு.

மேற்கண்ட அமைப்புகள் ஆண் பெண் இருவரிடமும் நல்லதோர் பிணைப்பை ஏற்படுத்தும். வலிமையான 'காந்தக் கவர்ச்சி' இருக்கும்.

ஆண் சுக்கிரன் + பெண் ராகு
ஆண் ராகு   + பெண் சுக்கிரன்

உதாரணம்:

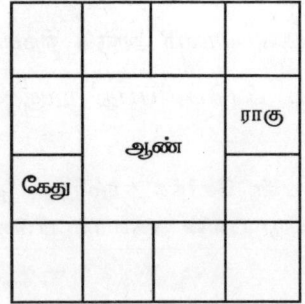

மேற்கண்ட உதாரண ஜாதகத்தில் ஆணின் ராகுவும் பெண்ணின் சுக்கிரனும் கடகராசியில் இணைகின்றனர். இந்த அமைப்பு தம்பதிகளிடையே நல்லதோர் காந்தக் கவர்ச்சியை, பிணைப்பை, நல்லிணக்கத்தை தோற்றுவிக்கும்.

கேது கிரகப் பொருத்தம்:

கர்மா கணக்கன் சித்திரகுப்தனை அதிதேவதையாகக் கொண்டவர் கேது.

கேது ஒரு ஜாதகனின் பூர்வகர்மாவைப் பிரதிபலிப்பவர்.

பூர்வகர்மாவின் **Hard Disk**தான் கேது.

ஞான, மோட்சகாரகர் கேது. இவர் சுக்கிரனோடு தொடர்பு கொண்டால் சுக்கிரனின் காரகம் அடிபடும்.

கேது = ஞானி, துறவி, பேரின்பம்.

சுக்கிரன் = காமசுகம், சிற்றின்பம்.

எனவே சுக்கிரனும் கேதுவும் எதிரெதிரான குணங்கள் கொண்டவர்கள்.

சுக்கிரன் x கேது

கேது குருவோடு ஒத்துப்போகிறவர்கள் ***குரு, சனி, புதன்*** மட்டுமே.

கேதுவுக்கு திரிகோணத்தில் சனி, புதன், குரு இருப்பின் அவன் இயற்கை சித்தன், ஞானி, ஞானாம்பிகை வாசியோகன்.

ஜெயங்கொண்டான் கொளஞ்சி 117

ஆணின் சுக்கிரன் நின்ற ராசி எதுவோ அதில் பெண்ணின் கேது நின்றால் அந்த ஆணின் காமம், அந்தப் பெண்ணிடம் செல்லுபடி ஆகாது. பிரிவினை, விரக்திதான் ஏற்படும் இருவருக்கும்.

பெண்ணின் சுக்கிரன் நின்ற ராசி எதுவோ அதில் ஆணின் கேது நின்றால் அந்தப் பெண்ணிடம் ஆண் காமசுகம் பெறுவதில் தடைகள் உண்டாகும். ஒத்துவராது.

உதாரணம்:

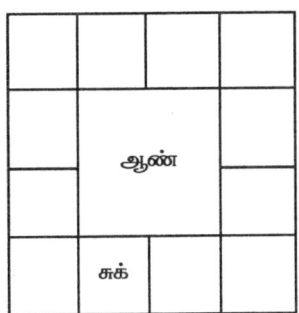

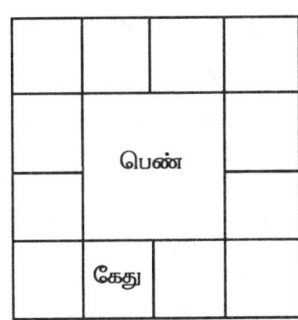

மேற்கண்ட உதாரண ஜாதகத்தில் ஆணின் சுக்கிரனும், பெண்ணின் கேதுவும் விருச்சிகத்தில் உள்ளனர். இது ஆணிற்கு நன்மை தராது. இருவருக்கும் பொருத்தமில்லை.

ஆணின் கேதுவுக்கு திரிகோணத்தில் *(1, 5, 9)* பெண்ணின் புதன், சனி, குரு இருப்பது சிறப்பு. இதேபோல் பெண்ணின் கேதுவுக்கும் பார்க்கவும்.

சுக்கிரனோ, ஏழாமிடத்தோனோ கேதுவின் **சேர்க்கை, பார்வை, சாரம்** பெறாமல் இருப்பது நல்ல இல்லறம் வாய்க்க உறுதுணையாக இருக்கும்.

கிரகப் பொருத்த விதிகள்:

ஒரு ஆணிற்கும், ஒரு பெண்ணிற்கும் கிரகப் பொருத்தம் பார்க்கும்பொழுது, அவ்விரு ஜாதகங்களிலும் 'லக்னம்' தேவையில்லை.

கிரகங்களின் இருப்பிடத்தை ராசியில் சரியாகக் குறிப்பிட வேண்டும்.

கிரகத்திற்கு கிரகம் திரிகோண நிலை மற்றும் சேர்க்கை, பார்வையை அறிந்துகொள்ள வேண்டும்.

ஆண் ஜாதகத்தையும் பெண் ஜாதகத்தையும் லக்னம் போடாமல் அப்படியே இராசிக் கட்டங்களை மட்டும் குறித்துக் கொள்ள வேண்டும்.

கிரகப் பொருத்தங்களில் கூறப்பட்டுள்ள விதிகளை ஒவ்வொரு கிரகத்திற்கும் பொருத்திப் பார்க்கவும்.

முக்கிய கிரகப் பொருத்தங்கள் பின்வருமாறு:

1. சூரியப் பொருத்தம் (உயிர்)
2. சந்திரன் பொருத்தம் (உடல், மனம்)
3. செவ்வாய் பொருத்தம் (தேகபலம், காம உணர்வு, இரத்த வகை).
4. புதன் பொருத்தம் (சிந்தனை, பேச்சு, அறிவு)
5. குரு பொருத்தம் (ஆலோசனை, புரிந்து நடத்தல்)
6. சுக்கிரன் பொருத்தம் (ஆசைகள், சிற்றின்பம், காம உணர்வு, சுகம்)
7. சனி பொருத்தம் (தொழில், ஜீவனம், நன்மை)
8. ராகு பொருத்தம் (காந்தக் கவர்ச்சி, யோகம்)
9. கேது பொருத்தம் (பிரிவு, விரக்தி நிலை)

மேற்கண்ட ஒன்பது கிரகப் பொருத்தங்களில் மிகவும் முக்கியமானவை பின்வருமாறு:

1. சூரியப் பொருத்தம்
2. சந்திரன் பொருத்தம்
3. குரு பொருத்தம்
4. சுக்கிரன் பொருத்தம்

சூரிய சந்திரப் பொருத்தம் இருந்தால்தான் தம்பதிகளின் 'இல்லறம்' என்ற வாழ்க்கையாகிய உடலுக்கு **உயிரோட்டம்** கிடைக்கும். எனவே இருவரின் இணைந்த வாழ்விற்கு **உயிர், உடல்** கொடுப்பது சூரிய, சந்திரப் பொருத்தமே.

உயிர் பெற்ற வாழ்க்கைக்கு **இன்பம்** கொடுப்பது **'சுக்கிரப் பொருத்தம்'** ஆகும்.

'இன்பம்' பெறும் வாழ்க்கையில் நிறைவைத் **(திருப்தி)** தருவது **'குரு'** பொருத்தமாகும்.

இவை நான்கு கிரகப் பொருத்தங்களும், **'இல்லற வாழ்க்கைக்கு'** நான்கு **தூண்கள்** போன்றவை ஆகும்.

கிரகப் பொருத்தங்களை ஒரு **ஜோடியின்** உதாரண ஜாதகங்களோடு ஆய்வு செய்வோம்.

'லக்னம்' போடாமல் இருவரின் ஜாதக ராசிக் கட்டங்களை மட்டும் குறித்துக் கொள்ளவும்.

ஆண் ஜாதகம்

	இராசி ஆண்		செவ் ராகு
கேது			
சந்	சுக்		சூ குரு புத சனி

பெண் ஜாதகம்

செவ்		குரு சந்	
ராகு	இராசி பெண்		சுக்
			சூரி கேது
	சனி		புதன்

மேற்கண்ட உதாரண ஜாதகத்தில் சூரியப் பொருத்தம். ஆணின் சூரியன் கன்னியில் உள்ளார். இதன் திரிகோணத்தில் **9ல்** பெண்ணின் சந்திரன் ரிஷபத்தில் உள்ளார்.

ஆணின் சந்திரனுக்கு திரிகோணத்தில் **9ல்** சிம்மத்தில் பெண்ணின் சூரியன் உள்ளார்.

பெண்ணின் சூரியனுக்கு **5ல்** ஆணின் சந்திரன் உள்ளார். பெண்ணின் சந்திரனுக்கு ஆணின் சூரியன் திரிகோணத்தில் **(5ல்)** உள்ளார்.

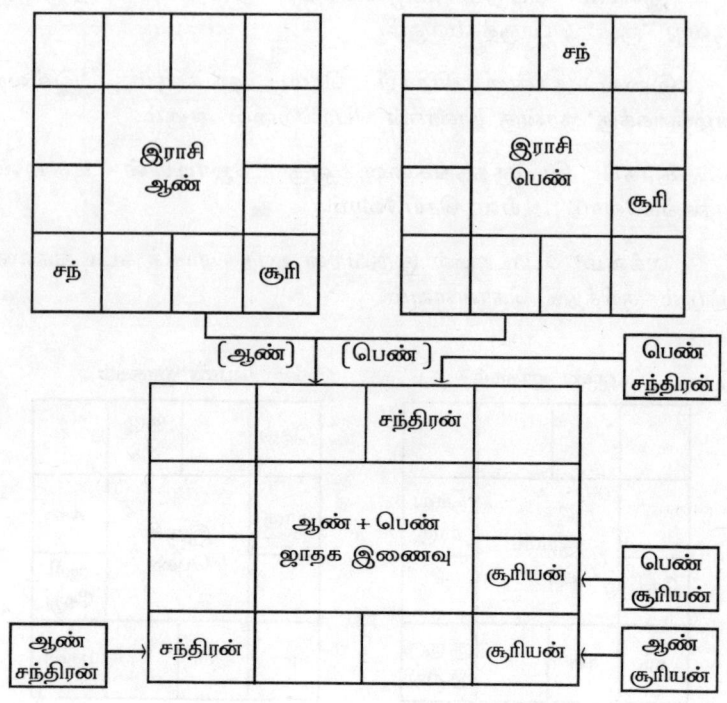

மேற்கண்ட உதாரண ஜோடிகளின் ஜாதகத்தில் சூரிய சந்திரப் பொருத்தம் 100% உள்ளது.

அடுத்து சுக்கிர, செவ்வாய் பொருத்தம் பற்றிப் பார்ப்போம்.

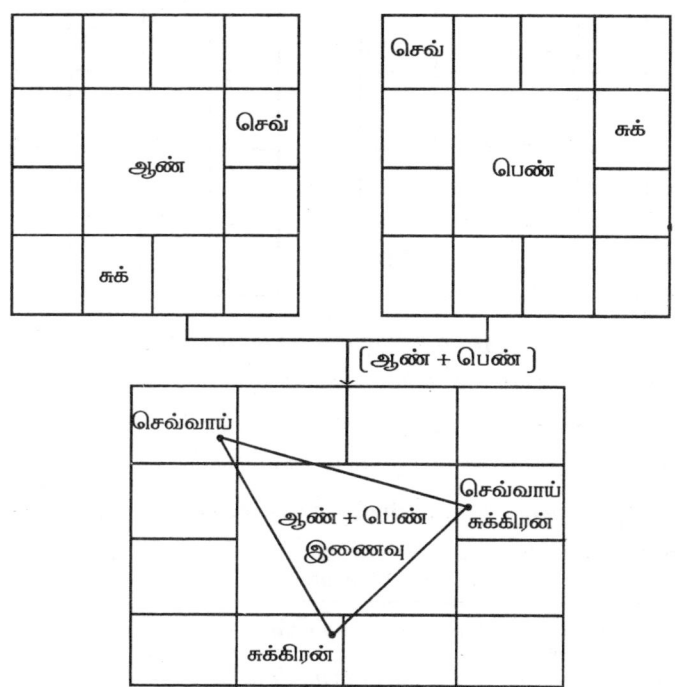

உதாரண ஜாதகத்தில் ஆணின் சுக்கிரன், செவ்வாய்க்கு பெண்ணின் செவ்வாய், சுக்கிரன் திரிகோணத்தில் (கடக, விருச்சிக, மீனம்) இருக்கின்றனர். இது பக்காவான சுக்கிர செவ்வாய் பொருத்தமாகும். இந்த மாதிரியான சுக்கிரப் பொருத்தம் அமைவது மிகவும் அரிதாகும். இந்த ஜோடிகளின் ஊடே ஒரு காற்றுகூட நுழைய முடியாது. தேனும் பாலும் கலந்தால் எவ்வாறு பிரிக்க முடியாதோ, அதைப்போன்ற அமைப்பாகும்.

ஆணின் செவ்வாயும் (கடகம்) பெண்ணின் சுக்கிரனும் (கடகம்) ஒரே ராசியில் கடகத்தில் இணைகின்றனர். இது **வள்ளி கந்தன்** அம்சமாகும்.

அடுத்து '**குரு பொருத்தம்**' பற்றி ஆய்வு செய்வோம்.

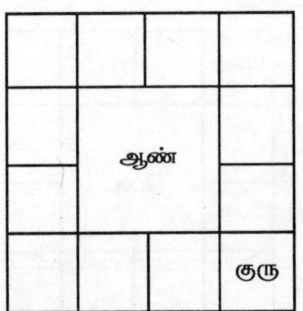 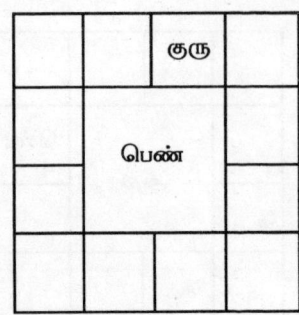

ஆணின் குருவிற்கு 9மிடம் திரிகோணத்தில் ரிஷப குரு பெண் ஜாதகத்தில் உள்ளார்.

பெண்ணின் குருவிற்கு திரிகோணத்தில் 5ல் ஆணின் குரு உள்ளார். இது சிறந்த 'குரு பொருத்தமாகும்'.

இருவரும் ஒருவரின் ஆலோசனைகள், அறிவுரைகளை மற்றொருவர் ஏற்று இணைந்து ஒன்றாகவே செயல்படுவர். (well understanding & Adjustment both are them).

"I Know about you; You know about me".

என்ற உணர்வைத் தரும் அமைப்பு இதுவே.

குருவால் கிடைக்க வேண்டிய புத்திராதி சுபபலன்கள் யாவும் இவர்களுக்கு தங்குதடையின்றிக் கிடைக்கும்.

அடுத்து 'புதன் பொருத்தம்' பற்றிப் பார்ப்போம்.

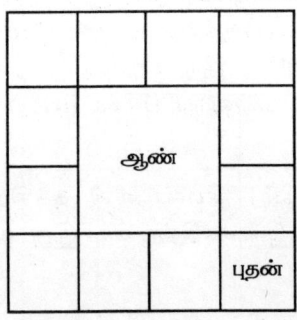 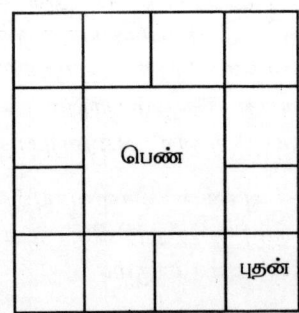

ஆணின் புதனும் பெண்ணின் புதனும் ஒரே ராசியில் அதாவது கன்னியில் இருக்கின்றது. இது சிறந்த 'புதன்' பொருத்தம்

தரும் அமைப்பாகும். மேலும் இருவரின் புதனும் கன்னியில் உச்சம் ஆகும். இது இரட்டை யோகத்தை அளிக்கும் அமைப்பாகும். அடுத்து சனி பொருத்தம் பார்ப்போம்.

ஆணின் சுக்கிரனும் பெண்ணின் சனியும் ஒரே ராசியில் இணைகின்றனர்.

சுக்கிரன் (ஆண்) + சனி (பெண்) ⇒ விருச்சிகம்

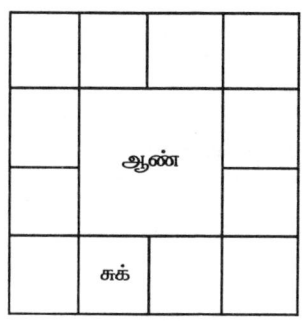 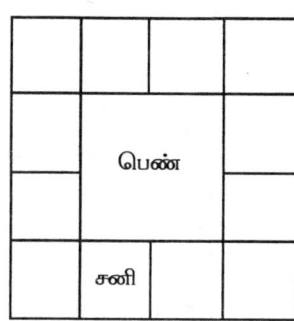

ஆணின் சுக்கிரன் விருச்சிகத்தில், பெண்ணின் சனி விருச்சிகத்தில். இது சிறந்த சுக்கிரன் சனி பொருத்தமாகும். இருவரிடமும் இந்த அமைப்பு நல்ல பிடிப்பை ஏற்படுத்தும்.

ராகு பொருத்தம்:

ஆணின் ராகுவும் பெண்ணின் சுக்கிரனும் கடகத்தில் இணைகின்றனர். இது இருவரிடமும் நல்ல காந்தக் கவர்ச்சியைத் தோற்றுவிக்கும்.

சுக்கிரன் (ஆண்) + ராகு (பெண்) ⇒ கடகம்

ஆணின் கேது நின்ற ராசியில் பெண்ணின் சுக்கிரன் இல்லை. பெண்ணின் கேது நின்ற ராசியில் ஆணின் சுக்கிரன் இல்லை. இது சிறந்த 'கேது' பொருத்தமாகும்.

பெண்ணின் குரு ஆண் ஜாதகத்தில் சூரியன், குரு, சனி, புதன் ஆகிய நால்வரையும் பார்க்கிறார். இதனால் இந்நால்வரின் காரக ஆதிபத்தியங்கள் சிறப்படையும். பெண்ணின் குரு 7ம் பார்வையால் ஆணின் சுக்கிரனைப் பார்க்கிறார். இது சுக்கிரனின் சுபபலன்களை அபிவிருத்தி செய்யும்.

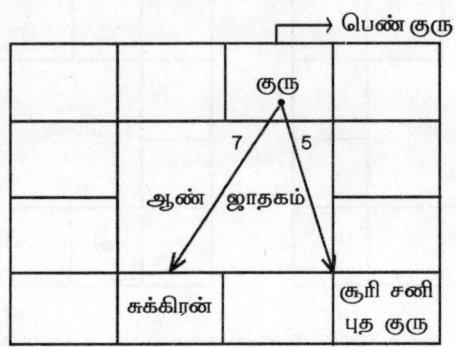

மேற்கண்ட உதாரண ஜோடிகளின் ஜாதகத்தில் கிரக பொருத்த ஆய்வுகளின் முடிவுகள் பின்வருமாறு:

1. சூரியப் பொருத்தம் ☑
2. சந்திரப் பொருத்தம் ☑
3. செவ்வாய் பொருத்தம் ☑
4. புதன் பொருத்தம் ☑
5. குரு பொருத்தம் ☑
6. சுக்கிரப் பொருத்தம் ☑
7. சனி பொருத்தம் ☑
8. ராகு பொருத்தம் ☑
9. கேது பொருத்தம் ☑

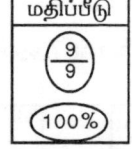

மதிப்பீடு
9/9
100%

ஒன்பது கிரகப் பொருத்தங்களும் அற்புதமாக அமைந்துள்ளன.

இந்த இளஞ்ஜோடிகள் இனிமையாக இல்லறத்தை நடத்துவார்கள் என்று உத்தரவாதம் தரலாம்.

இவர்கள் பாரினில் உதாரணத் தம்பதிகளாய் போற்றி புகழப்படுவார்கள்.

இவர்களே ஜோடி No - 1 ஆக தேர்ந்தெடுக்கப்படுவார்கள்.

இதைப்போன்று 'கிரகப் பொருத்தங்கள்' ஆய்வுசெய்து ஜோடி சேர்க்க வேண்டும்.

அடுத்து 'ஜாதகப் பொருத்தம்'.... நோக்கி பயணிப்போம்...!

இந்நூலில் எழும் சந்தேகங்களுக்கு தெளிவுபெற ஆசிரியரை எப்போது வேண்டுமானாலும் தொடர்பு கொள்ளலாம்...!

அலைபேசி: 98657-75527

4. ஜாதகப் பொருத்தம்

ஜாதகம்:

ஒருவர் பிறந்த தினத்தில், **பிறந்த நேரத்தில்** வானமண்டலத்தில் கிரகங்கள் இருந்த அமைப்பை ஒரு ஃபோட்டோ எடுத்தால், அந்த ஃபோட்டோவில் அந்த கிரகங்களின் நிலைகள் (Position of planets) துல்லியமாகத் தெரியும். அந்த ஃபோட்டோதான் (Photo) அவருடைய **'பிறப்பு ஜாதகம்'** (Birth chart) ஆகும்.

லக்னம்:

ஒருவர் பிறந்த இடத்திற்கு, பிறந்த நேரத்தில் அடிவானம் மற்றும் பூமி தொடும் உதய ராசியே அவரின் பிறப்பு லக்னம் (ஜென்ம லக்னம்) ஆகும்.

ஒருவர் பிறந்த நேரத்திற்கு அடிவானில் உதயமாகும் இராசியே அவரின் **'ஜென்ம லக்னம்'** ஆகும்.

லக்னத்தை 'ல' என்று குறிப்பிடுவர்.

முழு ஜாதகம்:

ஒருவர் பிறந்த நேரத்திற்குண்டான கோச்சார கிரகங்களை ராசிக் கட்டத்தில் குறிப்பிட்டு, அவர் பிறந்த நேரத்திற்குரிய லக்னத்தையும் ராசிக் கட்டத்தில் குறிப்பிட்டுக் கிடைப்பதே அவரின் **'ஜனன ஜாதகம்'** ஆகும். உதாரணம் பின்வருமாறு:

D O B : 2-09-1988
T O B : 9:30 AM
P O B : KUM

செவ்		கு சந்	
ராகு	இராசி		சுக்
			சூ கே
	சனி	ல/	புதன்

கோள்களும் நட்சத்திரங்களும் மனிதனை தொடர்பு கொள்ளும் விதம்:

பன்னிரெண்டு ராசிகள் அடங்கியது ஒரு ராசி மண்டலம். இது நீள்வட்டமாக வான்வெளியில் அமைந்துள்ளது.

நீள்வட்ட இராசிக் கோளத்தை ஜோதிட ரிஷிகள் 360^0 சம பாகங்களாகப் பிரித்துள்ளனர். இந்த வகையில் ஒரு ராசிக்கு 30 பாகங்களாக வகுத்து, 12 ராசிகளுக்கும் 360 பாகங்களாகக் கொண்டுள்ளனர்.

1 இராசி	=	30 பாகை
12 இராசி	=	360 பாகை
1 பாகை	=	60 விகலை
360 பாகை	=	21600 விகலை

ஒரு ராசி கோளத்தின் விகலை = 21600

இராசிக் கோளத்தின் மொத்த விகலை 21600 ஆகும். இது ஒரு மனிதனின் தினசரி 'சுவாசங்களின்' மொத்த எண்ணிக்கை ஆகும். அதாவது ஒரு மனிதன் ஒரு நாளைக்கு 21600 தடவைகள் சுவாசிக்கிறான். இதில் உலகினில் பிறந்த எவருக்கும் பேதாபேதம் கிடையாது. யாரும் விதிவிலக்கு அல்ல.

கால புருஷனின் அங்கங்களே 12 ராசிகளும்.

காலபுருஷ சரீரத்தின் தலை	=	மேஷம்
காலபுருஷ சரீரத்தின் முகம்	=	ரிஷபம்
காலபுருஷ சரீரத்தின் கழுத்து	=	மிதுனம்
காலபுருஷ சரீரத்தின் மார்பு	=	கடகம்
காலபுருஷ சரீரத்தின் இருதயம்	=	சிம்மம்
காலபுருஷ சரீரத்தின் வயிறு	=	கன்னி
காலபுருஷ சரீரத்தின் இடை	=	துலாம்
காலபுருஷ சரீரத்தின் மர்மஸ்தானம்	=	விருச்சிகம்
காலபுருஷ சரீரத்தின் தொடை	=	தனுசு
காலபுருஷ சரீரத்தின் முழங்கால்	=	மகரம்
காலபுருஷ சரீரத்தின் கணுக்கால்	=	கும்பம்
காலபுருஷ சரீரத்தின் பாதம்	=	மீனம்

பாதம்	தலை	முகம்	கழுத்து
கணுக்கால்	காலபுருஷ சரீரம்		மார்பு
முழங்கால்	இராசிக் கோளம்		இருதய பாகம்
தொடை	மர்ம ஸ்தானம்	இடை	வயிறு

நவக்கிரகங்களும், மனித சரீரமும்:

சூரியன்	=	மார்பு, இருதயம், வலது கண்.
சந்திரன்	=	முகம், இடது கண்.
செவ்வாய்	=	தோள்பட்டை, ரத்தம், தலை.
புதன்	=	கழுத்து, தோல், நரம்புகள்.
குரு	=	மூளை, தசைகள், வயிறு.
சுக்கிரன்	=	மர்மஸ்தானம், சுக்கிலம்.
சனி	=	பிருஷ்டம், தொடை, முடி.
ராகு	=	முழங்கால்.
கேது	=	கணுக்கால், பாதம்.

கோள்களும், நட்சத்திரங்களும் மனிதனை அவனது ***'சுவாசக் காற்றின் மூலம்'*** தொடர்பு கொள்கிறது.

காற்றை சுவாசிக்கின்ற எந்த ஒரு மனிதனும் ***'கோள்களின் கோலாட்டத்தில்'*** அகப்பட்டே தீரவேண்டும். வேறு வழியே இல்லை.

மனிதனை இயக்குவது அவனது ***'மனம்'.***

மனதை இயக்குவது அவனது ***'சுவாசம்'.***

மனிதன் மதித்தாலும் மதிக்காவிட்டாலும் வந்துபோவது ***'சுவாசக்காற்று'.***

கோள்களின் கதிர்வீச்சுக்கள் ***'சுவாசக்காற்றின்'*** மூலம் மனிதனைத் தொடர்புகொண்டு ஒவ்வொரு ***'இமைப்பொழுதும்'*** அவனை ஆட்டிப்படைக்கிறது.

ஆட்டுவிப்பது ***'சிவசக்தி கலை!'.***

ஜாதக செயல்பாடு எப்பொழுது?

ஒரு குழந்தை பிறந்து எப்போது அது வெளிக்காற்றை 'சுவாசிக்க' ஆரம்பிக்கிறதோ, அக்கணத்திலிருந்து அந்தக் குழந்தைக்கு அதன் பிறப்பு ஜாதகக் கிரகங்கள் செயல்பட ஆரம்பமாகிவிடும்.

இதற்கு முன்புவரை குழந்தை அதன் தாயின் சுவாசத்தோடு இணைந்து செயல்பட்டுக் கொண்டிருக்கும்.

ஜாதகப் பொருத்தம் எப்பொழுதிலிருந்து செயல்பட ஆரம்பிக்கும்?

தம்பதிகள் இருவரும் மனம் ஒத்த, 'ஈருடல் ஓர் உயிர்' என்ற நிலையில் சென்று, 'இல்லற சுகம்' அனுபவிக்கும் உறவின் உச்சக் கட்டத்தில், இருவரின் சுவாசங்களும் ஒரு சுவாசமாகும் போதுதான், இருவரின் தனிப்பட்ட ஜாதகக் கிரகங்கள் ஒரே ஜாதகமாக மாறி, சங்கமித்து அவைகள் செயல்படத் துவங்குகின்றன.

இதன் பிறகே ஜாதகப் பொருத்த சுப, அசுப பலன்கள் வெளிப்படும்.

இரு ஜாதக இணைவுகளில் 'சுபம்' அதிகம் எனில் சிறப்பான வாழ்க்கை உறுதியாக உண்டு.

'அசுபம்' அதிகமெனில் இருவரின் உடல், மன, வாழ்க்கை நிலையில் திருப்தி இராது. வாழ்வின் எல்லா நிலைகளிலும் பிரச்சனைகள்தான் எஞ்சும்.

ஜாதகமும் மனிதனும்:

ஜாதக கிரக அமைப்புகளின் **பலாபலன்கள்** ஒரு புரோகிராம் மாதிரி ஒருவரின் உடல், மனதில் பதிவு செய்யப்படுகிறது. மனித உடல், மனம் என்பது 'Memory card' போல செயல்படுகிறது.

இங்கு Programmer என்பவர் இறை பரம்பொருள்.

Programme Coding என்பது **Astrological Rules.**

Progamme Tools என்பது கோள்கள், நட்சத்திரங்கள் ஆகும்.

தனி நபர் ஜாதகம் அவரின் Progamme என்னவோ அதன்படியே செயல்படும்.

தம்பதிகளின் ஜாதகங்களின் இருவரின் Programme Codingகளும் கலந்தே செயல்படும். இது ஏதும் கொலப்ரேஷன் ஏற்படாதவரை இருவருக்கும் பிரச்சனைகள் ஏதும் இராது.

இங்கே ஏதேனும் கோளாறுகள் இருப்பின் பிரச்சனைகள் தலைதூக்கும்.

இருவரும் இணையும்போது ஜாதக கிரக அமைப்புகள் இருவருக்கும் ஒத்துவருமா? நல்ல சுப பலன்களை வாழ்வில் தருமா? என்ற 'ஆய்வோடு' பொருத்தம் பார்ப்பதே 'ஜாதகப் பொருத்தம்' என்றழைக்கப்படுகிறது.

தனி நபர் ஜாதக செயல்பாடு:

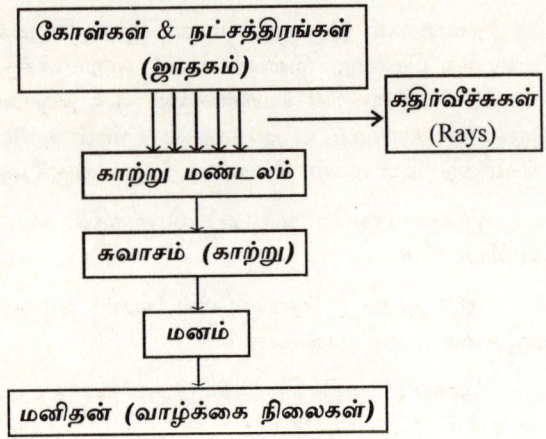

தம்பதிகளின் ஜாதக செயல்பாடு: (Activation for Husband and Wife chart):

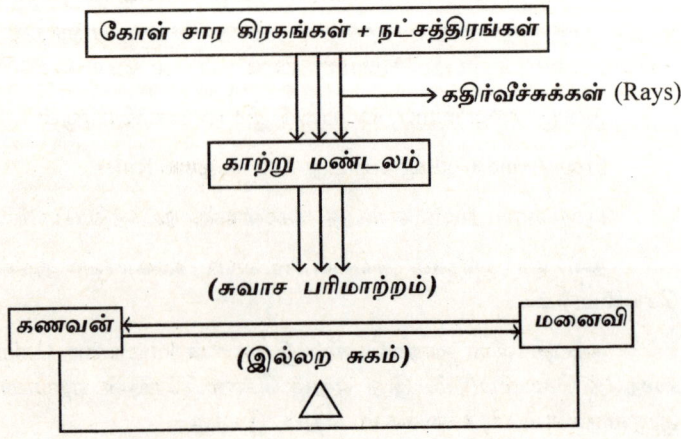

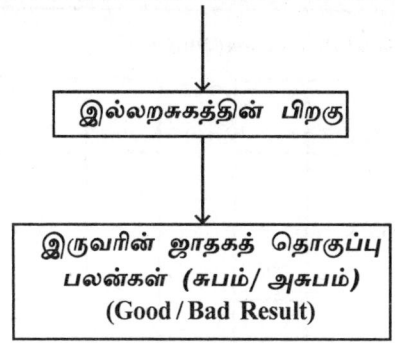

இல்லறசுகத்தின் பிறகு

இருவரின் ஜாதகத் தொகுப்பு
பலன்கள் (சுபம்/ அசுபம்)
(Good / Bad Result)

தம்பதிகளை ஒருவரோடு ஒருவரைப் பின்னி பிணைப்பது ***'இல்லற சுகமே'*** *என்றால் மிகையாகாது.*

இல்லற சுகம் ***இனிதாகவும், நிறைவாகவும்*** *அமைய கிரக & ஜாதகப் பொருத்தங்கள் நன்றாக அமைந்திருக்க வேண்டும்.*

ஜாதகப் பொருத்த விவரம்:

ஒரு ஜாதகத்தில் இடம்பெறும் முக்கிய 'அங்கங்கள்' பின்வருமாறு: லக்னாதி ஒன்பது கிரகங்கள்:

1. லக்னம்; 2. சூரியன்; 3. சந்திரன்; 4. செவ்வாய்; 5. புதன்; 6. குரு; 7. சுக்கிரன்; 8. சனி; 9. ராகு; 10. கேது.

மேஷாதி 12 ராசிகள்:

1. மேஷம்; 2. ரிஷபம்; 3. மிதுனம்; 4. கடகம்; 5. சிம்மம்; 6. கன்னி; 7. துலாம்; 8. விருச்சிகம்; 9. தனுசு; 10. மகரம்; 11. கும்பம்; 12. மீனம்.

9 கிரகங்கள் + லக்னம் + 12 ராசிகள் ⟹ ஒரு ஜாதகம்

ஜாதகம்

ஆண் ஜாதகம் | **பெண் ஜாதகம்**

1. லக்னம்:

ஆண் ஜாதகத்தில் 'லக்னம்' எந்த ராசியில் உள்ளதோ, அந்த ராசியில் பெண் ஜாதக சூரியன், சந்திரன், செவ்வாய் (50%), ராகு/ கேது (50%) இருக்கலாம். நன்று.

சனி, ராகு/கேது, மாந்தி இருக்கக் கூடாது. தீமை தரும்.

உதாரணம்: (லக்னம் சுப அமைப்பு)

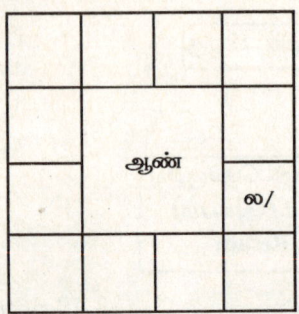
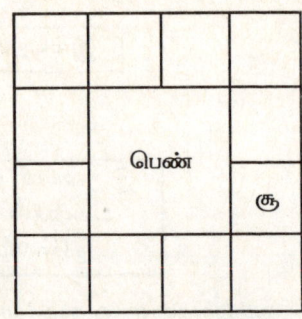

மேற்கண்ட உதாரண ஜாதகத்தில் ஆணின் லக்னம் சிம்மம். பெண் ஜாதகத்தில் சிம்மத்தில் சூரியன் உள்ளது. இது ஆணின் **'லக்ன பலன்களை'** அபிவிருத்தி செய்யும்.

இதே பெண் ஜாதக சிம்ம ராசியில் சந்திரன், செவ்வாய் (50%) இருக்கலாம். இவ்வாறு இருப்பின் ஆணின் லக்னத்திற்கு (நபர்) அதாவது, **ஆணிற்கு** எல்லா வகையிலும் நன்மை தரக்கூடிய அமைப்பாகும். ஆயுள், ஆரோக்கியம், தேகபலம், ஊக்கம், உற்சாகம், செயல்திறன், செல்வம், செல்வாக்கு... போன்ற இன்னும் அநேக லக்ன பாவகாரகத்துவ பலன்கள் பெண்ணால் அபிவிருத்தி அடையும். இந்த சுப பலன்கள் அந்தப் பெண்ணைத் திருமணம் செய்து இல்லறத்தில் ஈடுபட்ட பிறகு உண்டாகும்.

பெண்ணின் சூரியன், சந்திரனின் **'கிரக கதிர்வீச்சாற்றல்'** ஆணிற்கு லக்னத்தின் மூலம் பாய்ச்சப்படுகிறது.

இதே பலன்கள்தான் பெண் லக்னம் சிம்மமாக இருந்து, ஆண் ஜாதக சிம்மராசியில் சூரியன், சந்திரன், செவ்வாய் (50%) இருந்தாலும்!

உதாரணம்:

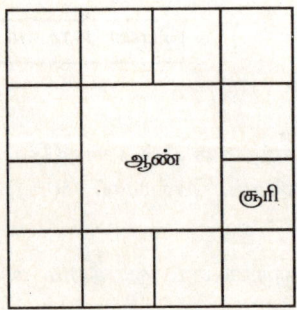
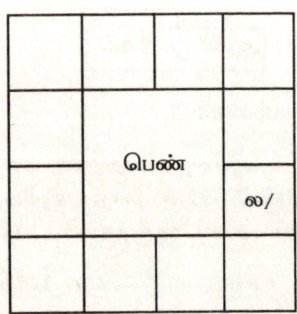

மேற்கண்ட உதாரண ஜாதகத்தில் பெண்ணின் லக்னம் சிம்மம். ஆணின் சிம்மத்தில் சூரியன். இது பெண்ணிற்கு லக்னத்திற்கு நன்மை தரும் அமைப்பாகும். இதேபோல ஆணின் சிம்மத்தில் சந்திரன், செவ்வாய் (50%) இருக்கலாம்.

லக்ன அசுப கிரகப் பலன்கள்

உதாரணம்:

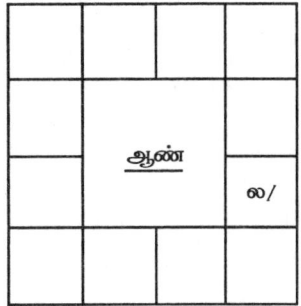

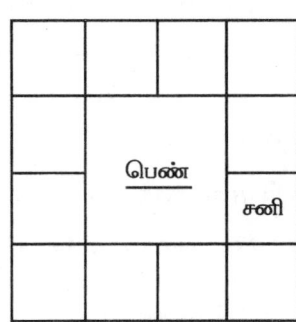

	ஆண்		
			ல/

	பெண்		
			சனி

மேற்கண்ட உதாரண ஜாதகத்தில் ஆணின் லக்னம் சிம்மம். பெண்ணின் சிம்ம ராசியில் சனி உள்ளது. இந்த பெண்ணைத் திருமணம் செய்தபிறகு ஆண்மகனின் லக்ன பலன் கெடும். அதாவது ஜாதகன் மந்த நிலையை அடைவான். மேலும், ஆரோக்கியம், சுகம் கெடும். அனைத்து வகையிலும் தீமைகளே தலைதூக்கும். பொதுவில் ஆணின் **லக்ன** பொதுப்பலன்கள் யாவும் பாதிப்புக்குள்ளாகும். இதேபோல் பெண்ணின் சிம்மத்தில் ராகு/கேது, மாந்தி போன்ற கிரகங்கள் இருந் தாலும் அதே தீயபலன்களே லக்னத்திற்கு (ஆணிற்கு) உண்டாகும்.

இவ்வாறு பிற கிரகங்களுக்கும் சுப/அசுப பொருத்தம் பார்ப்பதே **'ஜாதகப் பொருத்தம்'** ஆகும்.

உதாரணம்:

	ஆண்		
			ராகு

	பெண்		
			ல/

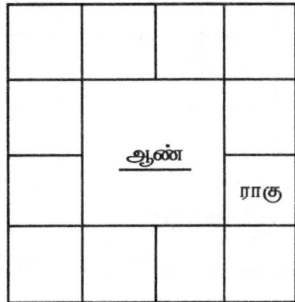

மேற்கண்ட உதாரண ஜாதகத்தில் லக்னம் சிம்மம். ஆண் ஜாதகத்தில் சிம்மராசியில் ராகு இருக்கிறது. இது பெண்ணின் லக்னத்துக்கு தீயபலன்களையே தரும்.

பெண்ணின் லக்ன சுபபலன்கள் யாவும், இந்த ஆண்மகனை மணம் செய்ததிலிருந்து பாதிப்படையும்.

பெண்ணின் ஆரோக்கியம், சுகம் கெடும்.

பெண்ணிற்கு சித்த பீடை உண்டாகும்.

கிரக காரக தீயபலன்களை அனுசரித்து கெடுபலன்களை யூகிக்கவும் (Guess).

2. சூரியன்: விதி – I

ஆண் ஜாதகத்தில் சூரியன் நின்ற ராசி எதுவோ, அந்த ராசியில் பெண்ணின் ஜாதகத்தில் சந்திரன், லக்னம், சூரியன், குரு, சுக்கிரன் இருக்கலாம்.

பலன்:

இவ்வாறு இருப்பின் ஆண் பெண் இருவரிடமும் நல்ல 'ஆத்மார்த்த' உறவு நிலைத்து நிற்கும். எத்தகைய சூழ்நிலையிலும் இணைபிரியாமல் வாழ்ந்திருப்பர்.

இந்த பெண்ணை மணம் செய்த பிறகு ஆணின் சூரியன் காரகாதிபத்திய சுபபலன்கள் அபிவிருத்தி அடையும்

உதாரணம்:

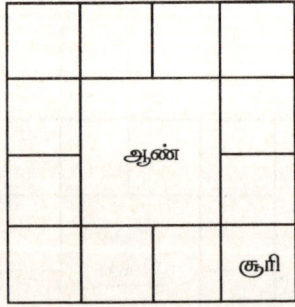 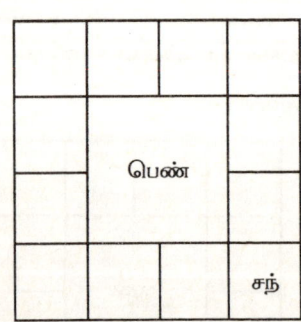

ஆண் சூரியன் = கன்னி = பெண் சந்திரன்

மேற்கண்ட உதாரண ஜாதகத்தில் ஆணின் சூரியன் நின்ற ராசி கன்னி. பெண்ணின் சந்திரன் கன்னியில் உள்ளது. இந்த

அமைப்பு தம்பதிகள் இருவரும் 'உடலும், உயிரும்' ஒன்றோடு ஒன்று பின்னிப் பிணைந்திருப்பர். இருவரிடையே ஆத்மார்த்த உறவு வலிமையாகக் காணப்படும்.

உடலின்றி உயிரில்லை!
உயிரின்றி உடலில்லை!
நீயின்றி நானில்லை!
நானின்றி நீயில்லை!

என்ற நிலையினைத் தரும் அமைப்பாகும்.

உதாரணம்: (சூரியன் + லக்னம்)

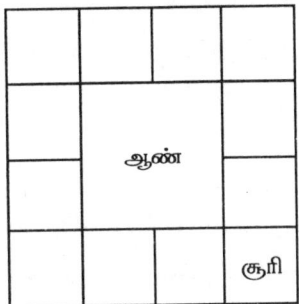 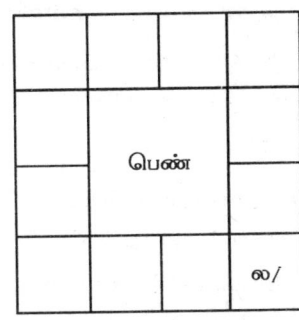

ஆண் சூரியன் = கன்னி; பெண் லக்னம் = கன்னி

உதாரணம்: (சூரியன் + குரு)

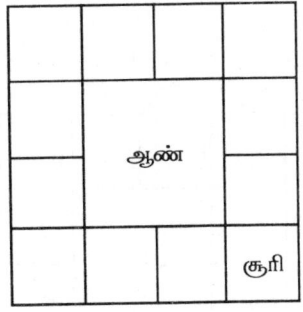 

ஆண் சூரியன் = கன்னி; பெண் குரு = கன்னி

உதாரணம்: (சூரியன் + சுக்கிரன்)

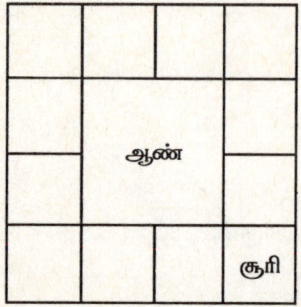
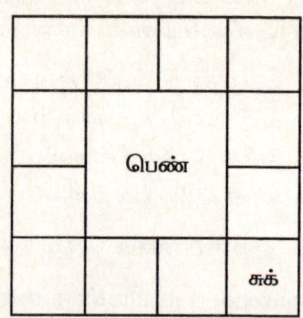

ஆண் சூரியன் = கன்னி; பெண் சுக்கிரன் = கன்னி

இதேபோல் பெண்ணின் சூரியனுக்கு ஆணின் சந்திரன், லக்னம், குரு, சுக்கிரனைப் பார்க்கவும்! இருப்பின் நன்று.

விதி – II

ஆணின் சூரியன் நின்ற ராசி எதுவோ, அந்த ராசியில் பெண்ணின் சனி, ராகு, கேது இருக்கக் கூடாது. இருப்பின் தீமை. Ego எழும்.

பெண்ணின் சூரியன் நின்ற ராசி எதுவோ, அந்த ராசியில் ஆணின் சனி, ராகு/கேது இருத்தல் கூடாது. இருப்பின் சூரியனின் காரகாதிபத்தியங்கள் பாதிப்புகள் காணும்.

பலன்:

சூரியனின் பிரதான காரகங்களான ஆத்ம பலம், ஆரோக்கியம், கீர்த்தி, பிரதாபம் போன்றன திருமணத்தின் பிறகு அந்த நபருக்கு பாதிக்கப்படும்.

உதாரணம்:

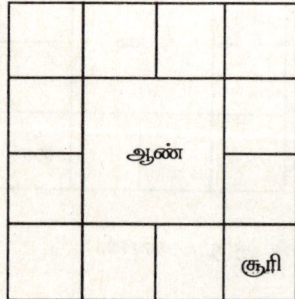
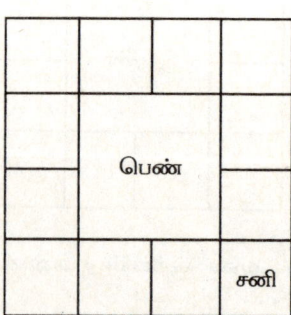

ஆண் சூரியன் = கன்னி; பெண் சனி = கன்னி

இது பொருந்தாது. தீமையைத் தரும்.

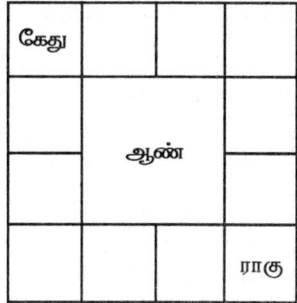
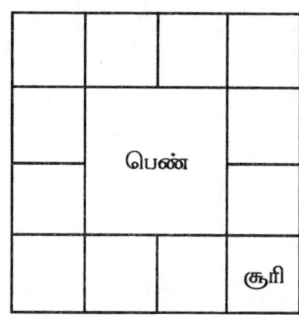

ஆண் ராகு = கன்னி; பெண் சூரியன் = கன்னி

தீமை. பொருந்தாது.

3. சந்திரன்: விதி - I

ஆணின் 'சந்திரன்' நின்ற ராசி எதுவோ, அந்த ராசியில் பெண்ணின் சூரியன், லக்னம், குரு, சுக்கிரன், செவ்வாய் (50%) இருக்கலாம். நன்மை தரும்.

பெண்ணின் 'சந்திரன்' நின்ற ராசி எதுவோ, அந்த ராசியில் ஆணின் சூரியன், லக்னம், குரு, சுக்கிரன், செவ்வாய் (50%) இருக்கலாம்.

பலன்:

சந்திரனின் காரகங்களான உடல், மனம், புத்தி சிறப்பாக இருக்கும்.

ஆணின் சந்திரன் எனில் பெண்ணால் நன்மை உண்டு.

பெண்ணின் சந்திரன் எனில் ஆணால் நன்மை உண்டு.

உதாரணம்: (சந்திரன் + சூரியன்)

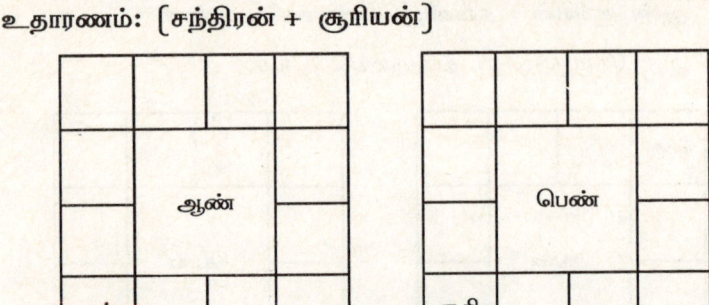

ஆண் சந்திரன் = தனுசு; பெண் சூரியன் = தனுசு

ஆணிற்கு இந்தப் பெண்ணால் சந்திரனின் சுபபலன்கள் (உடல், மனம், சந்தோஷம்) அபிவிருத்தி அடையும் திருமணத்தின் பிறகு!

விதி - II

ஆணின் 'சூரியன்' நின்ற ராசி எதுவோ, அந்த ராசியில் பெண்ணின் ராகு/கேது கண்டிப்பாக இருக்கக் கூடாது. இருப்பின் அந்தப் பெண்ணை மணம் செய்தபிறகு ஆணின் உடல் பலம், மனத்தெளிவு பாதிக்கப் படும். சந்திரனின் காரகாதிபத்தியங்கள் க்ஷீணமடையும்.

ராகு/கேதுக்கள் சந்திர, சூரியர்களை விழுங்கி விடுவார்கள். இதுவே கிரகண தோஷம் பிடித்தல் எனப்படும்.

பெண்ணின் 'சந்திரன்' நின்ற ராசி எதுவோ, அந்த ராசியில் ஆணின் ராகு/கேது கண்டிப்பாக இருக்கக் கூடாது. இருப்பின் ஆணிற்குச் சொன்ன பலனே.

உதாரணம்: (சந்திரன் x ராகு/கேது)

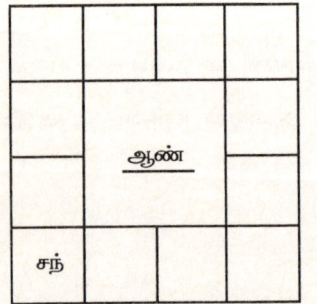 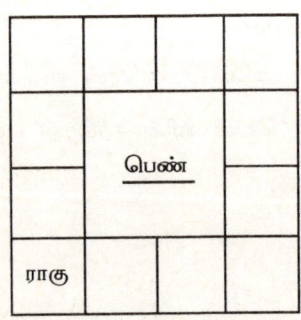

ஆண் சந்திரன் = தனுசு; பெண் ராகு = தனுசு

பலன்:

ஆணிற்கு பெண்ணால் சந்திரகாரகங்கள் பாதிப்பு காணும்.
இதேபோல் பெண்ணிற்குப் பார்க்கவும்.

4. செவ்வாய்: விதி – I

ஆணின் **'செவ்வாய்'** நின்ற ராசி எதுவோ, அந்த ராசியில் பெண்ணின் சுக்கிரன், குரு, செவ்வாய், சந்திரன் (50%) இருக்கலாம். இருப்பின், ஆணின் செவ்வாயின் 'சுபபலன்கள்' பெண்ணால் சிறப்பு அடையும். பெண்ணால் ஆணிற்கு நன்மைகள் பல உண்டு.

பெண்ணின் 'செவ்வாய்' நின்ற ராசி எதுவோ, அந்த ராசியில் ஆணின் சுக்கிரன், குரு, செவ்வாய், சந்திரன் (50%) இருக்கலாம். ஆனால் பெண்ணிற்கு செவ்வாயின் சுபபலன்கள் சிறப்படையும். பெண்ணிற்கு ஆண் நல்ல கணவனாக இருப்பான்.

உதாரணம்: 1

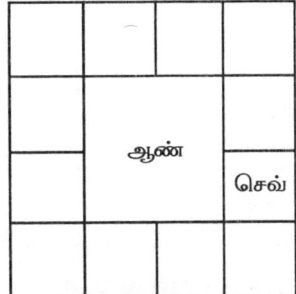 

ஆண் செவ்வாய் = சிம்மம் = பெண் சுக்கிரன்

உதாரணம்: 2

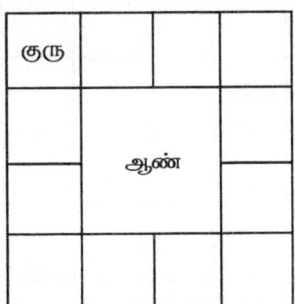 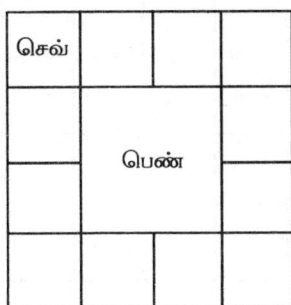

பெண் செவ்வாய் = மீனம் = ஆண் குரு

விதி – II

ஆணின் செவ்வாய் நின்ற ராசி எதுவோ, அதே ராசியில் பெண்ணின் சனி, ராகு/கேது இருக்கக் கூடாது. இருப்பின் செவ்வாய்க்கு பாதிப்பு உண்டாகும். பெண் கணவன் காரகர் செவ்வாய், ஆணிற்கு செவ்வாய் பலம், பாதுகாப்பு, செயல்திறன், தைரிய வீர்யம் ஆகிய வற்றை பிரதிபலிப்பவர். பெண்ணால் செவ்வாயின் காரகாதி பத்தியங்கள் பாதிப்படையலாம்.

பெண்ணின் செவ்வாய் நின்ற ராசி எதுவோ, அந்த ராசியில் ஆணின் சனி, ராகு/கேது இருக்கக் கூடாது. இருப்பின் பெண்ணின் கணவர் உறவு பாதிப்படையும். ஆண்மகனால் பெண்ணின் காரகாதிபத்தியங்கள் கெடும் திருமணத்திற்குப் பிறகு!

உதாரணம்: 1

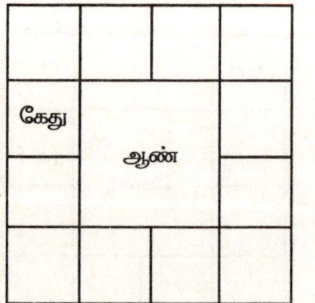

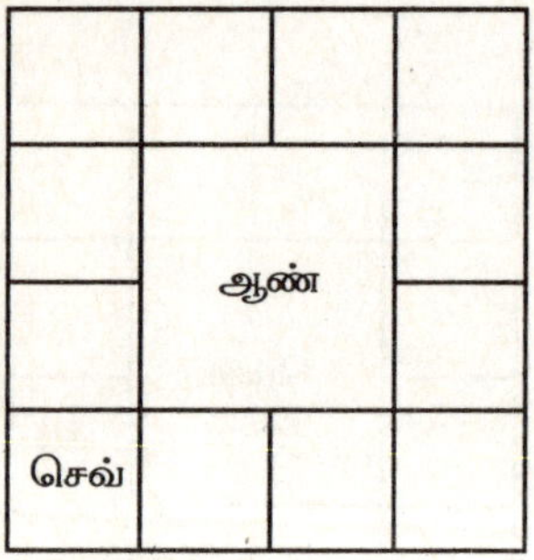

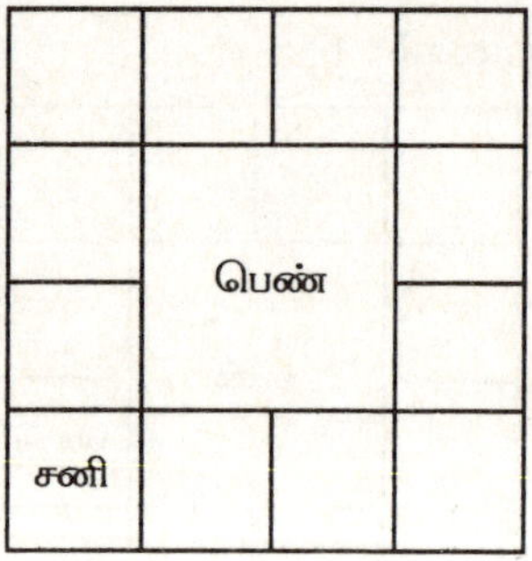

Not Good: ஆண் செவ்வாய் = தனுசு = பெண் சனி

உதாரணம்: 2

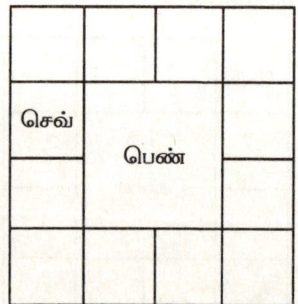

Not Good: பெண் செவ்வாய் = கும்பம் = ஆண் கேது

5. புதன்: விதி – I

ஆணின் புதன் நின்ற ராசி எதுவோ, அந்த ராசியில் பெண்ணின் எந்தக் கிரகம் உள்ளதோ அந்தக் கிரகத்தின் 'காரக குணங்களைப்' பொறுத்து பலன் அமையும்.

இதேபோல பெண்ணிற்கும் பார்த்துக் கொள்ளவும்.

பலன்:

அறிவு, விவேகம், சிந்தனைத் தூண்டல், விகார உணர்வுகள் தோற்றுவித்தல்...etc.

ஆண்/பெண் புதன் நின்ற ராசி எதுவோ, அதே ராசியில் பெண்/ஆண் ஜாதகத்தில் **குரு, புதன், சுக்கிரன், சூரியன்** இருப்பது மிக உத்தமம். இருப்பின் சிறந்த அறிவு, விவேகம், சிந்தனாசக்தி உண்டாகும்.

உதாரணம்:

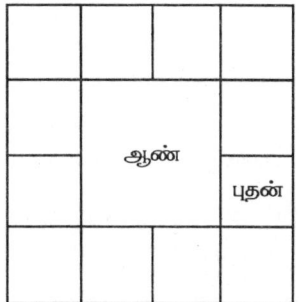 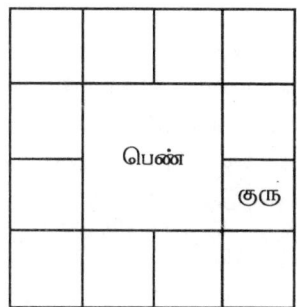

ஆண் புதன் = சிம்மம் = பெண் குரு

இது நல்ல அறிவு, விவேகம், புத்திக்கூர்மையை கணவருக்கு அளிக்கும் பெண் அமைப்பாகும்.

ஆண்/பெண் புதன் நின்ற ராசியில் பெண்/ஆண் ஜாதகத்தில் விகார உணர்வுகளைத் தூண்டும் கிரகங்களின் அமைப்புகள் இல்லாமல் இருத்தல் வேண்டும்.

6. குரு: விதி – I

ஆணின் குரு நின்ற ராசி எதுவோ, அந்த ராசியில், பெண்ணின் லக்னம் சூரியன், குரு, செவ்வாய், சந்திரன் (50%) இருக்கலாம்.

பெண்ணின் குரு நின்ற ராசி எதுவோ, அந்த ராசியில் ஆணின் லக்னம், சூரியன், செவ்வாய், சந்திரன் *(50%)* குரு இருக்கலாம்.

பலன்:

குழந்தை பாக்கியம், அசையா சொத்து, கௌரவம் போன்ற குருவின் சுபகாரகம் சிறப்படையும்.

உதாரணம்:

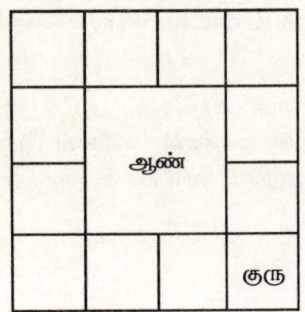

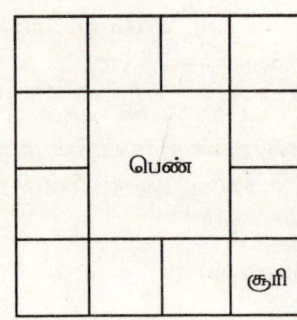

ஆணின் குரு கன்னியில், பெண்ணின் கன்னியில் சூரியன். இது நல்ல பொருத்தம். ஆணின் குரு காரகப் பலன்கள் இப்பெண்ணை மணம் செய்தபிறகு சிறப்பித்துக் காணப்படும். நல்ல சந்தானம், ஸ்திர சொத்து அபிவிருத்தி, கௌரவ உயர்வு போன்றவை கிட்டும்.

விதி – II

ஆணின் குரு நின்ற ராசி எதுவோ, அந்த ராசியில் பெண்ணின் ராகு/கேது இருத்தல் கூடாது. இருப்பின் ஆணின் குருவின் காரகத்துவப் பலன்கள் பாதிப்படையும். புத்திரர் பாதிப்பு, அசையா சொத்துக்கள் பாதிப்பு, ஜீவன் பாதிப்பு, கௌரவ இழப்புகள் போன்றன ஏற்படும்.

பெண்ணின் குரு நின்ற ராசி எதுவோ, அந்த ராசியில் ஆணின் ராகு/கேது இருக்கக் கூடாது. இருப்பின் பெண்ணின் குரு காரக பலன்கள் பாதிப்படையும். ஆணிற்குச் சொன்ன பலன்களே.

உதாரணம்:

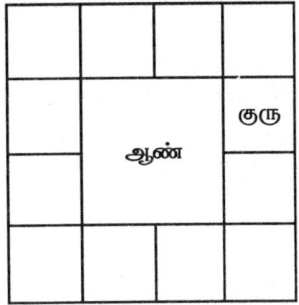 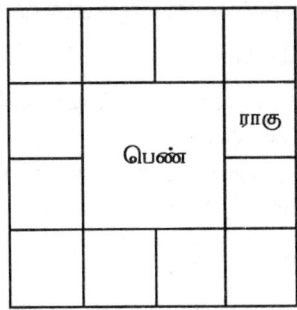

மேற்கண்ட உதாரண ஜாதகத்தில் ஆணின் குரு கடகத்தில், பெண்ணின் ராகு கடகத்தில். இது ஆணின் குருவிற்கு பாதிப்பைத் தரும். ஆணின் ஸ்திர சொத்து, புத்திர விஷயம், கௌரவம், பதவிகள் போன்றனவற்றில் பாதிப்புகள் ஏற்படுத்தும் இந்தப் பெண்ணை கல்யாணம் செய்தபிறகு!

7. சுக்கிரன்: விதி - I

ஆணின் சுக்கிரன் நின்ற ராசி எதுவோ, அந்த ராசியில் பெண்ணின் லக்னம், சுக்கிரன், சூரியன், குரு, சந்திரன், செவ்வாய் போன்ற கிரகங்கள் இருக்கலாம். இருவருக்கும் நல்ல பிடிப்பு, ஒற்றுமை, கவர்ச்சி இருக்கும். இதேபோல் பெண்ணின் சுக்கிரனுக்கும் பார்த்துக் கொள்ளவும்.

பலன்:

சுக்கிரனின் காரகங்களான பணம், மனைவி, ஆசாபாசங்கள், சுகங்கள் அபிவிருத்தி காணும்.

உதாரணம்:

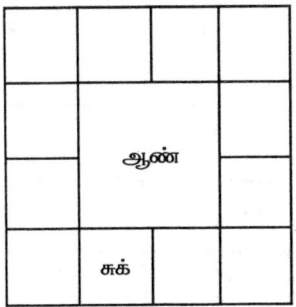 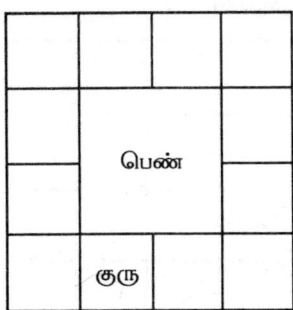

ஆணின் சுக்கிரன் விருச்சிகம். பெண்ணின் குரு விருச்சிகத்தில் உள்ளது. பெண்ணால் ஆணிற்கு நல்ல சுக்கிர பலன்களே உண்டாகும்.

விதி – II

ஆணின் சுக்கிரன் நின்ற ராசி எதுவோ, அந்த ராசியில் பெண்ணின் கேது கண்டிப்பாக இருக்கக் கூடாது. இதேபோல் பெண்ணின் சுக்கிரன் நின்ற ராசியும், ஆணின் கேது நின்ற ராசியும் ஒன்றாக இருக்கக் கூடாது.

பலன்:

இல்லற வாழ்வில் விரக்தி, பிரிவினை (Divers) ஏற்படும். நிரந்தர ஒற்றுமை இராது.

உதாரணம்: 1

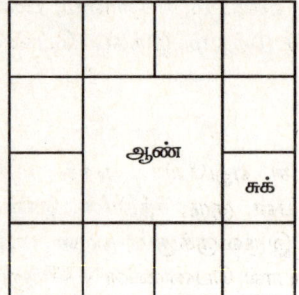

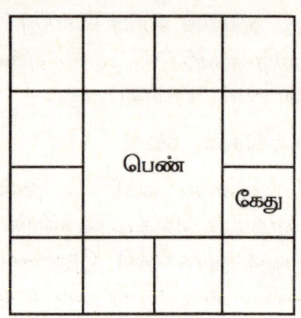

மேற்கண்ட உதாரண ஜாதகத்தில் ஆணின் சுக்கிரனும், பெண்ணின் கேதுவும் சிம்மராசியில் உள்ளனர். இது ஆண் பெண் இருவருக்கும் விரக்தி, பிரிவின்னை, அதிருப்தியைத் தரும் அமைப்பாகும். இருவரும் இணைந்து நிலைத்து நீடித்த இல்லறம் நடத்துவது என்பது குதிரைக் கொம்புதான்.

உதாரணம்: 2

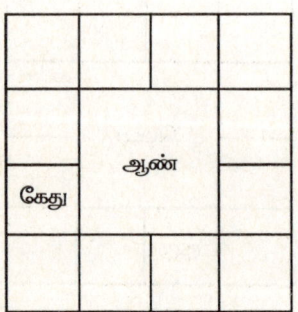

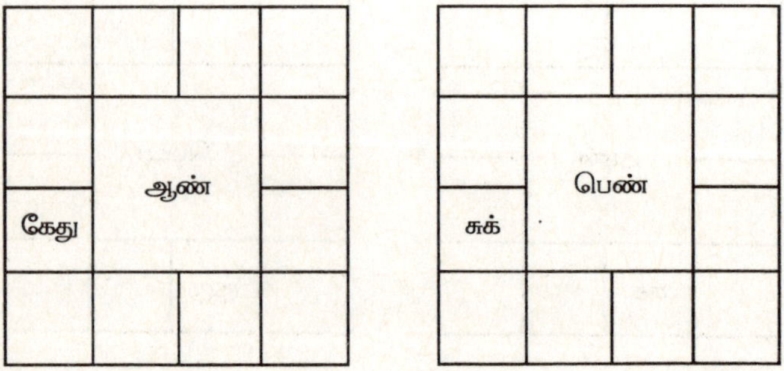

இந்த ஜோடிகளின் மகரத்தில் கேது + சுக்கிரன் இணைவு ஏற்படுகிறது. இது ஒத்துவராது. விலக்கவும்.

8. சனி: விதி – I

ஆணின் **சனி** நின்ற ராசி எதுவோ, அதே ராசியில் பெண்ணின் **சுக்கிரன், குரு** இருப்பின், இந்தப் பெண்ணைக் கல்யாணம் செய்தபிறகு ஆணிற்கு தொழில், ஜீவனம், உத்தியோகம் பலப்படும்.

பெண்ணின் **சனி** நின்ற ராசி எதுவோ, அந்த ராசியில் ஆணின் குரு, **சுக்கிரன்** இருப்பின் பெண்ணின் சனியின் காரக சுபபலன்கள் அபிவிருத்தி அடையும்.

உதாரணம்:

 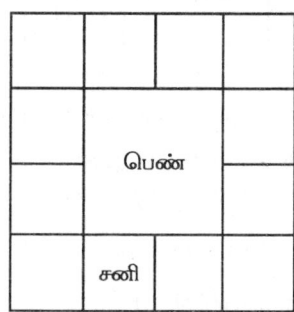

பெண் சனி = விருச்சிகம் = ஆண் சுக்கிரன்

மேற்கண்ட உதாரண ஜாதகத்தில் ஆணின் சுக்கிரனும், பெண்ணின் சனியும் ஒரே ராசி விருச்சிகத்தில். இது பெண்ணுக்கு நன்மை, ஆணிற்கும் நன்மையே.

சுக்கிரன் + சனி = நல்ல பணப்புழக்கம் உண்டு

விதி – II

ஆணின் சனி நின்ற ராசி எதுவோ, அதே ராசியில் பெண்ணின் சனி, ராகு, கேது, செவ்வாய் (50%) கண்டிப்பாக இருக்கவே கூடாது. இருப்பின் அந்தப் பெண்ணை கல்யாணம் செய்தபிறகு கணவனின் தொழிலை, வேலையை, உத்தியோகத்தை கண்டிப்பாக பாதிக்கச் செய்யவோ அல்லது இழக்கவோ செய்துவிடும். திருமணத்திற்குப் பிறகு தொழில் நொடித்து விடுபவர்களின் ஜாதகப் பொருத்தத்தில் இதுபோன்ற அமைப்புகள் இருப்பதைக் காணலாம்.

பெண்ணின் சனி நின்ற ராசியில் ஆணின் சனி, ராகு/கேது இருக்கக் கூடாது. இருப்பின் கல்யாணத்திற்குப் பிறகு பெண்ணிற்கு மந்தம், சுமை (பாரம்) காட்டும்.

உதாரணம்:

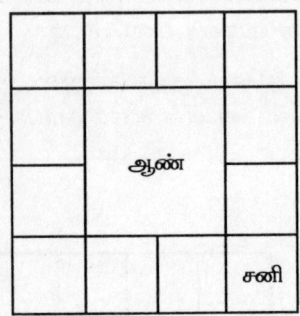

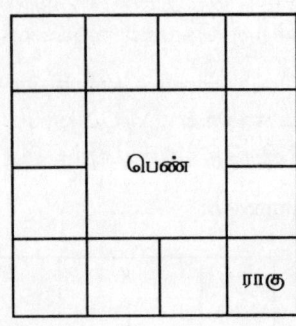

ஆணின் சனியும் பெண்ணின் ராகுவும் ஒரே ராசி கன்னியில் இணைகின்றனர். இந்தப் பெண்ணை கல்யாணம் செய்த பிறகு, கணவனின் தொழில், வேலை (Job) பாதிக்கப்படும்.

Not Good: ஆண் சனி = கன்னி = பெண் ராகு

9. ராகு: விதி – I

ஆணின் ராகு நின்ற ராசி எதுவோ, அதே ராசியில் பெண்ணின் ராகு, கேது, சுக்கிரன் *(50%)*, லக்னம் *(50%)*, சந்திரன் *(50%)* ஆகியன இருக்கலாம். இதேபோல் பெண்ணிற்கும் ஆணின் அமைப்பில் பார்க்கவும்.

ஆணின் ராகு/கேது நின்ற ராசியும் பெண்ணின் ராகு/கேது ராசியும் ஒன்றாக இருப்பது தவறொன்றும் இல்லை. நல்ல பொருத்தம்.

ஒரே ராசியில் ⟶

ஆணின் **ராகு** + பெண்ணின் **ராகு**
ஆணின் **ராகு** + பெண் **கேது**

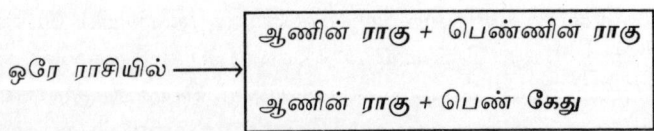

உதாரணம்:

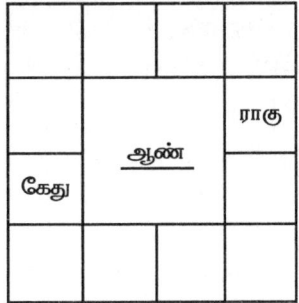
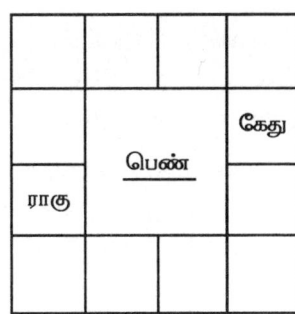

விதி – II

ஆணின் ராகுவும், பெண்ணின் சனி, செவ்வாய், சூரியன் நின்ற ராசியும் ஒன்றாக இருக்கக் கூடாது. இருப்பின் தடை, தோல்வி, வெறுப்பு, கண்டம் ஆணிற்கு ஏற்படும். இருவருக்கும் பாதிப்பு உண்டாகலாம்.

உதாரணம்: 1

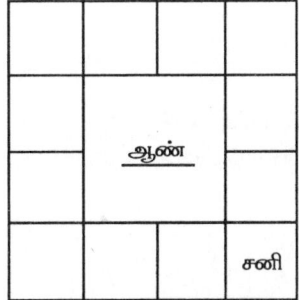
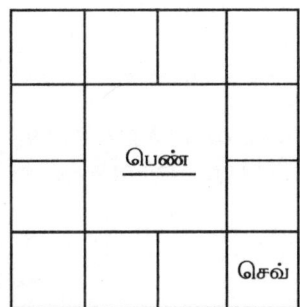

Not Good: ஆண் சனி = கன்னி = பெண் செவ்வாய்

10. கேது: விதி – I

ஆணின் கேது நின்ற ராசியும், பெண்ணின் ராகு அல்லது கேது நின்ற ராசியும் ஒரே ராசியாக இருக்கலாம். இவ்வாறு இருப்பின் இருவருக்கும் எவ்விதப் பிரச்சனையும் ஏற்படாது.

பெண்ணின் கேது நின்ற ராசியும் ஆணின் ராகு/கேது நின்ற ராசியும் ஒன்றாக இருக்கலாம். தவறைத் தராது.

விதி – II

ஆணின் கேதுவும், ஆணின் செவ்வாயும் ஒரே ராசியில் இருக்கக் கூடாது. இதேபோல் ஆணின் சுக்கிரனும், பெண்ணின் கேதுவும் ஒரே ராசியில் இருக்கக் கூடாது.

பெண்ணின் கேதுவும், ஆணின் செவ்வாயும் ஒரே ராசியில் இருக்கக் கூடாது. ஆணின் கேதுவும் பெண்ணின் செவ்வாயும் ஒரே ராசியில் இருக்கக் கூடாது. இருப்பின் தடைகள், பிரிவினைகள், சட்டப்படி Divorce ஆகியன ஏற்படும்.

உதாரணம்:

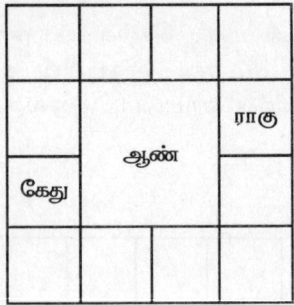 

ஆணின் கேது மகரம். பெண்ணின் சுக்கிரன் மகரம். இது பொருந்தாது. பிரிவினை, விரக்தி ஏற்படும்.

ஜெயங்கொண்டான் கொளஞ்சி 149

ஆண் [அ] பெண் லக்னம் & கிரகங்கள்	பெண்/ஆண் ஜாதக ராசியில் 'இருக்கலாம்' (Yes)	பெண்/ஆண் ஜாதக ராசியில் 'இருக்கக் கூடாது' (No)	பலன்கள் [கீழ்க்காணும் பலன்களில் இருக்கலாம் எனில் நன்மை. இருக்கக் கூடாது எனில் பலன் தீமை]
1. லக்னம் நின்ற ராசி	சூரியன், சந்திரன், செவ்வாய் (50%), ராகு/கேது (50%) இருக்கலாம்.	சனி, ராகு/கேது, மாந்தி கூடாது.	லக்னம் காரக பலன்கள், நபர் (person)
2. சூரியன் நின்ற ராசி	சந்திரன், லக்னம், சூரியன், குரு, சுக்கிரனிருக்கலாம்.	சனி, ராகு/கேது கூடாது.	ஆத்மார்த்தம், சூரியனின் காரக பலன்கள்
3. சந்திரன் நின்ற ராசி	சூரியன், லக்னம், குரு, சுக்கிரன், செவ்வாய் (50%) இருக்கலாம்.	ராகு/கேது கூடாது.	உடல், மனம், எண்ணங்கள்...
4. செவ்வாய் நின்ற ராசி	சுக்கிரன், குரு, செவ்வாய், சந்திரன் (50%) இருக்கலாம்.	சனி, ராகு/கேது கூடாது.	கணவர் (பெண்ணுக்கு), பாதுகாப்பு (ஆணிற்கு)
5. புதன் நின்ற ராசி	எதுவும் இருக்கலாம்.	எதுவும் இருக்கலாம்.	அறிவு, விவேகம், விகார உணர்வு...

ஆண் [அ] பெண் லக்னம் & கிரகங்கள்	பெண்/ஆண் ஜாதக ராசியில் 'இருக்கலாம்' (Yes)	பெண்/ஆண் ஜாதக ராசியில் 'இருக்கக் கூடாது' (No)	பலன்கள் [கீழ்க்காணும் பலன்களில் இருக்கலாம் எனில் நன்மை. இருக்கக் கூடாது எனில் பலன் தீமை]
6. குரு நின்ற ராசி	லக்னம், சூரியன், செவ்வாய், சந்திரன் (50%) இருக்கலாம்.	ராகு/கேது கூடாது.	ஜீவன், மகிழ்ச்சி, குழந்தை பாக்கியம், அசையா சொத்து.
7. சுக்கிரன் நின்ற ராசி	லக்னம், சுக்கிரன், சூரியன், குரு, சந்திரன், செவ்வாய் இருக்கலாம்.	கேது (100%) இருக்கக் கூடாது.	பெண்கள், மனைவி, ஆசை, பணம், இது தொடர்பான நன்மை/தீமைகள்.
8. சனி நின்ற ராசி	சுக்கிரன், குரு இருக்கலாம்.	சனி, ராகு/கேது, செவ்வாய் கூடாது.	தொழில், எதிலும் மந்தம், சுமை (பாரம்) இது தொடர்பான நன்மை/தீமைகள்.
9. ராகு நின்ற ராசி	ராகு/கேது, சந்திரன் (50%), லக்னம் (50%), சுக்கிரன் (50%) இருக்கலாம்.	சனி, செவ்வாய், சூரியன் இருத்தல் கூட்டாது.	தடை, தோல்வி, வெறுப்பு, கண்டம், போன்றவற்றின் பலன்கள்.
10. கேது நின்ற ராசி	ராகு/கேது இருக்கலாம்.	யாரும் இல்லாமல் இருப்பதே மிக்க நன்று.	தடை, பிரிவினை, சட்டரீதியான ரத்து (Divorce).

குறிப்பு:

அட்டவணையில் கொடுக்கப்பட்டுள்ளதுபோல கிரக அமைவுகள் ஆண்/பெண் ஜாதகப் பொருத்த விஷயத்தில் இருப்பின், ஒரே ராசியில் இணைவது 100% பலன் (நன்மை/தீமை).

உதாரணம்:

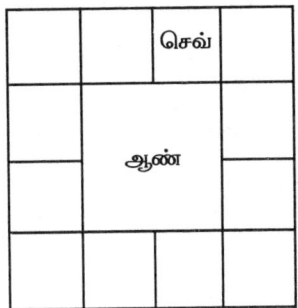 

உதாரண ஜாதகத்தில் ஆணின் செவ்வாய் ரிஷபம், பெண்ணின் சுக்கிரன் ரிஷபம். இங்கு செவ்வாயும், சுக்கிரனும் ஒரே ராசியில் இணைகின்றனர். இது 100% பலனைத் தரும்.

சமசப்தமப் பார்வை பலன் 50% ஆகும்.

உதாரணம்:

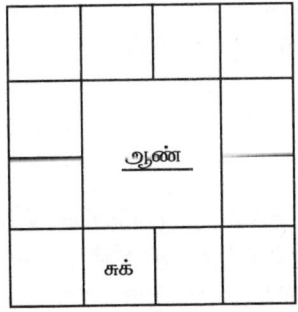 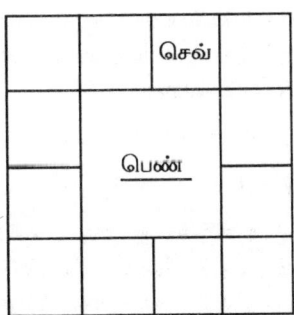

உதாரண ஜாதகத்தில் ஆணின் விருச்சிக சுக்கிரனும், பெண்ணின் ரிஷப செவ்வாயும் ஒருவரையொருவர் ஏழாமிடப் பார்வையாக பார்த்துக் கொள்கின்றனர். இதற்கு 50% பலன் உண்டு.

சேர்க்கை = 100% பலன்
பார்வை = 50% பலன்

நன்மை/தீமை பலன்கள் **'தசா/புத்தி'** மற்றும் **'கோச்சார தொடர்பில்'** நடைமுறைக்கு வரும்.

ஜாதகப் பொருத்த இறுதித் தீர்ப்பு:

இதுவரை ஜாதகப் பொருத்த விஷயத்தில் லக்னாதி பாவாதி பதிகள் பொருத்தம், கிரகப் பொருத்தம், லக்ன பொருத்தம், ஜாதகப் பொருத்தம் போன்ற விஷயங்களை அறிந்துகொண்டோம்.

இந்த அத்தியாயத்தில் நாம் அறிந்துகொள்ளப் போவது என்ன? இரண்டு விஷயங்கள், அவைகள்:

1. ஒரு பெண்ணின் ஜாதகம் எந்த அளவிற்கு ஒரு ஆணிற்கு நன்மை/தீமைகளைச் செய்யும்?
2. ஒரு ஆணின் ஜாதகம் எந்த அளவிற்கு ஒரு பெண்ணிற்கு நன்மை/தீமைகளைச் செய்யும்?

முதலில் ஆண், பெண் ஜாதகங்களைச் சரியாக லக்னம், கிரக அமைப்புகள், தசாபுத்தி இருப்பு முதலியவற்றை கணித்துக் கொள்ளவும்.

விதி - I

பெண்ணின் ஜாதக ராசிக் கட்டத்தில் ஆணின் ஜென்ம லக்னத்தைப் போடவும். இப்போது பெண் ஜாதகம் ஆணிற்கு என்னென்ன **'சுப/அசுப'** பலன்களைச் செய்யும் என்று ஆய்வுசெய்து ஜாதகப் பலன் காண வேண்டும். இந்த ஆய்வின் முடிவான பலன்களே, இந்தப் பெண்ணால் அந்த ஆணிற்குக் கிடைக்கும் **ஜாதகப் பொருத்த பலாபலன்களாகும்.**

லக்னாதி 12 பாவகங்களையும் ஆய்வு செய்ய வேண்டும்.

விதி - II

ஆணின் ஜாதக ராசிக்கட்டத்தில் பெண்ணின் ஜென்ம லக்னத்தைப் போட வேண்டும். இப்போது ஆணின் ஜாதகத்தை ஆய்வு செய்து சுப/அசுப பலன்களைக் காண வேண்டும். இதுவே இந்தப் பெண்ணிற்கு அந்த ஆணின் ஜாதகம் செய்யும் பலன்கள் ஆகும்.

முடிவு:

ஆண் ஜாதகம் பெண்ணிற்கு என்ன செய்கிறது?

பெண் ஜாதகம் ஆணிற்கு என்ன செய்கிறது?

இவை இரண்டையும் தனித்தனியே ஆய்வு செய்ய வேண்டும்?

இருவர் ஜாதகங்களிலும் 1, 2, 4, 7, 8, 10, 12மிடங்களில் செவ்வாய், சனி, ராகு, கேது, சூரியன் என்கிற இயற்கை பாவிகள் இல்லாமல் இருப்பது நன்று.

ஆணின் லக்னத்திற்கு 6, 8, 12மிட இராசிகள் எவைகள் என்று குறித்துக்கொண்டு, பின்பு அந்த ராசிகளில் பெண் ஜாதகத்தில் கிரகம் இல்லாதிருப்பின் மிகச் சிறப்பு. இந்தப் பெண்ணால் பெருமளவு தீமை இல்லை இந்த ஆணிற்கு என்று முடிவு செய்துவிடலாம்.

உதாரணம்:

8			
	ஆண்		12
6			ல/

	ல/	குரு செவ்	சூ புத சுக்
ராகு	பெண்		
			சந் கே
சனி			

ஆணின் லக்னம் சிம்மம். இதற்கு 6, 8, 12வது ராசிகள் முறையே மகரம், மீனம், கடகம் ஆகும்.

பெண்ணின் ஜாதகத்தில் மகரம், மீனம், கடகம் ஆகிய ராசிகளில் கிரகம் ஏதும் இல்லை. இந்தப் பெண்ணால் ஆணிற்கும் 6, 8, 12மிட தீயபலன்கள் இல்லை என முடிவு செய்துவிடலாம். அதாவது இந்தப் பெண்ணால் நோய், கடன், பிரச்சனைகள், கண்டங்கள், தண்டங்கள், அவமானம், விபத்து, விரயங்கள் போன்ற தீயபலன் ஏற்படாது என்று உறுதி கூறலாம்.

ஆணின் லக்னத்தின் பாதக ராசி எதுவோ அந்த ராசியில் பெண் ஜாதகத்தில் கிரகங்கள் ஏதும் இல்லாமல் இருப்பது மிகச் சிறப்பு. இப்பெண்ணால் ஆணிற்கு **'பாதகம்'** ஏதும் ஏற்படாது.

ஆணின் லக்னத்திற்கு 12மிட ராசி எதுவோ, அந்த ராசியில் ஒன்று அல்லது அதிக கிரகங்கள் இருக்கும் பெண்ணை கல்யாணம் செய்தபிறகு, ஆணின் செலவீனங்கள், விரயங்களைத் தடுக்க முடியாது. மளமளவென மலை போன்ற செல்வமும் கரைந்துவிடும்.

12மிட ராசியில் இருக்கும் பெண் ஜாதக கிரகம் சுபகிரக மெனில் சுபவிரயம். அசுபகிரகம் எனில் அசுப வீண் விரயம் ஏற்படும்.

உதாரணம்:

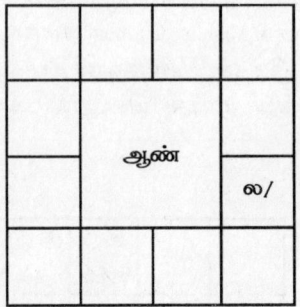

	ஆண்		
			ல/

ராகு			
	பெண்		சுக்
		ல/	கேது

உதாரண ஜாதகத்தில் ஆணின் சிம்மலக்னத்திற்கு 12மிடம் கடகம். பெண்ணின் கடகத்தில் சுபர் சுக்கிரன் உள்ளார். இந்தப் பெண்ணால் ஆணிற்கு ஆடம்பர, சுகபோக செலவுகள், விரயங்கள் ஏற்படும்.

சிம்மலக்னத்திற்கு 8மிடம் மீனம். பெண்ணின் மீனராசியில் ராகு இருக்கிறது. இந்தப் பெண்ணின் மீனராகுவால் சிம்மலக்ன ஆணிற்கு 8மிட தீய, கொடிய பலன்கள் நடைமுறைக்கு வரும். இதுபோன்ற பிற துர்ஸ்தான பலன்களை ஆய்வு செய்து அறியவும்.

உதாரண ஜாதகம்:

	ல/		ரா சந்
சனி	ஆண்		சூ கு புத
செவ்			சுக்
கே			

6		8	
	பெண்		
		ல/	12

உதாரண பெண் ஜாதகத்தில் துலா லக்னத்தின் 6, 8, 12மிட இராசிகள், முறையே மீனம், ரிஷபம், கன்னி இந்த மூன்று ராசிகளிலும் ஆண் ஜாதகத்தில் கிரகங்கள் ஏதும் இல்லை. எனவே இந்த ஆணால் அப்பெண்ணிற்கு ஏதும் தீயபலன்கள் ஏற்படாது.

உதாரணம்:

	ல/		
	ஆண்		சனி

	பெண்		8மிடம்
ல/			

உதாரண பெண் ஜாதக தனுர் லக்னத்தின் 8மிடம் கடகம். ஆண் ஜாதகத்தில் கடகத்தில் சனி இருக்கிறது. இந்த ஆணால் பெண்ணிற்கு 8மிட தீயபலன்கள் சனியால் ஏற்படும்.

பத்தாமிட ஆய்வு: விதி – I

ஆணின் பத்தாமிட ராசி எதுவோ, அந்த ராசியில் பெண் ஜாதக **குரு, புதன், சுக்கிரன், சந்திரன், சூரியன், செவ்வாய்** இருப்பின் அது கணவனின் தொழில், வேலை, ஜீவனம் சிறப்பிக்க வழிவகுக்கும்.

விதி – II

ஆணின் பத்தாமிட ராசி எதுவோ, அந்த ராசியில் பெண் ஜாதக சனி, ராகு, கேது இருப்பது ஆணின் பத்தாமிடம் சிறிது பாதித்து பின்பு பலப்படும். கணவனின் தொழில் திசை மாறலாம்.

பத்தில் ஒரு பாவியாவது இருக்கணும்!

பத்தில் ஒரு பாம்பாவது இருக்கணும்!

உதாரணம்:

		ல/	
	ஆண்		
			ல/

		குரு	
	பெண்		

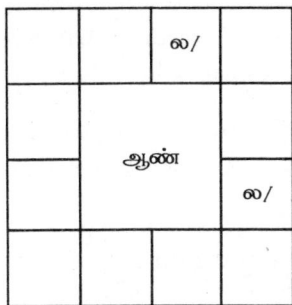

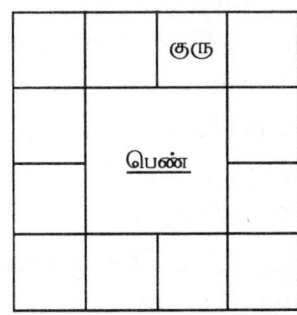

உதாரண ஜாதகத்தில் ஆணின் சிம்மலக்ன 10மிடம் ரிஷபம். பெண் ஜாதகத்தில் ரிஷபத்தில் குரு. இந்தப் பெண்ணின் குரு கணவரின் பத்தாமிட தொழில் ஸ்தானத்தை பலப்படுத்தும்.

குறிப்பு:

இதேபோல பிற பாவகங்களுக்கும் இருவரின் ஜாதகங்களை ஒப்பிட்டுப் பார்த்து பலன் அறியவும்.

பலன்கள் அறியும் விதம்:

நைசர்க்க சுபர்கள்:

- குரு
- சுக்கிரன்
- புதன்
- சந்திரன்

மத்திம சுபர்கள்:

- சூரியன்
- செவ்வாய்

நைசர்க்க பாபிகள்:

- சனி
- ராகு
- கேது

பலன்கள்:

1. நைசர்க்க சுபர்கள் இருக்கும் பாவகங்கள் சிறப்படையும். நன்மை பெருகும்! அபிவிருத்தி ஆகும்.
2. நைசர்க்க பாபிகள் இருக்கும் இடங்கள் தோஷம் காட்டும். சுணக்கம் ஏற்படும். மந்தம் காட்டும். க்ஷீணங்கள் அடையும். தீமைதான்.
3. மத்திம சுபர்கள் இருக்குமிடங்கள் மத்திம (+/-) பலன்கள் காட்டும்.

லக்னத்தை பரிமாற்றம் செய்து பலன் காண்: விதி - I

ஆணின் ஜென்ம லக்னத்தை பெண்ணின் பிறப்பு ஜாதகத்தில் குறிப்பிட்டு ஆணிற்கு ஜாதகப் பலன் காண வேண்டும்.

இவ்வாறு ஆய்வு செய்யும்போது, லக்னத்திற்கு எந்தெந்த ஸ்தானங்களில் சுபர்கள் இருக்கிறதோ, அந்த ஸ்தான பலன்கள் அந்தப் பெண்ணை கல்யாணம் செய்தபிறகு 'அபிவிருத்தி' அடையும். சிறப்படையும்.

எந்தெந்த ஸ்தானங்களில் பாபகிரகங்கள் இருக்கிறதோ, அந்த ஸ்தானங்கள் அசுப பலன்களைக் காட்டும். அப்பெண்ணை கல்யாணம் செய்தபிறகு கெடுபலன்கள் ஏற்படும் என்று அர்த்தம்.

இவ்வாறு ஆய்வு செய்யும்போது 1, 2, 4, 5, 7, 9, 10, 11, 12மிடங்களில் சுபர்கள் அல்லது அந்தந்த வீட்டின் ஆட்சி, உச்ச கிரகங்கள் இருப்பின் மிகச் சிறப்பு. அந்தப் பெண்ணை தாராளமாக கல்யாணம் செய்யலாம். வாழ்வில் நன்மைகளே உண்டாகும்.

குறிப்பாக 1, 2, 4, 7, 8, 12மிடங்களில் செவ்வாய், சனி, ராகு, கேது இல்லாமல் இருக்க வேண்டும். அப்பெண்ணால் இல்லற குடும்ப வாழ்வில் பிரச்சனைகள் ஏதும் இருக்காது.

இதேபோல பெண் ஜென்ம லக்னத்தை ஆணின் பிறப்பு ஜாதகத்தில் குறிப்பிட்டு, பின்பு பெண்ணிற்கு ஆணின் ஜாதகத்தால் ஏற்படும் நன்மை, தீமை பலாபலன்களை ஆராய வேண்டும்.

இவ்வாறு ஆய்வு செய்யும்போது, பெண்ணின் லக்னத்திற்கு 1, 2, 4, 7, 8, 12ல் ஆண் ஜாதக செவ்வாய், சனி, ராகு/கேது இல்லாமல் இருக்க வேண்டும். இவ்வாறு பாபிகள் இல்லை எனில் இருவரின் இல்லற குடும்ப வாழ்வில் சிக்கல்கள் ஏதுமிராது. இன்பமுடன் இல்லற வாழ்க்கை வாழ்வார்கள்.

இருவரின் லக்னத்தை பரிமாற்றம் செய்து பார்க்கும்போது முக்கியமாக '1, 2, 7'மிடங்களில் அசுபர்கள் இருக்கக் கூடாது.

1 ⇒ ஜாதகர் (ஆண்/பெண்)
2 ⇒ ஜாதகரின் குடும்பம்
7 ⇒ ஜாதகரின் களத்திரம் (பெண்/ஆண்)

'லக்ன பரிமாற்றம்' செய்து பலன் காணும் முறையை ஒரு தம்பதிகளின் ஜாதகங்களைக் கொண்டு அறிவோம்.

ஆணின் ஜென்ம லக்னம் **'கடகம்'**.

பெண்ணின் ஜென்ம லக்னம் **'ரிஷபம்'**.

	ராகு		
சனி	ஆண்		லக்/சு கு செ புத
			சூரி
	சந்	கேது	

புதன்	சூரி	லக்/சு சந் செ சனி	
	பெண்		கேது
ராகு			
குரு			

ஆணின் ரிஷப ராசியில் பெண்ணின் லக்னத்தைக் குறிக்கவும்.

பெண்ணின் கடக ராசியில் ஆணின் லக்னத்தைக் குறிக்கவும்.

இப்போது நாம் பெறும் லக்னப் பரிமாற்ற ஜாதகங்கள் பின்வருமாறு:

புதன்	சூரி	செ சுக் சந் சனி	
	பெண் ஜாதகம்,		லக்/ கேது
ராகு	ஆணின் கடகலக்னம்		
குரு			

	ராகு	ல/	
சனி	ஆண் ஜாதகம்,		குரு சுக் செ புதன்
	பெண்ணின் ரிஷபலக்னம்		சூரி
	சந்	கேது	

மேற்கண்ட ஜாதக அமைப்பே இருவரின் திருமணத்திற்குப் பிறகு ஏற்படும் புதிய ஜாதகங்கள் ஆகும். இவைகளை வைத்தே அவ்விருவரின் இல்லற வாழ்க்கையின் சுபாசுபபலன்கள் தீர்மானம் செய்யப்படுகின்றன.

ஆண் ஜாதகம் பெண்ணுக்கு என்ன செய்கிறது?

பெண் ஜாதகம் ஆணிற்கு என்ன செய்கிறது? என்பதை எல்லாம் இனி அவரவர் ஜோதிட அறிவுக்கு எட்டியவரை ஆய்வு செய்யவும்.

முடிவுகள்:

- ஆணின் கடக லக்னாதிபதி பெண் ஜாதகத்தில் ரிஷபத்தில் உச்சம். இது ஆணிற்கு லக்னம் வலிமை பெறுவதைக் கொடுக்கும். இந்தப் பெண்ணால் கல்யாணத்திற்கு பிறகு ஆண்மகன் வாழ்வில் ஏதேனும் வகையில் உச்சத்தை அடைந்தே தீருவார்.
- ஆணின் கடக லக்னத்தில் பெண்ணின் கேது உள்ளார். இது லக்னத்திற்கு நல்லதல்ல. இருப்பினும் லக்னாதிபதி சந்திரன் பலமாக இருப்பதால் கேதுவின் பாதிப்பு வலிமையடையாது.
- ஆணின் கடக லக்னத்திற்கு 2மிடம் சிம்மத்தில் யாரும் இல்லை. ஆனால் குருவின் 9மிட பார்வை படுகிறது. இது ஆணின் குடும்பஸ்தானத்தை சிறப்படையச் செய்யும். மேலும் 2க்குடைய சூரியன் மேஷத்தில் 10ல் உச்சம் பெற்றுள்ளார். இந்தப் பெண்ணால் ஆணின் குடும்ப வாழ்க்கை மேன்மைதான் அடையும். ஒருபோதும் வீழ்ச்சி அடையாது.
- ஆணின் கடக லக்னத்தின் நான்காம் இடம் துலாமில் பெண் ஜாதகத்தில் கிரகம் ஏதும் இல்லை. ஆனால் 4மிட சுக்கிரன் 11ல் ஆட்சி பலத்தோடு உள்ளார். இதனால் ஆணிற்கு இப்பெண்ணால் 4மிட சுகாதி பலன்கள் சிறப்படையும்.
- ஆணின் கடக லக்ன 5மிட விருச்சிகத்தில் யாரும் இல்லை. ஆனால் செவ்வாய் 11ல் இருந்து தன்வீட்டை பார்க்கிறார். மேலும் சுக்கிரன், சந்திரன், சனியும் பார்க்கின்றனர். இதுவும் மிகச் சிறப்பே. 5மிட புத்திராதி பலன்கள் உண்டு.
- ஆணின் 7மிடம் மகரத்தில் பெண்ணின் ராகு உள்ளது. இது மகர குருவாக இருப்பதால் நன்மையே. தீமை இல்லை. அடுத்து 7ம் அதிபதி சனி 11ல் சுக்கிரனோடு சேர்ந்துள்ளார்.
- ஆணின் 8மிடம் கும்பத்தில் பெண் ஜாதகத்தில் கிரகம் ஏதும் இல்லை. இது மிக நல்ல அமைப்பு ஆகும்.
- ஆணின் 9மிடத்தில் பெண்ணின் நீச்ச புதன் உள்ளார். ஆனால் 9மிடஅதிபதி குரு ஆறில் ஆட்சிபெற்று பலமாக இருக்கிறார்.
- ஆணின் 10மிடத்தில் பெண்ணின் சூரியன் மேஷத்தில் உச்சம் பெற்றுள்ளார். இது ஆணிற்கு நல்ல ஜீவன, தொழில் பலத்தைக் கொடுக்கும். 10ம்அதிபதி செவ்வாய் 11ல் உள்ளார். இதுவும் நன்றே.

- ஆணின் 11மிடத்தில் செவ்வாய், சனி, சுக்கிரன், சந்திரன் ஆகிய நான்கு கிரகங்கள் வீற்றிருக்கின்றனர். இது 11மிடம் என்பதால் நன்மையே. தீமை அல்ல.

- ஆணின் 12மிடத்தில் பெண்ணின் ஜாதகத்தில் கிரகங்கள் ஏதுமில்லை. ஆனாலும் 12மிடத்து குரு பார்வை செய்கிறார். இதனால் சுப விரயங்களே இந்தப் பெண்ணால் ஏற்படும். அசுப, வீண் விரயங்கள் ஏற்படாது.

- இந்தப் பெண்ணின் ஜாதகப் பலன்கள் ஆணின் லக்னத்திற்கு 75% மேல் திருப்தியாகவே உள்ளது.

- எனவே இந்தப் பெண்ணை ஆணிற்கு தாராளமாக கல்யாணம் செய்யலாம் என்பதே ஆய்வின் முடிவான முடிவு.

அடுத்து பெண் லக்னம் + ஆண் ஜாதகம் ஆய்வு செய்வோம்!

- பெண்ணின் ரிஷப லக்னாதிபதி சுக்கிரன் ஆண் ஜாதகத்தில் கடகத்தில் உள்ளார். இது ஒன்றும் தீமை அல்ல. ஆணின் ரிஷபத்தில் தீயகிரகம் ஏதுமில்லை.

- பெண்ணின் 2மிடம் மிதுனத்தில் ஆண் ஜாதகத்தில் ஏதும் கிரகம் இல்லை. பாபரும் இல்லை, சுபரும் இல்லை. 2ம்அதிபதி புதன் கடகத்தில் உள்ளார்.

- பெண்ணின் லக்னம் ரிஷபத்திற்கு 3மிடம் கடகத்தில் ஆணின் ஜாதகத்தில் குரு + சுக்கிரன் + செவ்வாய் + புதன் உள்ளனர். இது ஒன்றும் தீமை இல்லை. கணவனால் நல்ல சப்போர்ட் (சகாயம்) கிடைக்கும்.

- பெண்ணின் லக்னத்திற்கு 4ல் சிம்மத்தில் ஆண் ஜாதகத்தில், சூரியன் ஆட்சி பெற்றுள்ளார். இது ஆணால் பெண்ணிற்கு 4மிட சுகபலன்களை அளிக்கும்.

- பெண்ணின் 5மிடம் கன்னியில் ஆண் ஜாதகத்தில் பாப கிரகங்கள் ஏதும் இல்லை. எனவே பெண்ணின் புண்ணியப் பலன்கள் பாதிக்காது.

- பெண்ணின் 7மிடம் விருச்சிகத்தில் ஆணின் சந்திரன் (நீசம்) உள்ளார். இதை ஆணின் உச்ச குரு பார்வை செய்கிறார். எனவே இது ஒன்றும் பாதிப்பில்லை.

- பெண்ணின் 8மிடம் தனுசில் ஆண் ஜாதகத்தில் பாபிகள் ஏதுமில்லை. இது மிக நல்ல அமைப்பு.

✪ பெண்ணின் 9மிடம் மகரம். இதில் ஆண் ஜாதகத்தில் கிரகம் ஏதும் இல்லை. எனவே நன்று.

✪ பெண்ணின் 10மிடம் கும்பம். இதில் ஆணின் சனி ஆட்சி பெற்றுள்ளார். இது தீமை இல்லை.

✪ பெண்ணின் 11மிடம் மீனம் இதை ஆணின் குரு 9மிட பார்வையாக பார்வை செய்கிறார். இது நன்மையே தரும்.

✪ பெண்ணின் 12மிடம் மேஷம் இங்கு ஆணின் ராகு உள்ளார். பெண்ணிற்கு ஆண்மகனால் ஆற்றல், பொருள், சுகவிரயங்கள் ஏற்படும்.

✪ 1, 2, 4, 7, 8மிடங்கள் திருப்தியாக இருப்பதால் ஆணிற்கு இந்தப் பெண்ணை கல்யாணம் செய்து கொடுக்கலாம். தவறொன்றுமில்லை! சிறப்பே எய்தும்.

✪ இதுபோன்று 'லக்னங்களை' மாற்றிப் போட்டு ஜாதகப் பொருத்த பலாபலன்களை ஆய்வு செய்ய வேண்டும்.

லக்னம் என்பதன் தேவரகசியம்:

✪ டாக்டர் மருந்துகளை சிரஞ்ஜி மூலம் எடுத்து Needle நீடில் (ஊசி) வழியாக உடலில் செலுத்துகிறார். அதேபோன்று, இறை பரம்பொருள் ஒருவரின் ஜாதக கிரக பலாபலன்களை 'லக்னம்' (என்கிற) ஊசி மூலம் மனிதனில் செலுத்தி உள்ளார். ஒரு ஜாதக கிரக அமைவுகளின் சுபாசுப பலன்கள் ஏராளம் ஏராளம். அவற்றை லக்னத்தின் மூலமே அறிய முடியும்.

✪ எனவே 'லக்னம்' என்ற சிறு துவாரத்தின் மூலமே ஜாதக பலாபலன்கள் மனிதரை சென்றடைகிறது.

✪ இதன் அடிப்படையில் அமைந்ததே ஆண் பெண் ஜாதகத்தில் 'லக்ன பரிமாற்ற' ஆய்வு. ஆண் ஜாதகம் பெண்ணிற்கும், பெண் ஜாதகம் ஆணிற்கும் என்ன செய்யும் என்பதை இந்த ஆய்வின் மூலம் தெள்ளத் தெளிவாக தெரிந்துகொள்ள முடியும்.

ஆண் பெண் ஆரோக்கிய நிர்ணயம்:

✪ ஆணின் லக்னாதியாக வரும் கிரகம், பெண்ணின் ஜாதகத்தில் 6, 8, 12ல் இருந்து பாபர்களின் சேர்க்கை/பார்வை, இருந்தால் ஆணின் (கணவன்) ஆரோக்கியம் இந்தப் பெண்ணை கல்யாணம் செய்தபிறகு கண்டிப்பாக பாதிக்கும். அதேபோல் ஆண் லக்னாதி பதி பெண் ஜாதகத்தில் நீச்சம், அஸ்தமனம் பெறக் கூடாது.

- பெண்ணின் லக்னாதிபதி ஆண் ஜாதகத்தில், 6, 8, 12லோ அல்லது பாபர்களின் சேர்க்கை/பார்வை பட்டிருந்தாலோ அல்லது நீச்சம், அஸ்தமனம் பெற்றிருந்தாலோ பெண்ணின் ஆரோக்கியம் பாதிக்கும்.

- மேற்கண்ட அமைப்புகள் வராமல் பார்த்து திருமணப் பொருத்தம் செய்யவும்.

முக்கியக் குறிப்பு:

- ஒருவருடன் மற்றொருவர் உரையாடும்போது அவரின் லக்னம் எதுவாக இருப்பினும், லக்னாதிபதியையோ (அ) முக்கியமான கிரகங்களை சனி அல்லது செவ்வாய் பார்த்திருப்பின், அவரின் சிந்தனை, செயல்களை நாசம் செய்வதோடு, அவரின் ஊக்க உற்சாகத்தை அறவே ஒழித்து வெறுப்புணர்ச்சியைத் தந்து யோசனையை திசை திருப்பி வேறு எங்கேயோ கொண்டு போய்விடும். ஆபத்தான நிலையை உண்டாக்கி விடும்.

- எனவேதன்னுடைய லக்னாதிபதியாருடையஜாதகத்தில் கெட்டிருக் கிறதோ அவர்களுடன் உறவு வைத்துக் கொள்ளக் கூடாது.

- ஒருவருடைய லக்னாதிபதியை மற்றவரின் ஜாதக செவ்வாய் 8ம் பார்வையாக பார்த்திருக்க இருவரும் சுமார் ஒரு மணி நேரம் உரையாடினால் போதும் விரக்தி ஏற்பட்டு விடும். தலை சுற்றும், நெஞ்சு வலிக்கும், வெறுப்புணர்ச்சி மேலோங்கிக் கொண்டே இருக்கும்.

- மேற்கண்ட விதிகளை ஆண், பெண் பொருத்த விஷயங்களிலும் எடுத்துக்கொண்டு பொருத்த ஆய்வு செய்யலாம். சரியாகவே இருக்கும். மேலும் இந்த விதிகளை நண்பர்கள், உறவினர் களுடனும் ஒப்பிட்டுப் பார்த்து தப்பித்துக் கொள்ளலாம்.

* சிதம்பரம் நடராஜர் கோயிலின் பொற்கூரை 21600 பொன் ஓடுகளால் வேயப்பட்டுள்ளது.

5. எதிரிடையின் இல்லறத் தடைகள்

ஒரு ஜாதகத்தில் *12* பாவகங்கள், **12 ஸ்தானங்களாக** பிரிக்கப் பட்டுள்ளன. அவைகள் கேந்திரம், திரிகோணம், பணபரம், ஆபோக்லியம், மறைவு, பாதகம் என்று பல வகைப்படும்.

12 ஸ்தானங்கள் சுபஸ்தானங்கள் என்றும் அசுப ஸ்தானங்கள் என்றும் பிரிக்கப்படுகின்றன. அவற்றில்,

சுபஸ்தானங்கள் = *1, 2, 3, 4, 5, 7, 9, 10, 11.*

அசுபஸ்தானங்கள் = *6, 8, 12,* பாதகஸ்தானம்.

லக்னத்திற்கோ அல்லது ஒரு கிரகத்திற்கோ சுபஸ்தானங்கள் என்று சொல்லப்படும் ஸ்தானங்களும், அவற்றில் இருக்கும் கிரகங்களும் முன்சொன்ன லக்னத்திற்கோ (அ) கிரகத்திற்கோ **'நன்மையான, சாதக'** பலன்களையே செய்யும்.

லக்னத்திற்கோ அல்லது கிரகத்திற்கோ அசுபஸ்தானங்கள் என்று சொல்லப்படும் ஸ்தானங்களும், அவற்றில் இருக்கும் கிரகங்களும், அந்த லக்னத்திற்கும், கிரகத்திற்கும் **'தீமையான, எதிரிடையான'** பலன்களையே செய்யும்.

மேற்கண்ட சுப மற்றும் **அசுப** ஸ்தானங்கள் என்பன **'ராசிகளின் அடிப்படையில்'** நிர்ணயிக்கப்பட்டதாகும்.

எவ்வாறு ஒரு கிரகம் நின்ற இராசிக்கு இத்தனையாவது ராசிகள் எதிரிடையான, தீயதான அசுபபலன்களை செய்கிறதோ, அதேபோன்றுதான், ஒரு கிரகம் நின்ற நட்சத்திரத்திற்கு, குறிப்பிட்ட எண்ணிக்கையிலமைந்த நட்சத்திரங்களும், அதில் நின்ற கிரகங் களும், முன்சொன்ன கிரகத்திற்கு எதிரிடையான தீயபலன்களை அளிக்கிறது.

அசுபஸ்தானங்கள் என்பது எல்லா லக்னங்கள் மற்றும் கிரகங்களுக்கும் பொதுவானவைகளே! அதாவது,

லக்னத்திற்கு = 6, 8, 12 துர்ஸ்தானங்கள்
கிரகத்திற்கு = 6, 8, 12 துர்ஸ்தானங்கள்

ஒரு கிரகத்திற்கு 6, 8, 12வது இடத்தில் இருக்கும் கிரகம், அந்தக் கிரகத்திற்கு தீமையே செய்யும், நன்மை செய்யாது. மேலும் ஒரு கிரகம் தனக்கு 6, 8, 12ல் உள்ள கிரகத்திற்கு நன்மை செய்யாது. சாதகமாகச் செயல்படாது.

இதேபோன்றுதான் ஒரு கிரகம் தனக்கு எதிரிடையான நட்சத்திரத்தில் இருக்கும் லக்னம் மற்றும் கிரகத்திற்கு சாதகமாகச் செயல்படாது, அந்த லக்னம் மற்றும் கிரகத்தை உதறிவிடும். இதையே ஒரு கிரகத்தின் உதைப்பு, லப்தை, வேதை, எதிரிடை நட்சத்திரம் என்று அழைக்கப்படுகிறது.

கிரகத்தின் அசுபஸ்தானங்கள் எல்லா கிரகங்களுக்கும் பொது வானது. அதாவது எந்த ஒரு கிரகத்திற்கும் 6, 8, 12வது ஸ்தானங்கள் கெட்ட ஸ்தானங்கள் ஆகும்.

ஆனால் கிரகத்திற்கு கிரகம் எதிரிடை நட்சத்திரங்கள் மாறு பாடாக உள்ளன. அவைகளைப் பின்வருமாறு அட்டவணையில் அறியலாம்.

கிரகங்கள்	எதிரிடை நட்சத்திரங்கள்
1. சூரியன் நின்ற நட்சத்திரத்திற்கு	5, 7, 8, 10, 12, 14, 15, 18, 21, 22, 23, 27வது நட்சத்திரங்கள் எதிரிடை.
2. சந்திரன் நின்ற நட்சத்திரத்திற்கு	3, 5, 7, 8, 12, 18, 25வது நட்சத்திரங்கள் எதிரிடை.
3. செவ்வாய் நின்ற நட்சத்திரத்திற்கு	3, 7, 10, 15, 21வது நட்சத்திரங்கள் எதிரிடை.
4. புதன் நின்ற நட்சத்திரத்திற்கு	5, 11, 21, 22வது நட்சத்திரங்கள் எதிரிடை.
5. குரு நின்ற நட்சத்திரத்திற்கு	6, 7, 9வது நட்சத்திரங்கள் எதிரிடை.
6. சுக்கிரன் நின்ற நட்சத்திரத்திற்கு	20, 22, 24வது நட்சத்திரங்கள் எதிரிடை.

7. சனி நின்ற நட்சத்திரத்திற்கு	5, 6, 8, 10, 11, 20, 26வது நட்சத்திரங்கள் எதிரிடை.
8. ராகு/கேது நின்ற நட்சத்திரத்திற்கு	20, 22வது நட்சத்திரங்கள் எதிரிடை.

எதிரிடை நட்சத்திரங்கள் பற்றி மூலநூல்கள்:

➢ எமது குருநாதர் ஸ்ரீமகரிஷி தயானந்த ஜோதி அவர்களின் 'கோள்களின் கோலாட்டம்' என்ற ஜோதிட கிரந்தத்தில் 'எதிரிடை நட்சத்திரங்கள்' பற்றி மிகப் பிரம்மாண்டமாக விளக்கியுள்ளார்.

➢ குருநாதர் அவர்கள் எதிரிடை நட்சத்திரம் பற்றி, பல்வேறு புராதன மூல ஜோதிட நூல்களில் சூட்சமமாக கூறப்பட்டிருக்கின்றன என்றும், அவைகள் வெவ்வேறான பெயர்களில் பகரப்பட்டுள்ளன என்றும் கூறுகிறார்.

➢ எதிரிடை நட்சத்திரங்கள் பற்றிக் கூறும் புராதன ஜோதிட நூல்களில் முக்கியமான சில பின்வருமாறு:

- ★ குமார சுவாமியம் (முருகன் அருளியது)
- ★ ஜெய்முனி சூத்திரம் 8000
- ★ நட்சத்திர பாதபட்ச நாடி
- ★ ஜுனேந்திர மாலை
- ★ ஜோதிட பெரிய வருஷாதி நூல் (ஜோதிட கிரக சிந்தாமணி)
- ★ சுகபிரம்மரிஷி வாக்கியம்.

➢ மேற்கண்ட மூலநூல்களில் எதிரிடை நட்சத்திரங்கள் பற்றி பின்வரும் பதப்பிரயோகத்தில் கூறப்பட்டுள்ளன.

- ★ கிரக லப்தை
- ★ கிரக வேதை
- ★ கிரக உதைப்பு

இங்கு கூறப்படும் லப்தை, உதைப்பு, வேதை ஆகிய மூன்றும் ஒரே பொருள் தரும் வெவ்வேறு வார்த்தைகள் ஆகும். 'ஒரு பொருள் பன்மொழி' இதை எமது குரு மகரிஷி அவர்கள் **'எதிரிடை நட்சத்திரங்கள்'** என்ற பெயரிட்டழைத்துள்ளார்கள்.

லப்தை = வேதை = உதைப்பு = எதிரிடை

குமாரசுவாமியம் மற்றும் பெரிய வருஷாதி நூலில் கூறப்படும் **'கிரக லப்தை'** பற்றின சுருதி பின்வருமாறு:

கிரகவுதைப்பு அல்லது லப்தை கிரக
வேதை கிரகவேதையின் தொகை,
கிரக வேதையின் பெயர்.

பாடல்:

தினகரனேரே றத்தீவேய்பினர் பின்முன்முன்
றெகித்தலல்லின்மதிவேய்தார் சேலைபுள்ளோர்தீப

மனன்முடிமாலிறாம் வேயாடி சுடர்மகமா
மறலிமன்றாரமகிவேயும் மிதுவாமதியாழ்

புனலனையேருங்கணுமா முதற்றொகைவைத்தினனோர்
போதன்மகிதத்துடி சூல்பூசல் வேல்சூன்பொய்க்கே

தனல்கதை தோஷமாஞ் சக்கரமெமன்கண்டஞ்சூலா
நேர்வீக்கொடுமை குறைபாச நிபமாமே.

பொருள்:

சூரியன், செவ்வாய், குரு, சனி இவர்களுக்குப் **பிரதட்சண மாகவும்,** சந்திரன், புதன், சுக்கிரன், ராகு/கேது இவர்களுக்கு **அப்பிரதட்சணமாகவும்** எண்ணிக்கை காண்க.

கிரக உதைப்பு தாரைகள்:

சூரியன் நின்ற நட்சத்திரத்திற்கு	⇒	12வது நட்சத்திரம்
சந்திரன் நின்ற நட்சத்திரத்திற்கு	⇒	22வது நட்சத்திரம்
செவ்வாய் நின்ற நட்சத்திரத்திற்கு	⇒	3வது நட்சத்திரம்
புதன் நின்ற நட்சத்திரத்திற்கு	⇒	7வது நட்சத்திரம்
குரு நின்ற நட்சத்திரத்திற்கு	⇒	8வது நட்சத்திரம்
சுக்கிரன் நின்ற நட்சத்திரத்திற்கு	⇒	5வது நட்சத்திரம்
சனி நின்ற நட்சத்திரத்திற்கு	⇒	8வது நட்சத்திரம்
ராகு/கேது நின்ற நட்சத்திரத்திற்கு	⇒	9வது நட்சத்திரம் உதைப்பகும்.

கிரக வேதை தாரைகள்:

- சந்திரன் நீங்கலாக ரவி நின்ற நாளுக்கு 5, 7, 8, 14, 23, 10, 15, 18, 21, 22, 27ம் நாளும்;
- சேய் நின்ற நாளுக்கு 7, 21, 15, 10ம் நாளும்;
- புதன் நின்ற நாளுக்கு 24, 18, 8ம் நாளும்;
- குரு நின்ற நாளுக்கு 9, 7ம் நாளும்;
- சுக்கிரன் நின்ற நாளுக்கு 9, 7ம் நாளும்;
- சனி நின்ற நாளுக்கு 5, 6, 20, 11, 10ம் நாளும்;
- ராகு/கேது நின்ற நாளுக்கு 7ம் நாளும் 'வேதை' ஆகும்.

ரவி வேதை 11க்கு:

- பிரம்மம்
- பூகம்பம்
- சூலம்
- பூசல்
- படை
- சூன்யம்
- பொய்
- கேடு
- அனல்
- தண்டம்
- தோஷம்

சேய் வேதை 4:

- சக்கரம்
- காலன்
- கண்டம்
- சூலம்

புதன் வேதை 3:

- மரணம்
- மரணம்
- மரணம்

குரு வேதை 3:
- கொடுமை
- கொடுமை
- கொடுமை

சுக்கிர வேதை 2:
- ரணம்
- ரணம்

சனி வேதை 2:
- பாசம்
- பந்தனம்

ராகு/கேது வேதை 1:
- நிபம்

இவ்வாறு கிரக வேதைகளுக்கு 'பெயர்களும் அதற்கொப்பான பலன்களும்' கூறப்படுகிறது.

இவைகளை எல்லாம் ஒன்றாகத் தொகுத்து எமது குருமகான் அவர்கள் 'கிரகங்களின் எதிரிடை நட்சத்திரங்கள்' என்று பெயர் சூட்டி விளக்கியுள்ளார்.

கிரகங்கள்	எதிரிடை நட்சத்திரங்கள்
1. சூரியன்	5, 7, 8, 10, 12, 14, 15, 18, 21, 22, 23, 27
2. சந்திரன்	3, 5, 7, 8, 12, 18, 25
3. செவ்வாய்	3, 7, 10, 15, 21
4. புதன்	5, 11, 21, 22
5. குரு	6, 7, 9
6. சுக்கிரன்	20, 22, 24
7. சனி	5, 6, 8, 10, 11, 20, 26
8. ராகு	20, 22
9. கேது	20, 22

சூரியனின் எதிரிடை நட்சத்திரங்கள்

சூரியன் நின்ற நட்சத்திரம்	1	2	3	4
அசுவினி	உத்திரம்	மிருகசீரிஷம்	புனர்பூசம்	பூசம்
பரணி	ஹஸ்தம்	திருவாதிரை	பூசம்	ஆயில்யம்
கார்த்திகை	சித்திரை	புனர்பூசம்	ஆயில்யம்	மகரம்
ரோகிணி	சுவாதி	பூசம்	மகரம்	பூரம்
மிருகசீரிஷம்	விசாகம்	ஆயில்யம்	பூரம்	உத்திரம்
திருவாதிரை	அனுசம்	மகம்	உத்திரம்	ஹஸ்தம்
புனர்பூசம்	கேட்டை	பூரம்	ஹஸ்தம்	சித்திரை
பூசம்	மூலம்	உத்திரம்	சித்திரை	சுவாதி
ஆயில்யம்	பூராடம்	ஹஸ்தம்	சுவாதி	விசாகம்
மகம்	உத்திராடம்	சித்திரை	விசாகம்	அனுசம்
பூரம்	திருஓணம்	சுவாதி	அனுசம்	கேட்டை
உத்திரம்	அவிட்டம்	விசாகம்	கேட்டை	மூலம்
ஹஸ்தம்	சதயம்	அனுசம்	மூலம்	பூராடம்
சித்திரை	பூரட்டாதி	கேட்டை	பூராடம்	உத்திராடம்
சுவாதி	உத்திரட்டாதி	மூலம்	உத்திராடம்	திருஓணம்
விசாகம்	ரேவதி	பூராடம்	திருஓணம்	அவிட்டம்
அனுசம்	அசுவினி	உத்திராடம்	அவிட்டம்	சதயம்
கேட்டை	பரணி	திருஓணம்	சதயம்	பூரட்டாதி
மூலம்	கார்த்திகை	அவிட்டம்	பூரட்டாதி	உத்திரட்டாதி
பூராடம்	ரோகிணி	சதயம்	உத்திரட்டாதி	ரேவதி
உத்திராடம்	மிருகசீரிஷம்	பூரட்டாதி	ரேவதி	அசுவினி
திருஓணம்	திருவாதிரை	உத்திரட்டாதி	அசுவினி	பரணி
அவிட்டம்	புனர்பூசம்	ரேவதி	பரணி	கார்த்திகை
சதயம்	பூசம்	அசுவினி	கார்த்திகை	ரோகிணி
பூரட்டாதி	ஆயில்யம்	பரணி	ரோகிணி	மிருகசீரிஷம்
உத்திரட்டாதி	மகம்	கார்த்திகை	மிருகசீரிஷம்	திருவாதிரை
ரேவதி	பூரம்	ரோகிணி	திருவாதிரை	புனர்பூசம்

சூரியனின் எதிரிடை நட்சத்திரங்கள்			
சூரியன் நின்ற நட்சத்திரம்	5	6	7	8
அசுவினி	மகம்	சித்திரை	சுவாதி	கேட்டை
பரணி	பூரம்	சுவாதி	விசாகம்	மூலம்
கார்த்திகை	உத்திரம்	விசாகம்	அனுசம்	பூராடம்
ரோகிணி	ஹஸ்தம்	அனுசம்	கேட்டை	உத்திராடம்
மிருகசீரிஷம்	சித்திரை	கேட்டை	மூலம்	திருஓணம்
திருவாதிரை	சுவாதி	மூலம்	பூராடம்	அவிட்டம்
புனர்பூசம்	விசாகம்	பூராடம்	உத்திராடம்	சதயம்
பூசம்	அனுசம்	உத்திராடம்	திருஓணம்	பூரட்டாதி
ஆயில்யம்	கேட்டை	திருஓணம்	அவிட்டம்	உத்திரட்டாதி
மகம்	மூலம்	அவிட்டம்	சதயம்	ரேவதி
பூரம்	பூராடம்	சதயம்	பூரட்டாதி	அசுவினி
உத்திரம்	உத்திராடம்	பூரட்டாதி	உத்திரட்டாதி	பரணி
ஹஸ்தம்	திருஓணம்	உத்திரட்டாதி	ரேவதி	கார்த்திகை
சித்திரை	அவிட்டம்	ரேவதி	அசுவினி	ரோகிணி
சுவாதி	சதயம்	அசுவினி	பரணி	மிருகசீரிஷம்
விசாகம்	பூரட்டாதி	பரணி	கார்த்திகை	திருவாதிரை
அனுசம்	உத்திரட்டாதி	கார்த்திகை	ரோகிணி	புனர்பூசம்
கேட்டை	ரேவதி	ரோகிணி	மிருகசீரிஷம்	பூசம்
மூலம்	அசுவினி	மிருகசீரிஷம்	திருவாதிரை	ஆயில்யம்
பூராடம்	பரணி	திருவாதிரை	புனர்பூசம்	மகம்
உத்திராடம்	கார்த்திகை	புனர்பூசம்	பூசம்	பூரம்
திருஓணம்	ரோகிணி	பூசம்	ஆயில்யம்	உத்திரம்
அவிட்டம்	மிருகசீரிஷம்	ஆயில்யம்	மகம்	ஹஸ்தம்
சதயம்	திருவாதிரை	மகம்	பூரம்	சித்திரை
பூரட்டாதி	புனர்பூசம்	பூரம்	உத்திரம்	சுவாதி
உத்திரட்டாதி	பூசம்	உத்திரம்	ஹஸ்தம்	விசாகம்
ரேவதி	ஆயில்யம்	ஹஸ்தம்	சித்திரை	அனுசம்

ஜெயங்கொண்டான் கொளஞ்சி

சூரியனின் எதிரிடை நட்சத்திரங்கள்				
சூரியன் நின்ற நட்சத்திரம்	9	10	11	12
அசுவினி	உத்திராடம்	திருஓணம்	அவிட்டம்	ரேவதி
பரணி	திருஓணம்	அவிட்டம்	சதயம்	அசுவினி
கார்த்திகை	அவிட்டம்	சதயம்	பூரட்டாதி	பரணி
ரோகிணி	சதயம்	பூரட்டாதி	உத்திரட்டாதி	கார்த்திகை
மிருகசீரிஷம்	பூரட்டாதி	உத்திரட்டாதி	ரேவதி	ரோகிணி
திருவாதிரை	உத்திரட்டாதி	ரேவதி	அசுவினி	மிருகசீரிஷம்
புனர்பூசம்	ரேவதி	அசுவினி	பரணி	திருவாதிரை
பூசம்	அசுவினி	பரணி	கார்த்திகை	புனர்பூசம்
ஆயில்யம்	பரணி	கார்த்திகை	ரோகிணி	பூசம்
மகம்	கார்த்திகை	ரோகிணி	மிருகசீரிஷம்	ஆயில்யம்
பூரம்	ரோகிணி	மிருகசீரிஷம்	திருவாதிரை	மகம்
உத்திரம்	மிருகசீரிஷம்	திருவாதிரை	புனர்பூசம்	பூரம்
ஹஸ்தம்	திருவாதிரை	புனர்பூசம்	பூசம்	உத்திரம்
சித்திரை	புனர்பூசம்	பூசம்	ஆயில்யம்	ஹஸ்தம்
சுவாதி	பூசம்	ஆயில்யம்	மகம்	சித்திரை
விசாகம்	ஆயில்யம்	மகம்	பூரம்	சுவாதி
அனுசம்	மகம்	பூரம்	உத்திரம்	விசாகம்
கேட்டை	பூரம்	உத்திரம்	ஹஸ்தம்	அனுசம்
மூலம்	உத்திரம்	ஹஸ்தம்	சித்திரை	கேட்டை
பூராடம்	ஹஸ்தம்	சித்திரை	சுவாதி	மூலம்
உத்திராடம்	சித்திரை	சுவாதி	விசாகம்	பூராடம்
திருஓணம்	சுவாதி	விசாகம்	அனுசம்	உத்திராடம்,
அவிட்டம்	விசாகம்	அனுசம்	கேட்டை	திருஓணம்
சதயம்	அனுசம்	கேட்டை	மூலம்	அவிட்டம்
பூரட்டாதி	கேட்டை	மூலம்	பூராடம்	சதயம்
உத்திரட்டாதி	மூலம்	பூராடம்	உத்திராடம்	பூரட்டாதி
ரேவதி	பூராடம்	உத்திராடம்	திருஓணம்	உத்திரட்டாதி

திருமணப் பொருத்த ரகசியங்கள்

சந்திரனின் எதிரிடை நட்சத்திரங்கள்

சந்திரன் நின்ற நட்சத்திரம்	1	2	3	4
அசுவினி	புனர்பூசம்	பூசம்	உத்திரம்	கேட்டை
பரணி	பூசம்	ஆயில்யம்	ஹஸ்தம்	மூலம்
கார்த்திகை	ஆயில்யம்	மகரம்	சித்திரை	பூராடம்
ரோகிணி	மகரம்	பூரம்	சுவாதி	உத்திராடம்
மிருகசீரிஷம்	பூரம்	உத்திரம்	விசாகம்	திருஓணம்
திருவாதிரை	உத்திரம்	ஹஸ்தம்	அனுசம்	அவிட்டம்
புனர்பூசம்	ஹஸ்தம்	சித்திரை	கேட்டை	சதயம்
பூசம்	சித்திரை	சுவாதி	மூலம்	பூரட்டாதி
ஆயில்யம்	சுவாதி	விசாகம்	பூராடம்	உத்திரட்டாதி
மகம்	விசாகம்	அனுசம்	உத்திராடம்	ரேவதி
பூரம்	அனுசம்	கேட்டை	திருஓணம்	அசுவினி
உத்திரம்	கேட்டை	மூலம்	அவிட்டம்	பரணி
ஹஸ்தம்	மூலம்	பூராடம்	சதயம்	கார்த்திகை
சித்திரை	பூராடம்	உத்திராடம்	பூரட்டாதி	ரோகிணி
சுவாதி	உத்திராடம்	திருஓணம்	உத்திரட்டாதி	மிருகசீரிஷம்
விசாகம்	திருஓணம்	அவிட்டம்	ரேவதி	திருவாதிரை
அனுசம்	அவிட்டம்	சதயம்	அசுவினி	புனர்பூசம்
கேட்டை	சதயம்	பூரட்டாதி	பரணி	பூசம்
மூலம்	பூரட்டாதி	உத்திரட்டாதி	கார்த்திகை	ஆயில்யம்
பூராடம்	உத்திரட்டாதி	ரேவதி	ரோகிணி	மகம்
உத்திராடம்	ரேவதி	அசுவினி	மிருகசீரிஷம்	பூரம்
திருஓணம்	அசுவினி	பரணி	திருவாதிரை	உத்திரம்
அவிட்டம்	பரணி	கார்த்திகை	புனர்பூசம்	ஹஸ்தம்
சதயம்	கார்த்திகை	ரோகிணி	பூசம்	சித்திரை
பூரட்டாதி	ரோகிணி	மிருகசீரிஷம்	ஆயில்யம்	சுவாதி
உத்திரட்டாதி	மிருகசீரிஷம்	திருவாதிரை	மகம்	விசாகம்
ரேவதி	திருவாதிரை	புனர்பூசம்	பூரம்	அனுசம்

சந்திரனின் எதிரிடை நட்சத்திரங்கள்			
சந்திரன் நின்ற நட்சத்திரம்	5	6	7
அசுவினி	சதயம்	கார்த்திகை	மிருகசீரிஷம்
பரணி	பூரட்டாதி	ரோகிணி	திருவாதிரை
கார்த்திகை	உத்திரட்டாதி	மிருகசீரிஷம்	புனர்பூசம்
ரோகிணி	ரேவதி	திருவாதிரை	பூசம்
மிருகசீரிஷம்	அசுவினி	புனர்பூசம்	ஆயில்யம்
திருவாதிரை	பரணி	பூசம்	மகம்
புனர்பூசம்	கார்த்திகை	ஆயில்யம்	பூரம்
பூசம்	ரோகிணி	மகம்	உத்திரம்
ஆயில்யம்	மிருகசீரிஷம்	பூரம்	ஹஸ்தம்
மகம்	திருவாதிரை	உத்திரம்	சித்திரை
பூரம்	புனர்பூசம்	ஹஸ்தம்	சுவாதி
உத்திரம்	பூசம்	சித்திரை	விசாகம்
ஹஸ்தம்	ஆயில்யம்	சுவாதி	அனுசம்
சித்திரை	மகம்	விசாகம்	கேட்டை
சுவாதி	பூரம்	அனுசம்	மூலம்
விசாகம்	உத்திரம்	கேட்டை	பூராடம்
அனுசம்	ஹஸ்தம்	மூலம்	உத்திராடம்
கேட்டை	சித்திரை	பூராடம்	திருஓணம்
மூலம்	சுவாதி	உத்திராடம்	அவிட்டம்
பூராடம்	விசாகம்	திருஓணம்	சதயம்
உத்திராடம்	அனுசம்	அவிட்டம்	பூரட்டாதி
திருஓணம்	கேட்டை	சதயம்	உத்திரட்டாதி
அவிட்டம்	மூலம்	பூரட்டாதி	ரேவதி
சதயம்	பூராடம்	உத்திரட்டாதி	அசுவினி
பூரட்டாதி	உத்திராடம்	ரேவதி	பரணி
உத்திரட்டாதி	திருஓணம்	அசுவினி	கார்த்திகை
ரேவதி	அவிட்டம்	பரணி	ரோகிணி

செவ்வாயின் எதிரிடை நட்சத்திரங்கள்			
செவ்வாய் நின்ற நட்சத்திரம்	1	2	3
அசுவினி	கார்த்திகை	புனர்பூசம்	மகம்
பரணி	ரோகிணி	பூசம்	பூரம்
கார்த்திகை	மிருகசீரிஷம்	ஆயில்யம்	உத்திரம்
ரோகிணி	திருவாதிரை	மகம்	ஹஸ்தம்
மிருகசீரிஷம்	புனர்பூசம்	பூரம்	சித்திரை
திருவாதிரை	பூசம்	உத்திரம்	சுவாதி
புனர்பூசம்	ஆயில்யம்	ஹஸ்தம்	விசாகம்
பூசம்	மகம்	சித்திரை	அனுசம்
ஆயில்யம்	பூரம்	சுவாதி	கேட்டை
மகம்	உத்திரம்	விசாகம்	மூலம்
பூரம்	ஹஸ்தம்	அனுசம்	பூராடம்
உத்திரம்	சித்திரை	கேட்டை	உத்திராடம்
ஹஸ்தம்	சுவாதி	மூலம்	திருஓணம்
சித்திரை	விசாகம்	பூராடம்	அவிட்டம்
சுவாதி	அனுசம்	உத்திராடம்	சதயம்
விசாகம்	கேட்டை	திருஓணம்	பூரட்டாதி
அனுசம்	மூலம்	அவிட்டம்	உத்திரட்டாதி
கேட்டை	பூராடம்	சதயம்	ரேவதி
மூலம்	உத்திராடம்	பூரட்டாதி	அசுவினி
பூராடம்	திருஓணம்	உத்திரட்டாதி	பரணி
உத்திராடம்	அவிட்டம்	ரேவதி	கார்த்திகை
திருஓணம்	சதயம்	அசுவினி	ரோகிணி
அவிட்டம்	பூரட்டாதி	பரணி	மிருகசீரிஷம்
சதயம்	உத்திரட்டாதி	கார்த்திகை	திருவாதிரை
பூரட்டாதி	ரேவதி	ரோகிணி	புனர்பூசம்
உத்திரட்டாதி	அசுவினி	மிருகசீரிஷம்	பூசம்
ரேவதி	பரணி	திருவாதிரை	ஆயில்யம்

செவ்வாயின் எதிரிடை நட்சத்திரங்கள்		
செவ்வாய் நின்ற நட்சத்திரம்	4	5
அசுவினி	சுவாதி	உத்திராடம்
பரணி	விசாகம்	திருஓணம்
கார்த்திகை	அனுசம்	அவிட்டம்
ரோகிணி	கேட்டை	சதயம்
மிருகசீரிஷம்	மூலம்	பூரட்டாதி
திருவாதிரை	பூராடம்	உத்திரட்டாதி
புனர்பூசம்	உத்திராடம்	ரேவதி
பூசம்	திருஓணம்	அசுவினி
ஆயில்யம்	அவிட்டம்	பரணி
மகம்	சதயம்	கார்த்திகை
பூரம்	பூரட்டாதி	ரோகினி
உத்திரம்	உத்திரட்டாதி	மிருகசீரிஷம்
ஹஸ்தம்	ரேவதி	திருவாதிரை
சித்திரை	அசுவினி	புனர்பூசம்
சுவாதி	பரணி	பூசம்
விசாகம்	கார்த்திகை	ஆயில்யம்
அனுசம்	ரோகிணி	மகம்
கேட்டை	மிருகசீரிஷம்	பூரம்
மூலம்	திருவாதிரை	உத்திரம்
பூராடம்	புனர்பூசம்	ஹஸ்தம்
உத்திராடம்	பூசம்	சித்திரை
திருஓணம்	ஆயில்யம்	சுவாதி
அவிட்டம்	மகம்	விசாகம்
சதயம்	பூரம்	அனுசம்
பூரட்டாதி	உத்திரம்	கேட்டை
உத்திரட்டாதி	ஹஸ்தம்	மூலம்
ரேவதி	சித்திரை	பூராடம்

புதனின் எதிரிடை நட்சத்திரங்கள்

புதன் நின்ற நட்சத்திரம்	1	2	3	4
அசுவினி	மிருகசீரிஷம்	பூரம்	உத்திராடம்	திருஓணம்
பரணி	திருவாதிரை	உத்திரம்	திருஓணம்	அவிட்டம்
கார்த்திகை	புனர்பூசம்	ஹஸ்தம்	அவிட்டம்	சதயம்
ரோகிணி	பூசம்	சித்திரை	சதயம்	பூரட்டாதி
மிருகசீரிஷம்	ஆயில்யம்	சுவாதி	பூரட்டாதி	உத்திரட்டாதி
திருவாதிரை	மகம்	விசாகம்	உத்திரட்டாதி	ரேவதி
புனர்பூசம்	பூரம்	அனுசம்	ரேவதி	அசுவினி
பூசம்	உத்திரம்	கேட்டை	அசுவினி	பரணி
ஆயில்யம்	ஹஸ்தம்	மூலம்	பரணி	கார்த்திகை
மகம்	சித்திரை	பூராடம்	கார்த்திகை	ரோகிணி
பூரம்	சுவாதி	உத்திராடம்	ரோகிணி	மிருகசீரிஷம்
உத்திரம்	விசாகம்	திருஓணம்	மிருகசீரிஷம்	திருவாதிரை
ஹஸ்தம்	அனுசம்	அவிட்டம்	திருவாதிரை	புனர்பூசம்
சித்திரை	கேட்டை	சதயம்	புனர்பூசம்	பூசம்
சுவாதி	மூலம்	பூரட்டாதி	பூசம்	ஆயில்யம்
விசாகம்	பூராடம்	உத்திரட்டாதி	ஆயில்யம்	மகம்
அனுசம்	உத்திராடம்	ரேவதி	மகம்	பூரம்
கேட்டை	திருஓணம்	அசுவினி	பூரம்	உத்திரம்
மூலம்	அவிட்டம்	பரணி	உத்திரம்	ஹஸ்தம்
பூராடம்	சதயம்	கார்த்திகை	ஹஸ்தம்	சித்திரை
உத்திராடம்	பூரட்டாதி	ரோகிணி	சித்திரை	சுவாதி
திருஓணம்	உத்திரட்டாதி	மிருகசீரிஷம்	சுவாதி	விசாகம்
அவிட்டம்	ரேவதி	திருவாதிரை	விசாகம்	அனுசம்
சதயம்	அசுவினி	புனர்பூசம்	அனுசம்	கேட்டை
பூரட்டாதி	பரணி	பூசம்	கேட்டை	மூலம்
உத்திரட்டாதி	கார்த்திகை	ஆயில்யம்	மூலம்	பூராடம்
ரேவதி	ரோகிணி	மகம்	பூராடம்	உத்திராடம்

குருவின் எதிரிடை நட்சத்திரங்கள்

குரு நின்ற நட்சத்திரம்	1	2	3
அசுவினி	திருவாதிரை	புனர்பூசம்	ஆயில்யம்
பரணி	புனர்பூசம்	பூசம்	மகம்
கார்த்திகை	பூசம்	ஆயில்யம்	பூரம்
ரோகிணி	ஆயில்யம்	மகம்	உத்திரம்
மிருகசீரிஷம்	மகம்	பூரம்	ஹஸ்தம்
திருவாதிரை	பூரம்	உத்திரம்	சித்திரை
புனர்பூசம்	உத்திரம்	ஹஸ்தம்	சுவாதி
பூசம்	ஹஸ்தம்	சித்திரை	விசாகம்
ஆயில்யம்	சித்திரை	சுவாதி	அனுசம்
மகம்	சுவாதி	விசாகம்	கேட்டை
பூரம்	விசாகம்	அனுசம்	மூலம்
உத்திரம்	அனுசம்	கேட்டை	பூராடம்
ஹஸ்தம்	கேட்டை	மூலம்	உத்திராடம்
சித்திரை	மூலம்	பூராடம்	திருஓணம்
சுவாதி	பூராடம்	உத்திராடம்	அவிட்டம்
விசாகம்	உத்திராடம்	திருஓணம்	சதயம்
அனுசம்	திருஓணம்	அவிட்டம்	பூரட்டாதி
கேட்டை	அவிட்டம்	சதயம்	உத்திரட்டாதி
மூலம்	சதயம்	பூரட்டாதி	ரேவதி
பூராடம்	பூரட்டாதி	உத்திரட்டாதி	அசுவினி
உத்திராடம்	உத்திரட்டாதி	ரேவதி	பரணி
திருஓணம்	ரேவதி	அசுவினி	கார்த்திகை
அவிட்டம்	அசுவினி	பரணி	ரோகிணி
சதயம்	பரணி	கார்த்திகை	மிருகசீரிஷம்
பூரட்டாதி	கார்த்திகை	ரோகிணி	திருவாதிரை
உத்திரட்டாதி	ரோகிணி	மிருகசீரிஷம்	புனர்பூசம்
ரேவதி	மிருகசீரிஷம்	திருவாதிரை	பூசம்

சுக்கிரனின் எதிரிடை நட்சத்திரங்கள்			
சுக்கிரன் நின்ற நட்சத்திரம்	1	2	3
அசுவினி	பூராடம்	திருஓணம்	சதயம்
பரணி	உத்திராடம்	அவிட்டம்	பூரட்டாதி
கார்த்திகை	திருஓணம்	சதயம்	உத்திரட்டாதி
ரோகிணி	அவிட்டம்	பூரட்டாதி	ரேவதி
மிருகசீரிஷம்	சதயம்	உத்திரட்டாதி	அசுவினி
திருவாதிரை	பூரட்டாதி	ரேவதி	பரணி
புனர்பூசம்	உத்திரட்டாதி	அசுவினி	கார்த்திகை
பூசம்	ரேவதி	பரணி	ரோகினி
ஆயில்யம்	அசுவினி	கார்த்திகை	மிருகசீரிஷம்
மகம்	பரணி	ரோகிணி	திருவாதிரை
பூரம்	கார்த்திகை	மிருகசீரிஷம்	புனர்பூசம்
உத்திரம்	ரோகிணி	திருவாதிரை	பூசம்
ஹஸ்தம்	மிருகசீரிஷம்	புனர்பூசம்	ஆயில்யம்
சித்திரை	திருவாதிரை	பூசம்	மகம்
சுவாதி	புனர்பூசம்	ஆயில்யம்	பூரம்
விசாகம்	பூசம்	மகம்	உத்திரம்
அனுசம்	ஆயில்யம்	பூரம்	ஹஸ்தம்
கேட்டை	மகம்	உத்திரம்	சித்திரை
மூலம்	பூரம்	ஹஸ்தம்	சுவாதி
பூராடம்	உத்திரம்	சித்திரை	விசாகம்
உத்திராடம்	ஹஸ்தம்	சுவாதி	அனுசம்
திருஓணம்	சித்திரை	விசாகம்	கேட்டை
அவிட்டம்	சுவாதி	அனுசம்	மூலம்
சதயம்	விசாகம்	கேட்டை	பூராடம்
பூரட்டாதி	அனுசம்	மூலம்	உத்திராடம்
உத்திரட்டாதி	கேட்டை	பூராடம்	திருஓணம்
ரேவதி	மூலம்	உத்திராடம்	அவிட்டம்

சனியின் எதிரிடை நட்சத்திரங்கள்				
சனி நின்ற நட்சத்திரம்	1	2	3	4
அசுவினி	பூசம்	மிருகசீரிஷம்	திருவாதிரை	மகம்
பரணி	ஆயில்யம்	திருவாதிரை	புனர்பூசம்	பூரம்
கார்த்திகை	மகம்	புனர்பூசம்	பூசம்	உத்திரம்
ரோகிணி	பூரம்	பூசம்	ஆயில்யம்	ஹஸ்தம்
மிருகசீரிஷம்	உத்திரம்	ஆயில்யம்	மகம்	சித்திரை
திருவாதிரை	ஹஸ்தம்	மகம்	பூரம்	சுவாதி
புனர்பூசம்	சித்திரை	பூரம்	உத்திரம்	விசாகம்
பூசம்	சுவாதி	உத்திரம்	ஹஸ்தம்	அனுசம்
ஆயில்யம்	விசாகம்	ஹஸ்தம்	சித்திரை	கேட்டை
மகம்	அனுசம்	சித்திரை	சுவாதி	மூலம்
பூரம்	கேட்டை	சுவாதி	விசாகம்	பூராடம்
உத்திரம்	மூலம்	விசாகம்	அனுசம்	உத்திராடம்
ஹஸ்தம்	பூராடம்	அனுசம்	கேட்டை	திருஓணம்
சித்திரை	உத்திராடம்	கேட்டை	மூலம்	அவிட்டம்
சுவாதி	திருஓணம்	மூலம்	பூராடம்	சதயம்
விசாகம்	அவிட்டம்	பூராடம்	உத்திராடம்	பூரட்டாதி
அனுசம்	சதயம்	உத்திராடம்	திருஓணம்	உத்திரட்டாதி
கேட்டை	பூரட்டாதி	திருஓணம்	அவிட்டம்	ரேவதி
மூலம்	உத்திரட்டாதி	அவிட்டம்	சதயம்	அசுவினி
பூராடம்	ரேவதி	சதயம்	பூரட்டாதி	பரணி
உத்திராடம்	அசுவினி	பூரட்டாதி	உத்திரட்டாதி	கார்த்திகை
திருஓணம்	பரணி	உத்திரட்டாதி	ரேவதி	ரோகிணி
அவிட்டம்	கார்த்திகை	ரேவதி	அசுவினி	மிருகசீரிஷம்
சதயம்	ரோகிணி	அசுவினி	பரணி	திருவாதிரை
பூரட்டாதி	மிருகசீரிஷம்	பரணி	கார்த்திகை	புனர்பூசம்
உத்திரட்டாதி	திருவாதிரை	கார்த்திகை	ரோகிணி	பூசம்
ரேவதி	புனர்பூசம்	ரோகிணி	மிருகசீரிஷம்	ஆயில்யம்

சனியின் எதிரிடை நட்சத்திரங்கள்			
சனி நின்ற நட்சத்திரம்	5	6	7
அசுவினி	பூரம்	பூராடம்	உத்திரட்டாதி
பரணி	உத்திரம்	உத்திராடம்	ரேவதி
கார்த்திகை	ஹஸ்தம்	திருஓணம்	அசுவினி
ரோகிணி	சித்திரை	அவிட்டம்	பரணி
மிருகசீரிஷம்	சுவாதி	சதயம்	கார்த்திகை
திருவாதிரை	விசாகம்	பூரட்டாதி	ரோகிணி
புனர்பூசம்	அனுசம்	உத்திரட்டாதி	மிருகசீரிஷம்
பூசம்	கேட்டை	ரேவதி	திருவாதிரை
ஆயில்யம்	மூலம்	அசுவினி	புனர்பூசம்
மகம்	பூராடம்	பரணி	பூசம்
பூரம்	உத்திராடம்	கார்த்திகை	ஆயில்யம்
உத்திரம்	திருஓணம்	ரோகிணி	மகம்
ஹஸ்தம்	அவிட்டம்	மிருகசீரிஷம்	பூரம்
சித்திரை	சதயம்	திருவாதிரை	உத்திரம்
சுவாதி	பூரட்டாதி	புனர்பூசம்	ஹஸ்தம்
விசாகம்	உத்திரட்டாதி	பூசம்	சித்திரை
அனுசம்	ரேவதி	ஆயில்யம்	சுவாதி
கேட்டை	அசுவினி	மகம்	விசாகம்
மூலம்	பரணி	பூரம்	அனுசம்
பூராடம்	கார்த்திகை	உத்திரம்	கேட்டை
உத்திராடம்	ரோகிணி	ஹஸ்தம்	மூலம்
திருஓணம்	மிருகசீரிஷம்	சித்திரை	பூராடம்
அவிட்டம்	திருவாதிரை	சுவாதி	உத்திராடம்
சதயம்	புனர்பூசம்	விசாகம்	திருஓணம்
பூரட்டாதி	பூசம்	அனுசம்	அவிட்டம்
உத்திரட்டாதி	ஆயில்யம்	கேட்டை	சதயம்
ரேவதி	மகம்	மூலம்	பூரட்டாதி

ராகு/கேதுவின் எதிரிடை நட்சத்திரங்கள்		
ராகு/கேது நின்ற நட்சத்திரம்	1	2
அசுவினி	பூராடம்	திருவோணம்
பரணி	உத்திராடம்	அவிட்டம்
கார்த்திகை	திருவோணம்	சதயம்
ரோகிணி	அவிட்டம்	பூரட்டாதி
மிருகசீரிஷம்	சதயம்	உத்திராடம்
திருவாதிரை	பூரட்டாதி	ரேவதி
புனர்பூசம்	உத்திரட்டாதி	அசுவினி
பூசம்	ரேவதி	பரணி
ஆயில்யம்	அசுவினி	கார்த்திகை
மகம்	பரணி	ரோகிணி
பூரம்	கார்த்திகை	மிருகசீரிஷம்
உத்திரம்	ரோகிணி	திருவாதிரை
ஹஸ்தம்	மிருகசீரிஷம்	புனர்பூசம்
சித்திரை	திருவாதிரை	பூசம்
சுவாதி	புனர்பூசம்	ஆயில்யம்
விசாகம்	பூசம்	மகம்
அனுசம்	ஆயில்யம்	பூரம்
கேட்டை	மகம்	உத்திரம்
மூலம்	பூரம்	ஹஸ்தம்
பூராடம்	உத்திரம்	சித்திரை
உத்திராடம்	ஹஸ்தம்	சுவாதி
திருவோணம்	சித்திரை	விசாகம்
அவிட்டம்	சுவாதி	அனுசம்
சதயம்	விசாகம்	கேட்டை
பூரட்டாதி	அனுசம்	மூலம்
உத்திரட்டாதி	கேட்டை	பூராடம்
ரேவதி	மூலம்	உத்திராடம்

எதிரிடை நட்சத்திர ஆய்வு:

➢ ஒரு கிரகம் தான் நின்ற நட்சத்திரத்தின் எதிரிடை நட்சத்திரங் களில் எந்த கிரகம் இருக்கிறதோ அந்தக் கிரகத்தை அரவணைக் காமல் புறக்கணித்துவிடும்.

➢ உதாரணமாக சூரியனின் எதிரிடையில் ஏதேனும் ஒரு கிரகம் இருப்பின், அந்தக் கிரகத்தை சூரியன் புறக்கணிப்பார். சூரியனின் காரக ஆதிபத்தியங்கள் அந்தக் கிரகத்திற்கு அனுசரணையாக இருக்காது. மேலும் சூரியனால் கிடைக்க வேண்டிய பலன்கள் அந்தக் கிரகத்திற்கு கிடைக்காது.

➢ சூரியனின் எதிரிடையில் லக்னம்/சந்திரன்/லக்னாதிபதி இருப்பின் சூரியனின் காரக ஆதிபத்தியங்கள் ஜாதகருக்குக் கிடைக்காது.

➢ இதேபோல் பிற கிரகங்களுக்கும் பார்த்துக் கொள்ளவும்.

➢ இராசி, பாவகங்கள்ரீதியாக பலன்கள் பார்ப்பது **'ஸ்தூலம்'** ஆகும்.

➢ நட்சத்திரங்கள் ரீதியாக பலன்கள் பார்ப்பது **'சூட்சுமம்'** ஆகும்.

➢ நட்சத்திரங்களின் பாகை முறையில் பலன்கள் பார்ப்பது **'அதிசூட்சமம்'** ஆகும்.

➢ ஒரு ஜாதகத்தில் கிரகங்களின் அமைப்புகள் பார்ப்பதற்கு நன்றாக, பலமாக இருக்கும். ஆனால் நடைமுறையில் பலன்களோ எதிர் பார்த்த மாதிரி இருக்காது. இங்கேதான் எதிரிடை நட்சத்திரங்களின் சூட்சம விளையாட்டு ஒளிந்து கொண்டிருக்கிறது.

➢ ஜாதகத்தில் சொல்லப்பட்ட **'வர்தனீ குலசம்பதாம் பதவீ பூர்வ புண்ணியனாம்'** என்ற நிலைப்படி ஜாதகரின் **பாரம்பரியம்** மற்றும் **அவன்** செய்த பாவ புண்ணியங்களுக்குத் தக்கபடிதான் எந்த **யோகமானாலும் செயல்படும்** என்பது உறுதியான ஒன்றாகும்.

➢ பல பெரிய யோகங்களை எல்லாம் அடக்கிக் கொண்டுள்ள ஜாதகத்தைப் பார்க்கும்போது, அதன் பலன்களுக்கும், யோகத் திற்கும் தொடர்பு இல்லாத ஒன்றை காண முடிகிறது. அதே சமயம் எந்தவிதமான யோக அமைப்புகளையும் தன்னுள் பெறாத சில ஜாதகங்களைப் பார்க்கும்போது அதன் பலன்கள் ஆச்சரியம் அடையும்படியாக உள்ளது.

➢ இதற்கெல்லாம் காரணம் ஜாதகத்தின் நட்சத்திரத் தூண்களே! இந்தத் தூண்களின் அமைப்பைப் பொறுத்தே அனைத்தும் நிகழ்கிறது.

> கிரகங்கள் நட்சத்திரங்கள் என்னும் சாலையில் தாமே பயணம் செய்கிறது. சாலை பழுதின்றி இருந்தால் கிரகங்களின் பயணம் இனிதே தடையின்றி இருக்கும்.

> ஒருவரின் உயர்ந்த நிலை, பதவி, கௌரவம், பணபலம், உடல் பலம், வித்யாபலம் போன்ற எல்லாவற்றிற்கும் நட்சத்திரத் தூண்கள் சரியாக இருக்க வேண்டும்.

> கிரகங்களைத் தாங்கி நிற்பது **நட்சத்திரம்** எனப்படும் தூண்களே.

> பலமற்ற நட்சத்திரத்தில் எவ்வளவு பலம் பெற்ற கிரகம் இருந்தும் வீண்தான்.

> ஒரு கிரகத்தின் முடிவான 'சுபாசுப' பலன்களைத் தீர்மானம் செய்வது அந்தக் கிரகம் பெற்ற நட்சத்திரமே இதில் அணுவளவும் சந்தேகம் வேண்டாம்.

நட்சத்திரம் (Star):

சுய ஒளி மூலம் கொண்ட அக்னிக் கோளங்களே நட்சத்திரங்கள் எனப்படுகின்றன.

கிரகம் (Planet):

நட்சத்திரங்களின் ஒளிப்பிரவாகத்தை கிரகித்துக் கொடுப்பது 'கிரகம்' என்று அழைக்கப்படுகின்றது.

ஒரு கிரகம் தனித்து எதையும் செய்யாது. அது ஏதேனும் ஒரு நட்சத்திரத்தோடு இணைந்தே செயல்படும்.

இல்லறத்தில் எதிரிடையின் லீலை:

இல்லற வாழ்க்கையோடு தொடர்புடைய முக்கிய பாவகங்கள் 1, 2, 4, 7, 8, 12.

இவற்றில் மிக முக்கிய **பாவகங்கள்** 1, 2, 7 ஆகும்.

    1 ⇒ ஜாதகர் (ஆண்/பெண்)
    2 ⇒ குடும்பம் (Family)
    7 ⇒ களத்திரம் (கணவன்/மனைவி)

முக்கியக் கிரகங்கள்:

1. சுக்கிரன்
2. குரு
3. லக்னாதிபதி

4. 7ம் பாவாதிபதி
5. சந்திரன்

எதிரிடை பலன் ஆய்வு:

- லக்னாதிபதியின் எதிரிடை நட்சத்திரத்தில் குடும்பாதிபதி இருப்பின், தனம், குடும்பம் அமைவதில் தடை, தாமதம் ஏற்படும். ஜாதகர் குடும்ப மேன்மைக்கு உறுதுணையாக இருக்க மாட்டார்.
- லக்னாதிபதியின் எதிரிடையில் 7க்குடைய களத்திராதிபதி இருப்பின் கணவன்/மனைவி உறவு சிறப்பாக அமைவது கடினம். திருமணம் ஏற்படுவதில் தடைகள், தாமதங்கள், தோஷங்கள் காட்டும். ஜாதகர் கணவன்/மனைவியை புறக்கணிப்பர்.
- 7க்குடையவரின் எதிரிடையில் லக்னாதிபதி இருப்பின், மனைவி ஜாதகரை புறக்கணிப்பார். மனைவி இல்லறத்திற்கு உறுதுணையாக இருக்க மாட்டாள். களத்திர வர்க்கத்தாரால் பாதிப்புகள் ஏற்படும்.
- 7க்குடையவரின் எதிரிடையில் குடும்பாதிபதி எனும் 2ம் அதிபதி இருப்பின் ஜாதகரின் குடும்ப வாழ்க்கை மேன்மை அடைய மனைவி உறுதுணையாக இருக்க மாட்டாள். குடும்பம் அமைவதில் தடை, தாமதங்கள், தோஷங்கள் காட்டும்.
- 7க்குடையவரின் எதிரிடையில் 5க்குடையவர் வரக் கூடாது. வந்தால் மனைவி புத்திர உற்பத்தி மற்றும் மேன்மைக்கு உற்றவளாக இருக்க மாட்டாள்.
- 7க்குடையவரின் எதிரிடையில் 10ம் பாவாதிபதி இருப்பின், ஜாதகரின் தொழில், உத்தியோக, வேலைக்கு உறுதுணையாக, உகந்தவளாக மனைவி இராள்.
- 7க்குடையவரின் எதிரிடையில் 12க்குடையவர் இருப்பின் ஜாதகருக்கு மனைவியால் சயன போக கட்டில் சுகம் கிட்டாது. மனைவி படுக்கை சுகத்திற்கு உகந்தவளாக இருப்பதில் தடைகள் இருக்கும். (does not co-operate).
- சுக்கிரனின் எதிரிடையில் லக்னம், சந்திரன், லக்னாதிபதி இருப்பது மனைவியின் சப்போர்ட் பூர்ணமாக இருப்பது கடினம். திருமணம் தோஷம் காட்டும்.
- சுக்கிரனின் எதிரிடையில் சந்திரனும், சந்திரனின் எதிரிடையில் சுக்கிரனும் இருப்பின் மாதா, மனம், உடல், சுகம் எதுவும் ஜாதகருக்குக் கிட்டாது.

- ➢ லக்னாதிபதியின் எதிரிடையில் சுக்கிரனும் (அ) சுக்கிரனின் எதிரிடையில் லக்னாதிபதியும் இருக்கக் கூடாது. இருப்பின் திருமணத் தடை, தாமதம், இல்லறத்தில் பிரச்சனைகள் காட்டும்.
- ➢ நடப்பு **தசாநாதனின்** எதிரிடையில் **7க்குடையவரோ** அல்லது **சுக்கிரனோ** இருப்பின் திருமணம் நடப்பது கானல்நீர் போன்று தள்ளிப் போகும். நடந்துவிடினும் இல்லறத்தில் பிரச்சனைகள் தாண்டவமாடும்.
- ➢ ஆண்களுக்கு சுக்கிரனின் எதிரிடையில் லக்னாதிபதி, களத்தி ராதிபதி வரக்கூடாது.
- ➢ பெண்களுக்கு குருவின் எதிரிடையில் லக்னாதிபதி, களத்தி ராதிபதி வரக்கூடாது. வரின் திருமணத் தடைகள், தோஷங்கள் காட்டும். இல்லற வாழ்வில் பிரச்சனைகள் ஏற்படும்.
- ➢ சந்திரனின் எதிரிடையில் 7ம்அதிபதி, 2ம்அதிபதி வரக்கூடாது.
- ➢ சந்திரனின் எதிரிடையில் எந்த ஒரு கிரகமும் வராமல் இருப்பதே நன்று.

உதாரண ஜாதகம்:

		சூரி சனி சுக்	புதன்
	இராசி ஆண்		கேது
ல/ செ ரா சந்			
	குரு		

மேற்கண்ட உதாரண ஜாதகத்தில் ஆணின் மகர லக்னத்திற்கு 11ல் தசாநாதன் குரு அனுசத்தில் உள்ளார்.

குருவின் எதிரிடை நட்சத்திரங்கள்:

குரு ⟶ திருஓணம், அவிட்டம், பூரட்டாதி

சந்திரன் ⟶ அவிட்டம்

குரு —எதிரிடை→ சந்திரன்

இங்கு குருவின் **'எதிரிடையில்'** மகர லக்ன 7க்குடைய சந்திரன் இருக்கிறார். எனவே தசாநாதன் குரு 7ம் பாவக காரகமான திருமணம், இல்லற, காம, களத்திர சுகத்தைத் தர மறுக்கிறார்.

இந்த ஜாதகருக்கு 40 வயதுக்கு மேல் ஆகிவிட்டது. இது வரை திருமணத்திற்கான அறிகுறியே தெரியவில்லை. குருதசை முடியும்வரை 7மிட பலன் கிடைப்பது சந்தேகமே. இது தசாநாதன் தரும் திருமணத் தடை, தாமதமாகும். அடுத்து வரும் சனி திசையில் மணம் மகிழ்வாக நடக்கும்.

ஜீவகிரகம் குரு:

ஜோதிடத்தில் குரு ஜீவகிரகம் எனப் போற்றப்படுகிறார்.

எனவே குருவின் எதிரிடையில் எந்த ஒரு கிரகமும் இருக்கவே கூடாது. குறிப்பாக சந்திரன், லக்னம், லக்னாதிபதி, 5, 9 அதிபதிகள் இருத்தல் கூடவே கூடாது.

நாடி விதிகளின்படி எல்லா ஆண்களுக்கும் **குருவே** லக்னாதிபதி எல்லாப் பெண்களுக்கும் **சுக்கிரனே** லக்னாதிபதி ஆகிறார்.

எனவே யாதொரு காரணம் கொண்டும் குரு, சுக்கிரனின் எதிரிடையில் முக்கியக் கிரகங்கள் வரக்கூடாது.

உதாரண ஜாதகம்:

கேது			
	இராசி		குரு
	பெண்		சூரி சந் புதன் சனி
	ல/	சுக்	செ ராகு

பூரம் 1ல் சூரியன்; மகம் 4ல் சந்திரன்; சித்திரை 2ல் செவ்வாய்; மகம் 1ல் புதன்; பூசம் 2ல் குரு; சித்திரை 3ல் சுக்கிரன்; மகம் 3ல் சனி; உத்திரம் 2ல் ராகு; பூரட்டாதி 4ல் கேது.

கிரகங்கள்	எதிரிடையில் நின்ற கிரகங்கள்
குரு	செவ்வாய் (1), சுக்கிரன் (7, 12)
சந்திரன்	செவ்வாய், சுக்கிரன்
சுக்கிரன்	குரு (2, 5), சந்திரன், புதன், சனி
செவ்வாய்	கிரகங்கள் ஏதும் இல்லை.

மேற்கண்ட உதாரண ஜாதகத்தில் லக்கினத்தின் 5, 9க்குரிய குரு, சந்திரனின் எதிரிடையில் 1, 7க்குடைய செவ்வாயும், சுக்கிரனும் உள்ளனர். எனவே குருவும், சந்திரனும் லக்னம் மற்றும் களத்திர ஸ்தான பலன்களைத் தர மறுக்கின்றனர்.

மேலும் சுக்கிரனும் சந்திரனும் ஒருவருக்கொருவர் எதிரிடையில் இருக்கின்றனர்.

நடப்பு தசாநாதன் சந்திரனின் எதிரிடையில் லக்னாதிபதி செவ்வாய், களத்திராதிபதி சுக்கிரன் உள்ளனர்.

எனவே சந்திரன் 7மிட களத்திர பலனை தர மறுக்கிறார். சுக்கிரனின் எதிரிடையில் தசாநாதன் சந்திரன் இருப்பதால், சுக்கிரனும் தசாநாதனை புறக்கணிக்கிறார்.

குருவின் எதிரிடையில் 7ம் அதிபதி, சுக்கிரன் இருப்பது குரு இந்த ஜாதகிக்கு சப்போர்ட் செய்யவில்லை. கோச்சார குரு பார்வை எடுபடவில்லை. அகவை முப்பதைக் கடந்தும் திருமணம் தள்ளிப் போகிறது.

2, 5, 9க்குரிய பூர்வ புண்ணிய குடும்பாதிபதி குருவும், பாக்கியாதிபதி சந்திரனும் தங்களது எதிரிடையில் 1, 7, 12க்குரிய செவ்வாய், சுக்கிரனைப் பெற்றுள்ளதால், லக்ன புண்ணிய, பாக்கியம் செயல்படவில்லை.

சந்திரனின் எதிரிடையில் 7ம்அதிபதி சுக்கிரன் இருப்பதால், சந்திரனின் காரக ஆதிபத்திய (4, 9) நபர் ஜாதகியின் திருமணத் திற்குப் பெரும் தடையாக செயல்படுகின்றனர்.

தசாநாதரான சந்திரன்தான் ஜாதகியின் திருமணத் தடையினை நீக்கி விசுவாசத்தை செய்து வைக்க வேண்டும்.

எதிரிடையின் முடிவுகள்:

➢ ஒரு ஜாதகத்தில் மேலோட்டமாக ஆய்வு செய்து பார்க்கும் போது கிரக அமைப்புகள் நன்றாகவே இருக்கும். ஆனால் பலன்கள் சைபராக இருக்கும். இதுபோன்ற புரியாத புதிர்களுக்கு விடை கொடுப்பது **எதிரிடை நட்சத்திர ஆய்வுகள்தாம்**.

➢ எதிரிடை தோஷங்களால் ஏற்படும் தடைகளுக்கு சாதாரண சாந்தி, பரிகாரம், வழிபாடுகள் ஏதும் பெரிதாகப் பலன் அளிக்காது.

➢ யாகாதி, வேள்விகள், பிராம்மண போஜனம், அன்ன வஸ்திர தானம், ருத்ர ஜெபங்கள், பலமான மந்திரங்களின் உச்சாடன மூலம் ஹோமம் செய்தல் போன்ற வழிபாடுகள் மூலம்தான் ஓரளவு பலன் காண முடியும். இதுவும் பெரிய பரிகார ஸ்தலங்களில்தான் செய்ய வேண்டும் (சிதம்பரம், திருவண்ணாமலை).

➢ சாதாரண ஆலய தரிசனம், அர்ச்சனை, ஆராதனை இதெல்லாம் எதிரிடையிடம் வேலைக்கு ஆகாது.

➢ 27 நட்சத்திர தேவதைகளுக்கும் **ஆவாகனம், ஆகுதி** அளிக்க வேண்டும்.

➢ நட்சத்திர தேவதா வழிபாடுகளை ஆத்மார்த்தமாக சிறப்பாக செய்ய வேண்டும்.

➢ பக்தி + சிரத்தை + பூரண நம்பிக்கை இம்மூன்றும்தான் பிரதான அர்ப்பணம் ஆகும்.

6. ஏழாம் பாவத்தின் பலன்கள்

7-ம் பாவாதிபதி லக்னத்தில் இருப்பின் தனக்குப் பிடித்தவாறு இல்லற வாழ்க்கையை அமைத்துக் கொள்வர். தம்பதிகள் இருவரும் இணக்கமாக இருப்பார். பாபர்களின் சேர்க்கை பார்வை சாரம் பெறாமல் இருக்க வேண்டும்.

7க்குடையவர் 2ல் இருப்பின் மனைவி வந்தபிறகு குடும்பம் முன்னேற்றம் காணும். மனைவியின் மூலம் வருமானம் வரும் அல்லது சொத்துக்கள் கிடைக்கும்.

7க்குடையவர் 3ல் இருப்பின் அதிக காமஇச்சை உடையவர். தனக்கு அருகாமையில் நெருங்கி பழகினவரைத் திருமணம் செய்ய நேரிடும். நட்புவகை அல்லது காதல் செய்து, திருமணம் செய்யும் நிலை ஏற்படும். ஜாதகரின் வெற்றி, சகாயம், தைரியத்துக்கு உறுதுணையாக மனைவி இருப்பாள்.

7க்குடையவர் 4ல் இருப்பின் மனைவி மூலம் நிலம், வீடு, வாகனம், பூமி, காணி கிடைக்கும். அல்லது மனைவி வந்தபிறகு அவைகள் உற்பத்தியாகும். திருமண வாழ்க்கைக்கு மனைவி உறுதுணையாக இருப்பாள்.

7க்குடையவர் 5ல் இருப்பின் காதல் வயப்படுவர். சுபத்தன்மையுடன் இருப்பின் காதல் வெற்றி பெறும். மனைவியை நன்கு நேசிப்பவர். 5மிடம் மனம், 7மிடம் மனைவி. மனதில் மனைவியை வைத்து தாங்குவர்.

7க்குடையவர் 6ல் இருப்பின் திருமண தோஷம் தரும். திருமணத் தடைகள், தாமதம், மணமான பிறகு பலவித பிரச்சனைகள், தம்பதிகள் கருத்துவேறுபாடு, விவாகரத்து, நோய், கடன், எதிர்ப்புகள் போன்ற அசுப பலன்கள் காட்டும். சுபர் பார்வை செய்தால் தீயபலன்கள் மட்டுப்படும்.

7க்குடையவர் 7ல் ஆட்சி பெறுதல் மிகச் சிறப்பு. 7ம் பாவக பலன்கள் பூரணமாக சித்திக்கும். கணவன்/மனைவி ஒருவரையொருவர் அரவணைத்து வாழ்க்கை நடத்துவார்கள். 7ம் பாவத்தின் கை ஓங்கி நிற்கும் (ஆட்சி).

7க்குடையவர் 8ல் இருப்பின் திருமண தோஷம் காட்டும். இரண்டு மணம் நடக்கலாம். கணவன்/மனைவிக்கு பாதிப்பு உண்டாகும். திருமணத்திற்குப் பிறகு 8மிடத்தின் கொடிய தீயபலன் தலை தூக்கி தாண்டவமாடும்.

7க்குடையவர் 9ல் இருப்பின் மனைவி மூலம் பாக்கியங்கள் உண்டாகும். திருமணத்திற்குப் பிறகே வாழ்க்கை பிரகாசிக்கும். நல்ல பாக்கியம் அனுபவிப்பர்.

7க்குடையவர் 10ல் இருப்பின் மனைவி வந்தபிறகு தொழில், வேலை, ஜீவனம் பலப்படும். மணவாழ்க்கை மகிழ்ச்சியாக அமையும்.

7க்குடையவர் 11ல் இருப்பின் மனைவியால் வெகு லாபங்கள் உண்டு. மனைவி மூலம் வருவாய், சொத்துக்கள் கண்டிப்பாக உண்டு.

7க்குடையவர் 12ல் இருப்பின் மனைவி வந்த பிறகு விரயங்கள் அதிகமாகும். சுபராயின் சுபவிரயம், அசுபராயின் அசுப விரயம். 7ம்அதிபதி 12ல் இருப்பது களத்திர தோஷம். திருமணத் தடை, தாமதம், பிரச்சனைகள் ஏற்படும்.

மற்ற பாவாதிபதிகள் 7மிடத்தில் இருக்கும் பலன்கள்:

✺ லக்னாதிபதி 7ல் இருப்பின் ஜாதகன் மனைவியை ஆட்சி செய்வான். காமசுகத்தில் பற்றுடையவன். தம்பதிகள் ஒற்றுமையாக இருப்பார். எத்தனை பிரச்சனைகள் வந்தாலும் பிரியமாட்டார்கள்.

✺ 2க்குடையவர் 7ல் இருப்பின் மனைவி மூலம் வருவாய், செலவு ஏற்படும். குடும்பத்தின் ஏற்ற இறக்கங்களுக்கு மனைவியே காரணமாக இருப்பாள்.

✺ 3க்குடையவர் 7ல் இருப்பின் ஜாதகர் அதிக காம இச்சை உடையவராக இருப்பர். சுபம் இருக்கும். காதல் மணம் புரிவர்.

✺ 4க்குடையவர் 7ல் இருப்பின் மனைவி மூலம் நிலம், வீடு, வாகனம், சுகபோகங்கள் கிடைக்கும் அல்லது மனைவி வந்த பிறகு இவைகள் உண்டாகும்.

✺ 5க்குடையவர் 7ல் இருப்பின் காதல் வசப்படுவர். புத்திர தோஷம் காட்டும். திருமணத் தடை, தாமதம் ஏற்படலாம்.

* 6க்குடையவர் 7ல் இருப்பின் தம்பதிகள் பிரச்சனைகளுடன் வாழ்வர். நோய், கடன், தொல்லைகள் யாவும் மனைவி மூலம் ஏற்படும்.

* 7க்குடையவர் 7ல் ஆட்சியாக இருப்பது 7மிடத்து சுபபலன்களை குறைவின்றித் தரும். நல்ல மனைவி, யோகங்களை அளிக்கும்.

* 8க்குடையவர் 7ல் இருப்பது களத்திர தோஷமாகும். திருமணத் தடை, தாமதம், குறைகள் உண்டாகும். சிலருக்கு இருதார யோகம் கூட ஏற்படலாம். மனைவி வந்த பிறகு கண்டம், தண்டம், விபத்து, இழப்புகள் ஏற்படும்.

* 9க்குடையவர் 7ல் இருப்பின் மனைவி மூலம் மகாலட்சுமியே வருகிறாள் என்று அர்த்தம். மனைவி வந்தபிறகு மாபெரும் மாற்றம் மணவாழ்க்கையில் ஏற்படுவது உறுதி.

* 10க்குடையவர் 7ல் இருப்பின் மனைவி மூலம் தொழில், வேலை வாய்ப்பு, ஜீவனம் பலப்படும்.

* 11க்குடையவர் 7ல் இருப்பின் மனைவி மூலம் லாபம், வருவாய் ஏற்படும் (Gain After Marriage).

* 12க்குடையவர் 7ல் இருப்பின் மனைவி மூலம் விரயங்கள் காட்டும். மனைவிக்கும், போகத்திற்கும் அதிகப் பொருள், ஆற்றல், நேரம் செலவு செய்ய நேரிடும்.

* இதுவரை பாவாதிபதிகள் 7மிடத்திலும், 7மிடத்ததிபதி பிற பாவகங்களிலும் இருந்தால் என்ன பலன்கள் உண்டாகும் என்பதைப் பற்றி ரத்தினச் சுருக்கமாக அறிவிக்கப்பட்டது. இனி 7மிடத்தில் கிரகங்கள் நின்ற பலன்கள் பற்றி சுருக்கமாகக் காணலாம்.

7மிடத்தில் நின்ற கிரகப் பலன்கள் சூரியன்:

ஆண் ஜாதகத்தில் சூரியன் 7ல் இருப்பின் மனைவி அதிகார, அகங்கார குணமுடையவள். திருமணத் தடை, தாமதம் ஏற்படும். கணவன், மனைவி பிரச்சனைகள் ஏற்படும். சுபர் பார்வை பெறின் நிவர்த்தி உண்டு. பாபர்கள் சேர்க்கை, பார்வை பெறின் இல்லறம் சோபிக்காது.

பெண் ஜாதகத்தில் 7ல் சூரியன் இருப்பது திருமணத் தடை, தாமதம், தோஷம் காட்டும். கணவன், மனைவி உறவு சிறப்பாக இராது. கணவனால் வெறுத்து ஒதுக்கப்படுவாள். குருபார்வை இருப்பின்

திருமணம் நடக்க வாய்ப்பு உண்டு. ராகு/கேது சேர்க்கை பெறின் அடிதடி உதை உண்டு. பெரும் பாதிப்புகள் என்ன வேண்டுமானாலும் ஏற்படும்.

சந்திரன்:

ஆணின் ஜாதகத்தில் 7ல் சந்திரன் இருப்பின் அது சலனம், சபலத்தை ஏற்படுத்தும், ஸ்திரீ லோலனாக அலையச் செய்யும். பொம்பளை பொறுக்கி என்று பெயர் எடுக்கச் செய்யும். இவர்களுக்கு காதல் கலப்பு மணம் நடக்க வாய்ப்புண்டு. திருமணத் தடை, தாமதம், தோஷம் காட்டும். மனைவி மென்மையான குணம், ரூபம் கொண்டவளாக இருப்பாள்.

பெண்ணின் ஜாதகத்தில் 7ல் சந்திரன் இருப்பின் காதல், காமத்தில் அதிகப் பற்று கொண்டவளாக இருப்பாள். காதல் கலப்பு மணம் ஏற்படலாம். மனம் ஒருநிலையில் இராது. திருமணம் நடத்தி வைப்பதற்குள் போதும் போதும் என்றாகி விடும். குரு பார்வை பெறின் எல்லாம் நன்றாக நடக்கும், இருக்கும்.

செவ்வாய்:

ஆணிற்கோ/பெண்ணிற்கோ 7ல் செவ்வாய் இருப்பது நல்லதல்ல. திருமணத் தடை, தாமதம், தோஷம் காட்டும். கணவன், மனைவிக்கு ரோகம் ஏற்படும். துரோகமும் செய்யத் தூண்டும். சுபர் பார்வை பெறின் ஓரளவு நன்மை தரும்.

புதன்:

7ல் புதன் இருப்பது ஆண்/பெண் இருவருக்கும் நல்ல படித்த வரனை அமைத்துக் கொடுக்கும். கணவன்/மனைவி நல்ல ஒற்றுமையைக் கொடுக்கும். இருவரும் தந்திரசாலிகள், புத்திசாலிகள்.

குரு:

7ல் குரு இருப்பது ஏழாம் பாவத்திற்கும் நன்மையே. நல்ல ரூபம், குணமுள்ள மனைவி அமைவாள். மனைவி மாங்கல்ய பலம் நிறைந்தவளாக இருப்பாள்.

சுக்கிரன்:

7ல் சுக்கிரன் இருப்பது திருமணத் தடை, தோஷம், தாமதம் காட்டும். திருமணம் நடப்பதற்குள் போதும் என்றாகிவிடும். காதல் மணம் ஏற்படலாம். இவர்களின் காமம் கட்டுக்கடங்காது. இல்லற ஒற்றுமை ஏமாற்றமாக இருக்கும்.

ஜெயங்கொண்டான் கொளஞ்சி

சனி:

7ல் சனி இருப்பின் தாமதத் திருமணத்தை தரும். வயதில் மூத்த பெண்ணை மணம் செய்வர் அல்லது வயதான தோற்றம் கண்டிப்பாக இருக்கும். 7மிடத்து சனி எப்போதும் களத்திரத்தின் மூலம் துன்பம் துயரம் அளிக்கும்.

ராகு:

7ல் ராகு இருப்பின் மனைவி கபட குணம் உடையவள். சீறிப்பாயும் பாம்பின் குணம் கொண்டவள். ஏறுமாறு கொண்ட தோற்றம், குணம், செயல் அவளிடம் காணப்படும். எண்ணத்திற்கு மாறான மனைவியே அமையும்.

கேது:

7ல் கேது இருப்பின் கணவன்/மனைவிடையே வேதனை, நெருக்கடி, பிரிவினை, பேருக்கு வாழ்தல் போன்ற பலன்கள். 7ல் கேது இல்லறம் சோபிக்காது.

7மிடத்தின் முடிவுகள்:

* பொதுவாக யாதொரு கிரகமும் 7மிடத்தில் இல்லாமல் இருப்பதே மிகச் சிறப்பு.
* பாப கிரகங்கள் 7மிடத்தை பார்க்கவோ, இருக்கவோ கூடாது.
* 7க்குடையவர் பாபிகளின் சேர்க்கை, பார்வை, சாரம், 6, 8, 12ல் இருக்கக் கூடாது.
* 7மிடத்தை சுபகிரகம் பார்வை மட்டும் செய்யலாம். இருத்தல் கூடாது.
* மேற்கண்ட விதிகளின்படி இருந்தால் 7மிட இல்லற வாழ்க்கை எவ்விதப் பிரச்சனைகளும் இன்றி இருக்கும்.
* 7க்குடைய கிரகம் 6, 8, 12லும் நீச்சம், அஸ்தமனம், வக்ரம், பகை, பாபர் தொடர்பு பெறாமல் இருக்க வேண்டும்.
* லக்னாதிபதியும், ஏழாம் பாவாதிபதியும் ஒருவருக்கொருவர் 6, 8ஆக இருத்தல் கூடாது.
* 1, 7ம் பதிகள் ஒருவருக்கொருவர் கேந்திரம், திரிகோணம் பெற்றிருக்க வேண்டும். 3, 11ம் நன்மையே.

- 7ல் ஒன்று அல்லது அதற்கு மேற்பட்ட கிரகங்கள் இருந்தால் அந்த கிரகங்களின் குணங்கள், காரகங்கள், தன்மைகளைப் பொறுத்து பலன் காண வேண்டும். அதில் நைசர்க்கப் பலத்தில் அதிபலம் பெற்ற கிரகத்தில் செயலே ஓங்கி நிற்கும்.

- 7ல் செவ்வாய், சனி, ராகு, கேது, சூரியன் இல்லாமல் இருப்பதே சிறப்பு. மேலும் 7க்குடையவர் இவர்களின் சேர்க்கை, பார்வை, காரகம் பெறாமல் இருக்க வேண்டும்.

- 7க்குடையவர் குரு, புதன், சுக்கிரன், சந்திரன் சேர்க்கை, பார்வை, சாரம் பெறலாம். நன்மையே தரும்.

- ஆண் ஜாதகத்திலும் சரி, பெண் ஜாதகத்திலும் சரி 7, 8மிடங்களில் யாதொரு கிரகமும் இருத்தல் கூடவே கூடாது.

- பெண்களுக்கு 8மிடத்தில் எந்த ஒரு கிரகமும் இருத்தல் கூடாது.

- 7மிடம் இருவருக்கும் **களத்திர** ஸ்தானம்.

- 8மிடம் பெண்ணுக்கு **மாங்கல்ய** ஸ்தானம்.

சிதம்பரம்:

ஆண் ஜாதகத்தில் ஜென்ம லக்னமும், லக்னாதிபதியும், 7மிடத்து அதிபதியைவிட அதிக பலமாக இருக்க வேண்டும். அப்போதுதான் மனைவி கணவனுக்கு அடங்கி நடப்பாள்.

பெண் ஜாதகத்தில் லக்னமும், லக்னாதிபதியும் 7ம் அதிபதியை விட அதிக பலம் பெறாமல் இருப்பின் கணவனுக்கு அடங்கி இருப்பாள்.

ஆண் ஜாதகத்தில் லக்னாதிபதியும் (7), பெண் ஜாதகத்தில் 7க்குடையவரும் வலிமையாக இருக்க வேண்டும். இவ்வாறு இருப்பின் அது சிதம்பரம் நடராஜரைப் போன்ற அமைப்பாகும்.

ஆணின்,

லக்னாதிபதியின் பலம் > ஏழாமிடத்ததிபன் பலம்

மதுரை:

பெண்ணின் லக்னாதிபதி 7ம்அதிபதியை விட பலம் பெற்றிருப்பின் மனைவியின் கை (அதிகாரம்) ஓங்கி நிற்கும்.

லக்னாதிபதி > ஏழாம் பாவாதிபதி

இந்த அமைப்பு மதுரை மீனாட்சி ஆட்சி நிலை போன்ற அமைப்பைத் தரும்.

கணவனுக்கு நன்மை தரும் பெண் ஜாதகம்:

* பெண்ணின் 7க்குடைய கிரகம் ஆட்சி, உச்சம் பெற்று சுபர் சாரத்தில் கேந்திரம், கோணம், தன, லாபம் பெற்று இருக்க வேண்டும்.

* ஏழாமிடத்தை பாபிகள் சேருதல்/பார்த்தல் கூடாது.

* இந்தப் பெண் கணவனுக்கு நல்ல யோகத்தை செய்பவளாக இருப்பாள்.

* 7க்குடைய கிரகம் 6, 8, 12ல் நீச்சம், அஸ்தமனம், பகை, வக்ரம், பாபர் சூழ, பார்க்க இருக்கும் பெண் கணவனுக்கு பிணி, பீடை, வறுமை, கஷ்டம், நஷ்டத்தைக் கொடுப்பாள். இப்பெண் கணவனுக்குத் தீமையே அளிப்பாள்.

* பெண்ணின் லக்னாதிபதியின் எதிரிடையில் ஏழாம்அதிபதி இருக்கக் கூடாது.

* பெண்ணின் ஏழுக்குடையவரின் எதிரிடையில் லக்னாதிபதி இருக்கக் கூடாது.

மனைவிக்கு நன்மை தரும் ஆண் ஜாதகம்:

* ஏழாமிடம் பாபர்கள் இல்லாமல் சுத்தமாக இருக்க வேண்டும்.

* ஏழுக்குடைய கிரகம் கேந்திர கோண தன லாபங்களில் ஆட்சி, உச்சம், சுபர் சாரம், சுபர் பார்வை/சேர்க்கை பெற்று, இருக்க வேண்டும்.

* இந்த ஆண் மனைவிக்கு சுகத்தைக் கொடுக்கும் ஜாதகன் ஆவான்.

மனைவிக்கு தீமை தரும் ஆண் ஜாதகம்:

✻ ஏழில் பாபர்கள் இருத்தல், பார்த்தல்.

✻ ஏழுக்குடைய கிரகம் 6, 8, 12ல் நீச்சம், அஸ்தமனம், பகை, வக்ரம், பாபிகள் சேர்க்கை/பார்வை, சாரம் பெற்றிருப்பின் இந்த ஆண் மனைவிக்கு சுகத்தை செய்யாது. தீமைகள் பல பக்காவாகச் செய்யும்.

✻ பொதுவாக 7க்குடையவரும், 7மிடமும் கெட்டால் அந்த ஸ்தான பலன்கள் யாவும் கெடும். இதுவே ஜோதிட இயற்கை விதி ஆகும்.

✻ பெண்களுக்கு மாங்கல்யகாரகர் செவ்வாய் கோச்சார குரு பெண்ணின் பிறந்த ஜாதக செவ்வாயை சேர்க்கை/பார்வை செய்யும்போது திருமணம் நடக்கும்! (100%).

✻ ஆண்களின் பிறப்பு ஜாதக சுக்கிரனை கோச்சார குரு பார்வை / சேர்க்கை செய்யும் காலம் திருமணம் நடக்கும்! (100%).

✻ மேற்கண்ட விதிகளை நவாம்சப்படியும் பார்க்கலாம்!

7. நட்சத்திரப் பொருத்தம்

ஜென்ம நட்சத்திரம் (Birth Star):

ஒருவர் பிறந்த நேரத்தில் சந்திரன் நின்ற நட்சத்திரமே அவரது ஜென்ம நட்சத்திரம் என்றழைக்கப்படுகிறது.

எல்லா கிரகங்களும் பிறக்கும் காலத்தில் ஏதேனும் ஒரு நட்சத்திரத்தில் சஞ்சரிக்கத்தான் செய்கிறது. ஆனால் சந்திரன் சஞ்சரிக்கும் நட்சத்திரம் மட்டும் ஏன் ஜென்ம நட்சத்திரமாக எடுத்துக் கொள்ளப்படுகிறது?

மற்ற கிரகங்கள் உடலின் ஏதேனும் ஒரு பகுதிக்கு மட்டும் தான் காரகம் வகிக்கிறது. ஆனால் சந்திரன் மட்டும்தான் 'உடலுக்கும், மனதிற்கும்' முழுக்க முழுக்க காரகம் வகிக்கிறார். எனவேதான் சந்திரன் நின்ற நட்சத்திரமே ஒருவரின் நட்சத்திரமாக (Star) எடுத்துக் கொள்ளப்படுகிறது.

சாதகர் = சந்திரன்
உடல் + மனம் = சந்திரன்
உடல் + மனம் = சாதகர்

எனவே சாதகர் என்றால் அது சந்திரனையே முழுவதும் குறிக்கிறது. இதுவே சாதகரின் ஜென்ம நட்சத்திரம் எனப்படுகிறது.

ஆண் என்பவர் ஒரு **சாதகர்** (One of the Person).

பெண் என்பவர் ஒரு **சாதகர்**.

இங்கு இரு சாதகர்களுக்கு பொருத்தம் பார்த்தல் என்பது, அவ்விருவர்களின் நட்சத்திரங்களின் பொருத்தத்தையே குறிப்பிடும்.

நட்சத்திரப் பொருத்தம் பார்க்கும் விவரம்:

இரு நபர்களின் (ஆண்/பெண்) நட்சத்திரங்கள் ஒன்றுக்கொன்று ஒத்து வருமா? வராதா? என்று ஆய்வு செய்வதே நட்சத்திரப் பொருத்தம் பார்த்தல் எனப்படும்.

நட்சத்திரப் பொருத்தங்கள் பல்வேறு நூல்களின் பல விதங்களில் பலவகையாக சொல்லப்பட்டிருந்தாலும், நாம் இங்கு சில முக்கியப் பொருத்தங்களைப் பற்றி மட்டும் விளக்கமாகக் காண்போம்.

1. நாடிப் பொருத்தம்
2. வேதைப் பொருத்தம்
3. இராசிப் பொருத்தம்

நாடிப் பொருத்தம்:

உலக பொதுமறையாம் திருக்குறளில் 95வது மருந்து எனும் அதிகாரத்தில் 941வது குறளாக பின்வருமாறு திருவள்ளுவர் பகர்ந்துள்ளார்:

'மிகினும் குறையினும் நோய்செய்யும் நூலோர்
வளிமுதலா எண்ணிய மூன்று' (95/941).

வளி முதலான மூன்று நாடிகள் பின்வருமாறு: வளி எனில் வாயு ஆகும்.

1. வாதம் (பார்சுவ நாடி)
2. பித்தம் (மத்திய நாடி)
3. சிலேத்துமம் (சமான நாடி)

மனிதனின் ஆரோக்கியம், ஆயுள் மூன்று நாடிகளின் சமான நிலையில்தான் நிலைகொண்டுள்ளது.

இந்த மூன்று நாடிகளும் சீரான இயக்கத்தில் இருக்கும்வரை மனிதனது ஆரோக்கியத்திற்கு கேடு வராது.

இருவருக்கும் நாடிப் பொருத்தம் நன்கு அமைந்தால் பேரன், பேத்திகளையும் அவர்களின் திருமணத்தையும் கண்டு களிக்கும் அளவிற்கு ஆயுள் நீண்டிருக்கும்.

27 நட்சத்திரங்களும் மூன்று நாடிகளாகப் பிரிக்கப் பட்டுள்ளன. ஒரு நாடிக்கு ஒன்பது நட்சத்திரங்கள்.

வாதநாடி	பித்தநாடி	சிலேத்தும நாடி
அஸ்வினி	பரணி	கார்த்திகை
திருவாதிரை	மிருகசீரிஷம்	ரோகிணி
புனர்பூசம்	பூசம்	ஆயில்யம்
உத்திரம்	பூரம்	மகம்
ஹஸ்தம்	சித்திரை	சுவாதி
கேட்டை	அனுஷம்	விசாகம்
மூலம்	பூராடம்	உத்திராடம்
சதயம்	அவிட்டம்	திருவோணம்
பூரட்டாதி	உத்திரட்டாதி	ரேவதி

ஆண் பெண் இருவரும் ஒரே நாடியாக இருக்கக் கூடாது. அதாவது ஆண் உத்திரம், பெண் கேட்டை எனில் இருவரின் நாடியும் வாத நாடியாக வருகிறது. இவ்வாறு இருவரும் ஒரே நாடியாக வரக்கூடாது.

இருவரும் ஒரே நாடியாக வரின் கணவன், மனைவியினிடையே நோய்கள் ஏற்படும். குழந்தைப் பிறப்பில் குறைபாடுகள் இருக்கும். இருவரிடையே திருப்தியின்மை, ஒற்றுமைக் குறைவு போன்றன இருக்கும்.

எனவே இருவரும் ஒரே நாடியில் வரக்கூடாது. இதுவே நாடிப் பொருத்தம் எனப்படும்.

வேதை பொருத்தம்:

நட்சத்திரப் பொருத்தத்தில் **'வேதைப் பொருக்கம்'** மிக முக்கியமாகப் பார்க்க வேண்டும்.

நாடிப் பொருத்தம் வராத, ரஜ்ஜு பொருத்தம் இல்லாத, ஒன்றுக்கொன்று ஷஷ்டாஷ்டக ராசிகளில் வரும் இரு நட்சத்திரங்களின் சந்திப்புதான் வேதை நட்சத்திரங்கள் ஆகும்.

உதாரணம்:

அசுவினியும் கேட்டையும் ஒன்றுக்கொன்று வேதை நட்சத்திரங்களாகும்.

அசுவினி x **கேட்டை**
கேட்டை x **அசுவினி**

❀ அசுவினியும், கேட்டையும் **வாதநாடி.**

❀ அசுவினியும், கேட்டை ஒரே (பாத) **ரஜ்ஜு** ஆகும்.

❀ அசுவினி **மேஷ** ராசி, கேட்டை **விருச்சிக** ராசி ஆக வருகிறது.

மேஷம் விருச்சிகம் இரண்டும் ஒன்றுக்கொன்று 6, 8 ஆகும். இது ஷஷ்டாஷ்டக தோஷம் ஆகும்.

இவ்வாறு மூன்று பெரும் தோஷங்களை உள்ளடக்கிய ஒன்றுதான் வேதை நட்சத்திரங்கள்.

எனவே வேதை நட்சத்திரங்கள் ஒன்றுசேரக் கூடாது.

வேதை நட்சத்திர அட்டவணை:

ஆண்/பெண் நட்சத்திரம்	X பொருந்தாது வேதை	பெண்/ஆண் நட்சத்திரம்
அசுவினி	—X—	கேட்டை
பரணி	—X—	அனுஷம்
கார்த்திகை	—X—	விசாகம்
ரோகிணி	—X—	சுவாதி
மிருகசீரிஷம்	—X—	சித்திரை - அவிட்டம்
திருவாதிரை	—X—	திருஓணம்
புனர்பூசம்	—X—	உத்திராடம்
பூசம்	—X—	பூராடம்
ஆயில்யம்	—X—	மூலம்
மகம்	—X—	ரேவதி
பூரம்	—X—	உத்திரட்டாதி
உத்திரம்	—X—	பூரட்டாதி
அஸ்தம்	—X—	சதயம்

இருவரும் வேதை நட்சத்திரங்களாக வந்தால் அவர்களிடையே ஒற்றுமை குறைவு, ஆரோக்கியக் குறைவு, விவாகரத்து, பிரிவினை, வாழ்க்கை வளம் பெறாத நிலை, தரித்திரம், குழந்தைப் பிறப்பில் தோஷங்கள் போன்ற பல குறைகள் வேதனைகளாக வந்து விளையாடும். எனவே வேதைப் பொருத்தம் கண்டிப்பாகப் பார்க்க வேண்டும்.

இல்லற வாழ்க்கை நாடித் துடிப்போடு ஓட வேண்டின் வேதை & நாடிப் பொருத்தம் அவசியம் பார்க்க வேண்டும்.

ராசிப் பொருத்தம்:

ராசி:

- ஒருவர் பிறந்த நேரத்தில் சந்திரன் சஞ்சரித்த ராசியே அவரின் ஜென்ம ராசி எனப்படும்.
- ஆண், பெண் இருவரின் ராசிகளுக்கும் உண்டான பொருத்த நிர்ணயம் அறிவதே ராசிப் பொருத்தம். இது இருவரின் ரூப, குணங்களை அடிப்படையான பொருத்தமாகும்.
- பெண் ராசிக்கு ஆண் ராசியானது 2, 5, 6வது ராசியாக வரக்கூடாது.
- பெண் ராசிக்கு ஆணின் ராசி 3, 4, 8வதாக வருவது மத்திமம்.
- பெண் ராசிக்கு ஆண் ராசியானது 1, 7, 9, 10, 11, 12வது ராசியாக வருவதே மிகச் சிறந்த ராசிப் பொருத்தமாகும்.
- சமசப்தம ராசியில் பின்வரும் ராசிகள் பொருந்தாது.

மிதுனம் x தனுசு

கன்னி x மீனம்

கடகம் x மகரம்

சிம்மம் x கும்பம்

ஆண் (அ) பெண் ராசி	பெண் (அ) ஆண் ராசி
மேஷம்	கன்னி
தனுசு	ரிஷபம்
துலாம்	மீனம்
கும்பம்	கடகம்
மிதுனம்	விருச்சிகம்

மேற்கண்ட ஷஷ்டாஷ்டக (6 x 8) இராசிகள் ஒன்றுக்கொன்று நன்றாகப் பொருந்தும். இது சிறப்பு விதி.

காரணம் அந்தந்த 6 x 8வது ராசி அதிபதிகள் ஒருவருக்கொருவர் பகைவர்கள். இது (- x - = +) என்ற விதிப்படி ஆகும்.

உதாரணமாக ஆண் ராசி தனுசு, பெண் ராசி ரிஷபம் எனில் இவ்விரு ராசியதிபதிகளாகிய குருவும், சுக்கிரனும் பகைவர்கள். எனவே இந்த 6 x 8 ராசிகள் ஒன்றுக்கொன்று பொருத்த மானவைகள்.

ஒரு ஆணுக்கும் இன்னொரு ஆணிற்கும்தான் 6 x 8வது ராசி ஒத்துவராது. முரண்பாடு ஏற்படும்.

அதேபோல் ஒரு பெண்ணுக்கும் இன்னொரு பெண்ணிற்கும் தான் 6 x 8வது ராசி ஒத்துவராது. இருவருக்கும் முரண்பாடு உண்டாகும்.

ஆனால் ஒரு ஆணுக்கும், ஒரு பெண்ணுக்கும் 6 x 8வதாக ராசிகள் வரும்போது, இருவரிடையே ஒரு மோதல் அதனால் விளைந்த காதல் முடிவில் காமத்தில் இரு உடல்களுக்கும் உரசல்கள் ஏற்பட்டு விடுகிறது.

மேலும் இவ்வாறு 6 x 8 இராசிகள் கொண்ட இருவர் ஒன்றாகப் படித்தாலோ, வேலை பார்த்தாலோ, அடிக்கடி சந்தித்தாலோ, அவர்களிடையே காதல், காமம் ஏற்பட்டுவிடும்.

ஆண் பெண்ணின் ராசிகள் ஒன்றுக்கொன்று **3, 6, 8, 12**ஆக இருக்கலாம். இருப்பின் இவர்களின் இல்லற இன்ப வாழ்க்கை மிகவும் திருப்திகரமாக இருக்கும்.

சந்திரன் நின்ற ராசிக்கு அதாவது ஒருவரின் ராசிக்கு மற்றொருவரின் ராசி 3, 6, 8, 12ஆக வந்தால் உடலுக்கு உடல் என்ற உடல் உணர்ச்சியாகிய காம எண்ணத்தையே தூண்டிக் கொண்டிருக்கும். இல்லறப் பிணைப்பிற்கு சரியான வலிமை தருவது **'காமக்கயிறு'**தான். இவர்கள் **'காமக்கயிற்றால்'** கட்டப் படுகின்றனர். காமத்தை வெல்ல யாரால் முடியும்?

மேஷம், மிதுனம், சிம்மம், துலாம், தனுசு, கும்பம் இவைகள் பெண் ராசியாக வந்தால், இந்த ராசிக்கு 2, 3, 5வது ராசி உள்ள ஆண் ஜாதகம் உறுதியாக சேர்க்கக் கூடாது. சேர்த்தால் பெண்ணின் ஆதிக்கம் ஓங்கி நிற்கும். ஒத்து வராது.

ரிஷபம், கடகம், கன்னி, விருச்சிகம், மகரம், மீனம் இவைகள் பெண் ராசியானால், இவைகளிலிருந்து 2, 3, 4, 5, 6வது ராசியில் பிறந்த ஆண்மகனை சேர்க்கக் கூடாது.

ராசி அதிபதி பொருத்தம்:

❈ ஆண் ராசி அதிபதியும், பெண் ராசி அதிபதியும் நட்பாக (அ) சமமாக இருக்கலாம். ஆனால் ராசியதிபதி இருவரும் பகைவர்களாக இருக்கக் கூடாது.

❈ உதாரணமாக தனுசு இராசி அதிபதி குருவும், விருச்சிக ராசியதிபதி செவ்வாயும் நண்பர்கள். எனவே தனுசு ராசியும், விருச்சிக ராசியும் ராசியதிபதி பொருத்தம் உடைய ராசிகள் ஆகும்.

தினப் பொருத்தம்:

நட்சத்திரத்தைக் குறிக்கும் பிற பெயர்கள் பின்வருமாறு:

★ தாரை
★ விண்மீன்
★ நாள்
★ தினம்
★ தாரா

இவைகள் அனைத்தும் நட்சத்திரத்தையே குறிக்கிறது.

எனவே தினம் என்றால் நாள் என்று பொருள்படும். நாள் என்றால் **'நட்சத்திரம்'** என்று அர்த்தம்.

தினம் = நட்சத்திரம்

இதிலிருந்து தினப் பொருத்தம் என்பது நட்சத்திரப் பொருத்தத்தையே குறிக்கிறது என்பது சொல்லாமல் விளங்கும்.

ஒரு பெண்ணின் நட்சத்திரத்திலிருந்து ஒரு ஆணின் நட்சத்திரம் எத்தனையாவது நட்சத்திரமாக வரவேண்டும் என்ற எண்ணிக்கை அடிப்படையில் பார்ப்பதே தினப் பொருத்தம் எனப்படும்.

பெண் நட்சத்திரத்திற்கு ஆணின் நட்சத்திரம் 2, 4, 6, 8, 9, 11, 13, 15, 18, 20, 24, 26வது நட்சத்திரமாக வருவது உத்தமம்.

பெண் நட்சத்திரத்திற்கு ஆணின் நட்சத்திரம் 3, 5, 7, 12, 14, 16, 21, 23, 25வது நட்சத்திரமாக வருவதை கண்டிப்பாக சேர்க்கக் கூடாது.

குறிப்பாக பெண் நட்சத்திரத்திற்கு ஆணின் நட்சத்திரம் 7வதாக வரவே கூடாது. இது வதைக்கும் தாரை ஆகும்.

3-வது தாரை விபத்தைத் தரும்.
5-வது தாரை பிரத்தியைத் தரும்.
7-வது தாரை வதையைத் தரும்.
எனவே 3, 5, 7வது தாரைகளை விலக்கவும்.

பெண்ணின் ராசிக்கு 7, 8, 9, 10, 11, 12வது ராசிகளில் ஆணின் **நட்சத்திரம்** இருப்பது சிறப்பு.

ஆண் பெண் இருவருக்கும் ஆயில்யம், கேட்டை, ரேவதி, மூலம், அசுவினி, மகம் ஆகிய நட்சத்திரங்களில் வரக்கூடாது.

மிருகசீரிஷம், சதயம், மூலம் இவைகள் ஆண்/பெண்ணிற்கு வரக்கூடாது. **புத்திர பாக்கியம்** உண்டாகாது.

ஏகநட்சத்திரப் பொருத்தம்:

ஆண் பெண் இருவரும் ஒரே நட்சத்திரமாக வருவது சிறப்பு அல்ல. ஏனெனில் இருவருக்கும் ஒரே நாடியாக வரும். ஒரே ரஜ்ஜுவாகவும் வரும். எனவே இருவரும் ஒரே நட்சத்திரமாக இருக்கக் கூடாது. இருந்தால், ஏதேனும் குறைகள் கண்டிப்பாக உண்டு.

கணப் பொருத்தம்:

யார் எந்தக் கணமாக இருப்பினும் அதைப் பற்றி இங்கு கவலை இல்லை.

ஆண்/பெண் இருவரின் ராசி அதிபதிகள் அல்லது நட்சத்திர அதிபதிகள் நண்பர்கள் அல்லது ஒருவராக இருந்தால் கணப் பொருத்தம் தேவையில்லை.

ரஜ்ஜு பொருத்தம்:

ஆண் பெண் இருவரின் இராசி அதிபதிகள் ஒருவராக இருப்பினும் அல்லது நண்பர்களாக இருந்தாலும் ரஜ்ஜு பொருத்தம் இல்லாமலும் திருமணம் செய்விக்கலாம்.

சூரியன் மற்றும் **சந்திரனின்** நட்சத்திரங்களில் ஆண்/பெண் நட்சத்திரங்கள் இருப்பின் ரஜ்ஜு பொருத்தம் தேவையில்லை. அதாவது கிருத்திகை, உத்திரம், உத்திராடம், திருஓணம், ரோகிணி, ஹஸ்தம் ஆகிய நட்சத்திரங்களில் ஆண்/பெண் நட்சத்திரம் வரின் ரஜ்ஜு தேவையில்லை.

யோனிப் பொருத்தம்:

ஆணின் 8க்குடையவரும், பெண்ணின் 8க்குரியவரும் நண்பர்களாக இருந்தால் யோனிப் பொருத்தம் பற்றி கவலை வேண்டாம்.

பெண்ணின் 8க்குரியவரின் நட்சத்திரத்தை ஆண் பெற்றிருந்தால் யோனிப் பொருத்தம் பகையாக இருப்பினும் பாதிக்காது.

பஞ்சபூதப் பொருத்தம்:

நிலம் (ந) வல்லூறு	நீர் (ம) ஆந்தை	நெருப்பு (சி) காகம்	காற்று (வ) கோழி	ஆகாயம் (ய) மயில்
அசுவினி	திருவாதிரை	உத்திரம்	கேட்டை	அவிட்டம்
பரணி	புனர்பூசம்	ஹஸ்தம்	மூலம்	சதயம்
கார்த்திகை	பூசம்	சித்திரை	பூராடம்	பூரட்டாதி
ரோகிணி	ஆயில்யம்	சுவாதி	உத்திராடம்	உத்திரட்டாதி
மிருகசீரிஷம்	மகரம்	விசாகம்	திருஓணம்	ரேவதி
	பூரம்	அனுஷம்		

அணு முதல் அண்டங்கள் வரை, ஒரு செல் உயிர் முதல் பல செல் உயிர்கள் அனைத்தையும் பஞ்சபூதங்களால் பரம் பொருள் படைத்துள்ளது. எனவே சதிபதி பொருத்தம் பார்ப்பதில் பஞ்சபூதப் பொருத்தம் பார்ப்பதும் மிக முக்கியம்.

நீர்த்தன்மையுள்ள நட்சத்திரம் உள்ள ஆண்/பெண், நெருப்பு தன்மையுள்ள நட்சத்திரத்தில் பிறந்த ஆண்/பெண்ணைச் சேர்க்கக் கூடாது. சேர்ப்பின் குழுந்தைகளின் வாழ்வு பாதிக்கும். ஒற்றுமை குறையும், நோய் நொடிகள் வாட்டும். அத்தோடு வளமான வாழ்வு கிடைக்காது.

ஜென்ம நட்சத்திர அதிபதி பொருத்தம்:

❁ ஒருவரின் ஜாதகத்தில் சந்திரன் அவரின் மனம், எண்ணங்கள், சிந்தனையை (Thinking) பிரதிபலிக்கிறார். எனவே ஜாதகரின் சிந்தனை சந்திரனின் தன்மையை பொறுத்தே அமையும்.

❁ ஒருவரின் ஜென்ம நட்சத்திர அதிபதி லக்னத்திற்கு எந்த பாவத்தில் இருக்கிறாரோ அந்த பாவகத்தின் காரக ஆதிபத்தியத்தின் சிந்தனைகளே அவருக்கு எப்போதும் இருக்கும்.

- உதாரணமாக ஒருவரின் ஜென்ம நட்சத்திர அதிபதி 2மிடத்தில் இருப்பின், அவர் சதா பணம், குடும்பம், பேச்சு, பொருள், படிப்பு போன்ற 2-மிட காரக விஷயங்களை பற்றியே சிந்தனை செய்து கொண்டிருப்பார். இதுவே உண்மை.
- ஒருவரின் ஜென்ம நட்சத்திர அதிபதி 10மிடத்தில் இருப்பின் அவர் தனது தொழில், வேலை, உத்தியோகம் குறித்த சிந்தனையில்தான் மூழ்கியிருப்பார்.
- ஒருவரின் ஜென்ம நட்சத்திர அதிபதி 7மிடத்தில் இருந்தால், அவர் சதாசர்வ காலமும் காதல், காமம், சுகம் போன்ற வற்றிலே தனது சிந்தனையை சிறகடித்துப் பறக்க விடுவார்.
- ஒருவரின் ஜென்ம நட்சத்திர அதிபதி 4மிடத்தில் இருந்தால், அவர் சதா தனது சுகங்களைப் பற்றியும், அதை எப்படி அனு பவிப்பது என்பது பற்றியதுமான சிந்தனையில் தீவிரமாக இருப்பார்.
- ஜென்ம நட்சத்திர அதிபதி 6, 8, 12ல் இருப்பின் அவர் விபரீத மான சிந்தனை உடையவராக இருப்பார். (Negative Thinkers).
- ஜென்ம நட்சத்திர அதிபதி கேந்திர, கோண, தனலாபங்களில் கெடாமல் ஆட்சி, உச்சம், வர்க்கோத்தமம் பெறின் அது 'லட்சுமி யோகம்' எனப்படும். இதனால் அவர் நல்ல சிந்தனை வளம், மனமுதிர்ச்சி, பணப்புழக்கம், தெளிவான முடிவெடுக்கும் திறன் போன்றவற்றைப் பெற்றிருப்பார்.
- ஒருவரின் ஜாதகத்தில் சந்திரன் எந்த பாவத்தில் இருந்தாலும், சந்திரன் நின்ற நட்சத்திர அதிபதி எந்த பாவத்தில் உள்ளாரோ அந்த பாவகத்தின் பலன்களையே பிரத்தியேகமாக சிந்தனையில் பிரதிபலிக்கச் செய்வார். எனவே சந்திரன் சுபரா அல்லது அசுபரா? என்பதை தீர்மானிப்பது அவர் நின்ற நட்சத்திர அதிபதியைப் பொறுத்ததே ஆகும்.
- ஆண் பெண் இருவரும் நல்ல மனமுதிர்ச்சி உடையவர்களா? நல்ல முடிவெடுக்கும் திறன் கொண்டவர்களா? எதிலும் குழப்பம் இல்லாத மனநிலையை பெற்றிருப்பார்களா? என்ற வினாக்களுக்கு விடையளிப்பது அவரவரின் ஜென்ம நட்சத்திர அதிபதியின் நிலையைப் பொறுத்தே தீர்மானம் செய்ய வேண்டும்.
- ஆணின் ஜென்ம நட்சத்திர அதிபதி பெண் ஜாதகத்தில் கேந்திர, கோணம், தனலாபங்கள் கெடாமல் பலம் பெற்றிருப்பின்

இந்தப் பெண்ணிடம் அந்த ஆண் நல்ல சுகங்களைப் பெறுவான். நல்ல ஒற்றுமை நிலவும், புரிந்துகொள்ளும் தன்மை, விட்டுக் கொடுத்தல் போன்றவை சிறப்பாக இருக்கும்.

❀ பெண்ணின் ஜென்ம நட்சத்திர அதிபதி ஆண் ஜாதகத்தில் கேந்திர கோண தனலாபத்தில் கெடாமல் பலமாக இருப்பின், இந்த ஆண்மகனிடம் பெண்ணின் ஆசைகள், எண்ணங்கள் எல்லாம் ஈடேறும். இருவரிடமும் நல்ல ஒற்றுமை, இணக்கம், புரிந்து நடத்தல், விட்டுக்கொடுத்தல் போன்றவை சிறப்பாக இருக்கும்.

❀ ஆண் பெண் இருவரின் ஜென்ம நட்சத்திர அதிபதிகளில் ஒருவரின் நட்சத்திர அதிபதி மற்றொருவரின் ஜாதகத்தில் கெட்டிருந்தால் (6, 8, 12, நீச்சம், அஸ்தமனம், வக்ரம்) அவர் யாருடைய நட்சத்திர அதிபதியோ அவருக்குப் பாதிப்பு உண்டாகும். உதாரணமாக ஆணின் நட்சத்திர அதிபதி பெண் ஜாதகத்தில் கெட்டிருந்தால் பெண்ணால் ஆணிற்கு நன்மை ஏற்படாது.

❀ ஒருவரின் எண்ணம் மற்றவரிடம் பலிக்க வேண்டுமாயின் இவரின் ஜென்ம நட்சத்திர அதிபதி அவர் ஜாதகத்தில் கெடாமல் இருக்க வேண்டும். உதாரணமாக அதாவது ஆணின் எண்ணங்கள் பெண்ணிடம் பிரதிபலிக்க வேண்டுமெனில் ஆணின் ஜென்ம நட்சத்திர அதிபதி பெண் ஜாதகத்தில் சிறப்பாக இருக்க வேண்டும்.

தினப் பொருத்தம் தேவையில்லை:

❀ ஆணின் ஜென்ம நட்சத்திர அதிபதி பெண்ணின் ஜாதகத்தில் நன்றாக இருப்பின், ஆணின் நட்சத்திரம் பெண்ணின் நட்சத்திரத்திற்கு 3வது 5வது 7வது நட்சத்திரமாக வந்தாலும் திருமணம் செய்யலாம். தினப்பொருத்தம் தேவையில்லை.

❀ தினப்பொருத்தம் சரியாக இருந்து ஒருவரின் ஜென்ம நட்சத்திர அதிபதி மற்றொருவரின் ஜாதகத்தில் கெட்டுப்போய் இருப்பின் தினப்பொருத்தம் என்கிற நட்சத்திரப் பொருத்தம் இருந்தும் நாளடைவில் பலன் இல்லாமல் ஆகிவிடும். பல்வேறு தொல்லைகளையும், பிரச்சனைகளையும் தந்துவிடும்.

❀ ஒரு திருமணத் தம்பதிகளின் ஜாதகப் பொருத்தம் திருப்தி கரமாக அமையாதபட்சத்தில், இருவரின் ஜென்ம நட்சத்திர அதிபதிகளும் நன்றாக இருப்பின், அதாவது ஒருவரின்

நட்சத்திர அதிபதி மற்றொருவர் ஜாதகத்தில் நன்றாக இருப்பின் அவர்களின் இல்லற குடும்ப வாழ்க்கை வெற்றி கரமாக நிறைவாக ஓடிக்கொண்டிருக்கும். இதில் எள்ளளவும் சந்தேகமில்லை.

❀ இருவரிடமும் ஒருவரையொருவர் புரிந்துகொண்டு நடத்தல், விட்டுக்கொடுத்தல், நல்ல ஒற்றுமை, பாசம், ஒருவருக் கொருவர் அரவணைப்பு போன்றவைகள் இருக்க வேண்டின் அவர்களின் நட்சத்திர அதிபதிகள் சிறப்பாக அமைய வேண்டும்.

உதாரண ஜாதகம்:

	சந் செவ்		சனி கேது
	இராசி ஆண்		புதன்
குரு			ல/ சூ
ராகு			சுக்

		கேது	சந் சனி
குரு	இராசி பெண்		
ல/			
	ராகு	சூ பு செ சுக்	

ஜென்ம நட்சத்திரம் = அசுவினி (கேது)

ஜென்ம நட்சத்திரம் = திருவாதிரை (ராகு)

❀ மேற்கண்ட உதாரண ஜாதகங்களில் ஆண் சிம்மலக்னம். பெண் மகரலக்னம். இது 6 x 8 லக்னப் பொருத்தம் இல்லை.

❀ ஆணின் லக்னாதிபதி பெண் ஜாதகத்தில் நீச்சம்.

❀ பெண்ணின் 5, 10ம்அதிபதி சுக்கிரன் ஆண் ஜாதகத்தில் நீச்சம்.

❀ பெண் நட்சத்திரம் திருவாதிரைக்கு ஆணின் நட்சத்திரம் 5வது திரிகோண 23வது பிரத்திய தாரை. இது நல்ல தினப் பொருத்தம் இல்லை.

❀ ஆணின் நட்சத்திரம் அசுவினிக்கு பெண்ணின் திருவாதிரை 7வது வதை நட்சத்திரம். இது மிகக் கொடியது.

❀ இவ்வளவு குறைபாடுகள் இருந்தாலும் ஆணின் நட்சத்திர அதிபதி கேது பெண்ணின் லக்னத்திற்கு பூர்வ புண்ணிய ஸ்தானம் 5மிடத்தில் உள்ளார்.

ஜெயங்கொண்டான் கொளஞ்சி

❋ பெண்ணின் நட்சத்திர அதிபதி ராகு ஆணின் புண்ணிய ஸ்தானம் 5மிடத்தில் உள்ளார்.

❋ இருவரின் நட்சத்திர அதிபதிகள் ஒன்றுக்கொன்று மிகச் சிறப்பாக அமைந்திருப்பதால் மேற்கண்ட திருமணப் பொருத்தக் குறைபாடுகள் எல்லாவற்றையும் கடந்து இருவரையும் ஒன்றிணைத்து, உலக வாழ்க்கையில் உதாரணத் தம்பதிகளாக வெற்றிகரமாக வலம்வரச் செய்கிறது. இந்த நட்சத்திர அதிபதிப் பொருத்தம் சிறப்பாக அமைந்ததே இதற்குக் காரணம்.

❋ மனிதனின் ஆதாரமாக அமைந்து எண்ணங்களை பிரதிபலிப்பது நட்சத்திர அதிபதி ஆகும்.

❋ மேற்கண்ட உதாரண ஜாதகத்தில் ஆணின் நட்சத்திர அதிபதி கேது பெண் ஜாதகத்தில் 5ல். இது ஆணின் எண்ணங்கள், சிந்தனைகளை பெண்ணுக்குள் பிரதிபலிக்கும். ஆணின் எண்ணங்களுக்கு பெண் ஒத்துப் போகிறாள். பெண்ணின் எண்ணங்களுக்கு ஆண் ஒத்துப்போகிறான். இங்கே இருவரின் எண்ணங்களும் ஒன்றுபடுகிறது. எண்ணங்களே வாழ்க்கை! எண்ணம்போல் வாழ்க்கை!

திருமணப் பொருத்தம் கூறும் நட்சத்திரப் பதகம்:

பெண்ணின் ஜென்ம நட்சத்திரம்	பொருந்தாத ஆண் ஜென்ம நட்சத்திரங்கள்
அசுவினி	சித்திரை, மூலம், புனர்பூசம், பூரம், கேட்டை
பரணி	கேட்டை, பூசம், அனுஷம்
கார்த்திகை	அனுஷம், ஆயில்யம், விசாகம்
ரோகிணி	விசாகம், மகம், சுவாதி
மிருகசீரிஷம்	சுவாதி, பூரம், சித்திரை, அவிட்டம்
திருவாதிரை	அவிட்டம், உத்திரம், திருஓணம்
புனர்பூசம்	திருஓணம், ஹஸ்தம், உத்திராடம்
பூசம்	உத்திராடம், சித்திரை, பூராடம்
ஆயில்யம்	பூராடம், சுவாதி, மூலம்
மகம்	ரேவதி, விசாகம்

பூரம்	உத்திரட்டாதி, அனுசம்
உத்திரம்	உத்திரட்டாதி, கேட்டை, பூரட்டாதி
ஹஸ்தம்	சதயம், மூலம், சுவாதி
சித்திரை	அசுவினி, மூலம், பூராடம், பூரட்டாதி
சுவாதி	மிருகசீரிஷம், உத்திராடம், ரோகிணி
விசாகம்	ரோகிணி, திருஓணம், கார்த்திகை
அனுசம்	கார்த்திகை, அவிட்டம், பரணி
கேட்டை	பரணி, சதயம், பூரம்
மூலம்	அசுவினி, சித்திரை, பூரட்டாதி, புனர்பூசம்
பூராடம்	ஆயில்யம், உத்திரட்டாதி, திருவாதிரை
உத்திராடம்	பூசம், ரேவதி, மிருகசீரிஷம், புனர்பூசம்
திருஓணம்	புனர்பூசம், அசுவினி, மகம்
அவிட்டம்	திருவாதிரை, பரணி, ஆயில்யம்
சதயம்	ஹஸ்தம், கிருத்திகை, சுவாதி
பூரட்டாதி	உத்திரம், ரோகிணி
உத்திரட்டாதி	பூரம், மிருகசீரிஷம், ஹஸ்தம்
ரேவதி	மகம், திருவாதிரை, உத்திரம்

மேலே சொல்லப்பட்டவைகள் குமார சுவாமியம், வருஷாதி நூல்படி **லப்தை, வேதை** நட்சத்திரங்களாகும். புத்திர தோஷம், புத்திரர் இல்லாமை, ஒற்றுமைக் குறைவு, ஒருவருக்கொருவர் பிரச்சனைகளுடன் வாழ்வர்.

தசா சந்தி விவரம் (தசா சந்திப்பு):

❀ தசாநாதனாக வரும் கிரகம் எதுவோ அதுவே அந்த ஜாதகரை முழுக்க முழுக்க இயக்கும் கிரகம் ஆகும். இந்த தசாநாத கிரகமே ஜாதகரின் வாழ்க்கை தராதரத்தை, நிறைகுறைகளை, நன்மைதீமைகளை நிர்ணயம் செய்கிறது. இது அந்த 'தசா காலம்' வரைக்கும் ஆகும்.

❀ ஒருவருக்கு என்ன கிரக தசை நடைபெறுகிறதோ அந்த கிரகத்தின் நிறத்தில் ஒளிவளையம் (ora) அந்த ஜாதகரின் உடலில் தெரியும். இது ஞானிகள், ரிஷிகள், மகான்களின் கண்களுக்கு மட்டுமே தெரியும்.

சூரிய தசை	⟶	சிவப்பு நிற ஒளி
சந்திர தசை	⟶	வெண்மை நிற ஒளி
செவ்வாய் தசை	⟶	ரத்த சிவப்பு நிற ஒளி
ராகு தசை	⟶	கருநீல நிற ஒளி
குரு தசை	⟶	இந்திர நீலநிற ஒளி
புதன் தசை	⟶	பச்சை நிற ஒளி
கேது தசை	⟶	பலநிற ஒளி
சுக்கிரன் தசை	⟶	பால் வெண்மை நிற ஒளி

- உதாரணமாக ஒருவருக்கு குரு மகா தசை நடக்கிறது எனில் அவரைச் சுற்றி மஞ்சள் நிற ஒளிவட்டம் இருந்து கொண்டிருக்கும்.
- ஒருவரைப் பார்த்த மாத்திரத்தில் அவருக்கு இன்ன கிரக தசை நடக்கிறது என்று ரிஷிகள், ஞானிகள் சொல்லி விடுவார்கள்.
- எனவே ஜாதகப் பொருத்தத்தில் இருவருக்கும் உள்ள தசைகள் பொருந்துகிறதா என்பதையும் ஆய்வு செய்ய வேண்டும்.
- தசைகள்தான் வாழ்க்கையை மேல்நோக்கியோ அல்லது கீழ்நோக்கியோ தள்ளுகிறது.
- ஒரு கிரகத்தின் தசை முடிந்து அடுத்த கிரகத்தின் தசை ஆரம்பிக்கும்போது நடந்து முடிந்த கிரகம் நின்ற நட்சத்திரத்தின் 4வது பாதத்தை அடுத்து ஆரம்பிக்க உள்ள தசையின் கிரகம் பெற்றிருந்தால் தசா சந்திப்படி மாரகம் ஏற்படலாம். (ஞானபாத நட்சத்திர நூல்).
- இதில் லக்னாதிபதி பலமாக இருப்பின் ஆயுள் பயம் இல்லை.
- இதேபோல 22வது நட்சத்திரத்தின் 4ம் பாதம் மேற்படி பலனைத் தரும். இதேபோல் புத்திக்கும் பார்க்கலாம்.
- இருவரின் (ஆண்/பெண்) ஜாதகத்திலும் 11 மாத இடை வெளிக்குள் ஜீவித (Life) காலத்தில் எப்பொழுதுமே ஒரு தசை முடிந்து அடுத்த தசை ஆரம்பம் ஆகக்கூடாது. இதுவே 'தசா சந்தி' எனப்படும்.
- இருவரும் ஒரே சமயத்தில் 6, 8, 12ஆம் இடத்து அதிபதிகளின் தசைகள் நடைபெறக் கூடாது.
- ஒருவருக்காவது யோக தசை அல்லது சுபஸ்தான ஆதிபத்திய கிரக தசை கண்டிப்பாக நடக்க வேண்டும்.

கூட்டு தசை:

ஆண் பெண் இருவருக்கும் ஒரே சமயத்தில் இரண்டு பகைக் கிரகங்களின் தசைகள் நடைபெறக் கூடாது. இதுவே கூட்டுத்தசை என்றழைக்கப்படுகிறது.

இயற்கை பகைவர்கள் பின்வருமாறு:

சூரியன்	x	சனி, ராகு, கேது, சுக்கிரன்
சந்திரன்	x	சனி, ராகு, கேது, சுக்கிரன், புதன்
செவ்வாய்	x	சனி, புதன்
புதன்	x	செவ்வாய், சந்திரன்
குரு	x	சுக்கிரன்
சுக்கிரன்	x	சூரியன், சந்திரன், குரு
சனி	x	சூரியன், சந்திரன், செவ்வாய்
ராகு	x	சூரியன், சந்திரன்
கேது	x	சூரியன், சந்திரன்

ஆணிற்கு சூரிய தசை நடப்பின் பெண்ணிற்கு ராகு தசை நடந்தால் இது கூட்டு தசை. இருவருக்கும் தசை கிரகங்கள் பகைவர்களாக உள்ளனர். இதனால் ஏதேனும் பாதிப்புகள், தொல்லைகள் தம்பதிகளுக்கும் இல்லாமல் இருக்காது. இதேபோல பிற கிரக தசைகளுக்கு 'கூட்டுத் தசை' பலன் கண்டுகொள்ளவும்.

பூர்வ ஜென்ம கணவன் + மனைவி அமைப்பு:

சில சிறப்புப் பொருத்தங்களைக் கொண்டு இவர்கள் போன ஜென்மத்திலும், இந்த ஜென்மத்திலும் கணவன் மனைவி என்று அறிந்து கொள்ளலாம். இதுபோன்ற பூர்வ ஜென்ம வாசனைக்கான பொருத்த விதிகள் பின்வருமாறு: மொத்தம் 5விதமான விதிகள் இருக்கிறது.

விதி - I

ஆணின் ஜென்ம லக்னமே பெண்ணின் ஜென்ம இராசியாக வருவது.

உதாரணம்:

ஆண் சிம்மலக்னம்.   பெண் சிம்ம ராசி.

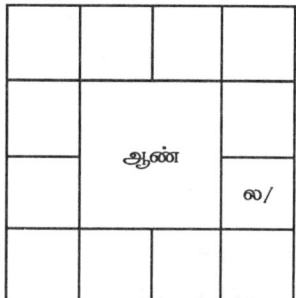
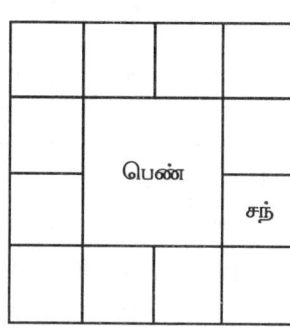

விதி – II

பெண்ணின் ஜென்ம லக்னமே ஆணின் ஜென்ம ராசியாக வருவது.

உதாரணம்: ஆண் *மிதுன* ராசி + பெண் *மிதுன* லக்னம்

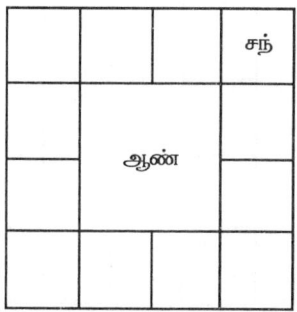
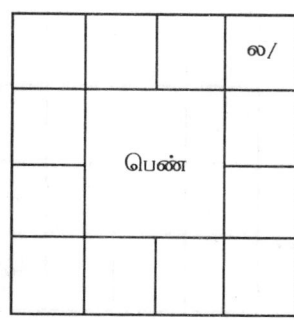

விதி – III

ஆணின் **சுக்கிரன்** நின்ற ராசியே பெண்ணின் ஜென்ம லக்னமாக வருவது.

உதாரணம்: ஆணின் **சுக்கிரன்** + பெண்ணின் **லக்னம்**

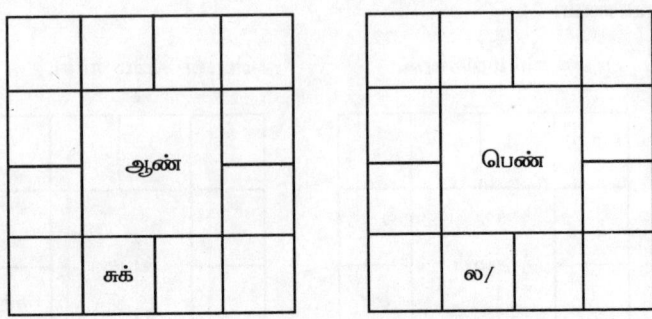

இங்கு, ஆணின் சுக்கிரன் **விருச்சிகம்.**
பெண்ணின் லக்னம் விருச்சிகம்.

விதி – IV

ஆணின் 7க்குடையவர் நின்ற ராசியே, பெண்ணின் ஜென்ம லக்னமாக வருவது.

உதாரணம்: ஆணின் 7ம்அதிபதி சனி கன்னியில்.

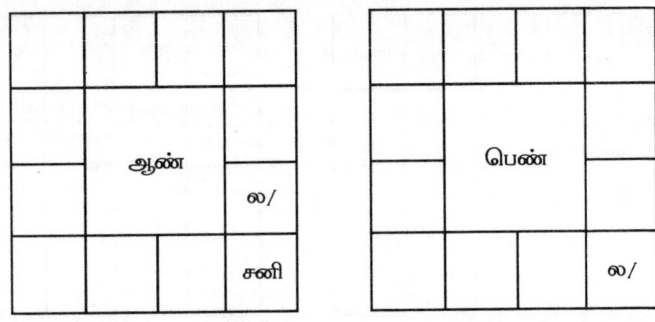

மேற்கண்ட உதாரண ஜாதகத்தில் சிம்ம லக்ன ஆணின் 7க்குடைய சனி கன்னியில் பெண்ணின் ஜென்ம லக்னம் கன்னி. இந்த அமைப்பு பூர்வஜென்ம வாசனை ஆகும்.

விதி – V

பெண்ணின் சுக்கிரன் நின்ற ராசியே ஆணின் ஜென்ம லக்னமாக வருவது.

பெண்ணின் சுக்கிரன் = ஆணின் ஜென்ம லக்னம்.

ஜெயங்கொண்டான் கொளஞ்சி

உதாரணம்:

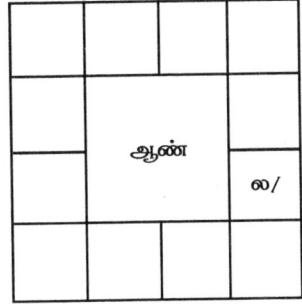
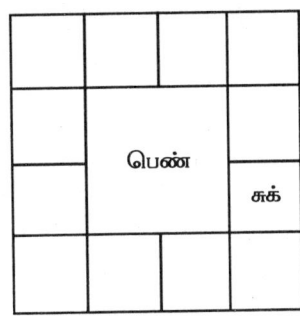

பெண்ணின் **சுக்கிரன்** சிம்மம். ஆணின் **லக்னம்** சிம்மம்.

விதி – VI

பெண்ணின் 8க்குரியவர் (மாங்கல்ய ஸ்தானம் நின்ற வீடே) ஆணின் ஜென்ம லக்னமாக வருவது.

உதாரணம்:

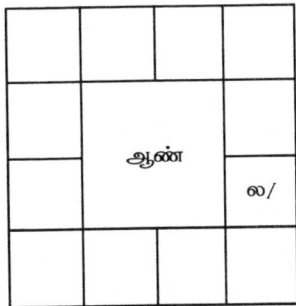
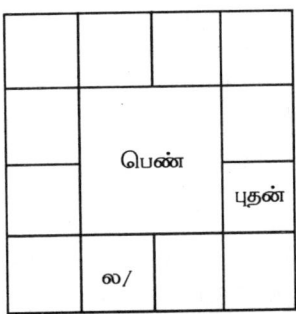

பெண்ணின் மாங்கல்ய ஸ்தானாதிபதி (8க்குரியவர் புதன் நின்ற ராசி சிம்மம். ஆணின் லக்னம் சிம்மம்).

நிகரற்ற சில சிறப்புப் பொருத்த அமைப்புகள்:

1. ஒருவருடைய சந்திரன் நின்ற ராசியே மற்றவருடைய லக்னமாகவோ (அ) சூரியன் நின்ற ராசியாகவோ இருப்பது சிறப்பு.

லக்னம் = சந்திரன் = சூரியன்

2. ஒருவரின் சூரியன் நின்ற ராசியே, மற்றவரின் சந்திரன் இருப்பது மிகச் சிறப்பு. (சிவசக்தி ஐக்கியம்).

சூரியன் ராசி = சந்திரன் ராசி

3. இருவருக்கும் சுக்கிரன் ஒரே ராசியில் இருப்பது சிறப்பு.

சுக்கிரன் ராசி = சுக்கிரன் ராசி

4. ஒருவர் ஜாதகத்தில் சுக்கிரன் இருக்கும் ராசி மற்றவர் ஜாதகத்தில் லக்னமாகவோ அல்லது சந்திரன் நின்ற ராசியாகவோ இருப்பது சிறப்பு.

5. ஒருவர் ஜாதகத்தில் குரு இருக்கும் ராசியில் மற்றொருவரின் புதன் இருப்பது சிறப்பு.

குரு நின்ற ராசி = புதன் நின்ற ராசி

திருமண முகூர்த்த நிர்ணயம்

சந்திரபலம்:

ஜென்ம ராசிக்கு 1, 3, 6, 7, 10, 11ல் கோச்சார சந்திரன் சஞ்சரிக்கும் காலமே 'சந்திர பலம்' உள்ள தினங்களாகும்.

தாரா பலம்:

ஜென்ம நட்சத்திரத்திற்கு 2, 4, 6, 8வது நட்சத்திரங்களிலும், அதன் திரிகோண நட்சத்திரங்களிலும் கோச்சார சந்திரன் சஞ்சரிக்கும் காலமே 'தாராபலம்' உள்ள தினமாகும்.

உதாரணம்: கார்த்திகையின் திரிகோண நட்சத்திரங்கள்: உத்திரம், உத்திராடம்.

இது பிற நட்சத்திரங்களுக்கும் பார்த்துக் கொள்ளவும்.

முகூர்த்தத் தேர்வு:

ஆண், பெண் இருவருக்கும் அவரவர் நட்சத்திர ராசிப்படி, 'சந்திர, தாரா பலம்' பார்த்து முகூர்த்தம் அமைப்பதுதான் சரியான முறையாகும். இதுவே மிகமிக முக்கிய அம்சம்.

சந்திர தார பலன்:

* மற்ற கிரக லக்கின தோஷங்கள் இன்னும் என்னென்ன தோஷங்கள் இருப்பினும், அவைகள் எல்லாவற்றையும் **'சிங்கத்தைக் கண்ட யானை'** போல மிரண்டோடச் செய்யுமாம் இந்த சந்திர தாராபலம் உள்ள தினங்கள்.

* இருவருக்கும் நட்சத்திரப்படி சந்திர - தாரா பலம் அமையாவிட்டாலும் கண்டிப்பாக பெண் நட்சத்திரத்திற்கு சந்திர - தாரா பலம் உள்ள காலத்தில் முகூர்த்தம் செய்வதுதான் மிகச் சிறப்பு.

* பஞ்சாங்கத்தில் கூறப்படும் பொதுவான முகூர்த்தம் எல்லோருக்கும் பொருந்தி வராது என்ற காரணத்தினாலும், அந்த முகூர்த்தங்களில் சொல்லப்பட்ட நட்சத்திரங்கள் ஆண், பெண்ணிற்கு பொருந்தி வருமா? என்ற வகையில் திருமண நேரம் குறிப்பிடவில்லை. அவரவர்களின் ஜோதிட ஆலோசகர்களை அணுகி முகூர்த்தம் நிர்ணயம் செய்வதே சிறப்பு.

* திருமண முகூர்த்த லக்னத்தை குரு பார்ப்பது மிகச் சிறப்பு.

* முகூர்த்த லக்னத்தில் குரு, சுக்கிரன், புதன் இருப்பது சிறப்பு.

* முகூர்த்த லக்னத்திற்கு 1, 2, 7, 8ம் இடங்களில் செவ்வாய், சனி, ராகு, கேது, சூரியன் இருக்கக் கூடாது. லக்னத்தில் சூரியன் இருக்கலாம்.

* முகூர்த்த லக்னத்திற்கு 2, 8, 9, 10, 11, 12 போன்ற இடங்களை குரு பார்வை செய்வது மிகச் சிறப்பு.

* முகூர்த்த லக்னத்திற்கு 11ல் சூரியன் இருப்பின் பிற கிரக தோஷங்கள் எதுவும் 'சூரியனைக் கண்ட பனிபோல்' பறந்தோடும். இந்த லக்னத்தில் எதைப் பற்றியும் கவலைப் படாமல் முகூர்த்தம் வைத்துக் கொள்ளலாம்.

* ரோகிணி, பூசம், உத்திரம், ஹஸ்தம், அனுசம், உத்திராடம், திருவோணம், உத்திரட்டாதி, ரேவதி போன்ற 'சதாஜீவன்' நட்சத்திரங்களில் திருமணம் மற்றும் எந்த சுபகாரியங்களையும் செய்வது சிறப்பைத் தரும்.

* கூடா நாட்கள் எனும் பிரபலாரிஷ்டம், தனிய நாட்களில் முகூர்த்தம் வைக்க கூடவே கூடாது.

- முகூர்த்த லக்னத்திற்கு 8, 12ல் கண்டிப்பாக சந்திரன் இருக்கக் கூடாது.
- குரு, சுக்கிரன் அஸ்தமனம் கூடாது.
- பாபகிரகங்கள் முகூர்த்த லக்னத்தை பார்க்க/இருக்கக் கூடாது.
- முகூர்த்த லக்னத்தில் மாந்தி இருக்கக் கூடாது.
- மல மாதம் கூடாது. ஒரே மாதத்தில் இரண்டு அமாவாசை வரின் அந்த மாதம் மலமாதம் எனப்படும்.
- பூகம்பம் உண்டான மாதம் திருமணம் செய்தல் கூடாது.
- ஏதேனும் நட்சத்திரம் உதிரும் மாதம் திருமணம் செய்தல் கூடாது.
- கிரகண தோஷம் நடந்த மாதம், நட்சத்திரம் கண்டிப்பாக விலக்க வேண்டும்.
- விஷ்டி, இருத்தி தோஷம் கூடாது.
- முகூர்த்த லக்னத்திற்கு 8மிடத்தில் கண்டிப்பாக எந்த ஒரு கிரகமும் இருக்கக் கூடாது.
- கௌரி பஞ்சாங்கப்படி தாலி கட்டும் நேரத்தில் சோர - விஷ - ரோக கௌரி வேளை வரக்கூடாது.
- ஓரைப்படி செவ்வாய், சனி ஓரைகள் இருக்கக் கூடாது.
- பாப கிரகங்களின் வீடு முகூர்த்த லக்னமாக அமைதல் கூடாது. அதாவது மேஷ, விருச்சிக, மகர, கும்பம் போன்ற வீடுகள்.
- செவ்வாய், சனிக் கிழமைகளில் திருமணம் செய்தல் கூடாது.
- பிரதமை, அஷ்டமி, நவமி, சதுர்த்ததிசி, அமாவாசை போன்ற திதிகளில் திருமணத்திற்கு முகூர்த்தம் குறிக்கக் கூடாது.
- கோச்சார குருவின் எதிரிடையில் முகூர்த்த **லக்னம், சந்திரன்** வரக்கூடாது.

சாந்திமுகூர்த்த நிர்ணயம்:

- ஆண், பெண் இருவருக்கும் சந்திர, தாரா பலம் இருப்பது சிறப்பு.
- இருவருக்கும் சந்திராஷ்டமம் கூடாது.
- செவ்வாய், சனி, ஞாயிற்றுக் கிழமைகளை விலக்க வேண்டும்.
- அஷ்டமி, நவமி, அமாவாசை, பௌர்ணமி, சதுர்த்தசி போன்ற திதிகள் கூடாது.

- சூரியன், குரு, செவ்வாய் ஆகிய மூன்று கிரகங்களின் நட்சத்திரங்களில் சாந்திமுகூர்த்தம் செய்யக் கூடாது. அதாவது தலை, கால், உடலற்ற நட்சத்திரங்களில் சாந்திமுகூர்த்தம் கூடாது.
- பாப கிரக லக்னங்களை தவிர்க்க வேண்டும்.
- சாந்திமுகூர்த்த லக்னத்தைப் பாபர் பார்த்தல்/இருத்தல் கூடவே கூடாது. மாந்தி கண்டிப்பாக இருக்கக் கூடாது.
- சாந்திமுகூர்த்த லக்னத்திற்கு *6, 8, 12*ல் சந்திரன் இருக்கக் கூடாது.
- சாந்திமுகூர்த்த லக்னத்திற்கு *1, 2, 7, 8, 12*மிடங்களில் பாப கிரகங்கள் இருத்தல் கூடவே கூடாது.
- *1, 7, 12*மிடங்கள் சுத்தமாக இருந்தே ஆகவேண்டும். சுபர்கள் பார்க்கலாம். பாபர்கள் சம்பந்தம் கூடவே கூடாது.
- அதிமுக்கியம் ஓரை, கௌரி காலங்களை சாந்திமுகூர்த்த நேரத்தில் பார்த்தல் வேண்டும்.
- **சோர** வேளையில் சாந்திமுகூர்த்தம் வைத்தால் ஆண்/பெண் கற்பு நெறி தவறுவார்கள். பெண் சோரம் போய்விடுவாள்.
- **விஷ** வேளையில் சாந்திமுகூர்த்தம் செய்தால் இருவருக்கும் அதிருப்தியையும், விஷத்தன்மையையும் உண்டாக்கும்.
- **ரோக** வேளையில் சாந்திமுகூர்த்தம் வைத்தால் இருவருக்கும் நோய் நொடிகள், தேகமனோ பீடைகள் உண்டாகும்.
- அமிர்த வேளையில் சாந்திமுகூர்த்தம் வைத்தால் **அமிர்தம்** போல் இனிக்கும், இல்லற சுகம் நீண்ட ஆயுள் பெறும்.
- சுகவேளையில் இல்லற சுகம் சுகமாகவே இருக்கும்.
- செவ்வாய், சனி, சூரிய ஹோரைகளில் சாந்திமுகூர்த்தம் செய்தால் பிணி, பீடை, பிணக்குகள், தொல்லைகள், கோபதாபங்கள் உண்டாகும். அதிருப்தியே விளையும்.
- ஆண் பெண் இருவரும் ***'ஈருடல் ஓர் உயிர்'*** போல் ஒன்றிணையும் **'சாந்திமுகூர்த்தமே'** தம்பதிகளின் இல்லற வாழ்விற்கு பலமான அஸ்திரவாரத்தை அமைத்துக் கொடுக்கும். எனவே சாந்திமுகூர்த்த லக்னத்தை, நேரங்காலத்தை சிறப்பு ஆய்வு செய்து தேர்வு செய்வது ஜோதிடரின் தலையாய கடமையாகும். தாலி கட்டுவது வெறும் புறச்சடங்கே. உடல்களைக் கட்டும் சாந்திமுகூர்த்தம் உண்மையான சடங்கு ஆகும்.

* இரு உடல், இரு உள்ளம், இரு உயிர்கள் ஆகியவற்றை ஒன்றாக்குவது சாந்திமுகூர்த்தம்.
* நாங்கள் இனி 'இருவரல்ல ஒருவரே' என்ற உணர்வைத் தருவது இல்லற சுகம்.
* சாந்திமுகூர்த்த நேர லக்ன ஜாதகமே தம்பதிகளின் எதிர்கால வாழ்க்கைக்கு அடித்தளம் அமைத்துக் கொடுக்கும்.
* ஆண்/பெண் இருவரின் தனிப்பட்ட ஜாதகங்கள் ஒன்றோடொன்று கலந்து நவகோள்களின் கோலாட்டம் துவங்கும் நேரமே இல்லற சுகம் அனுபவிக்கும் சாந்திமுகூர்த்தம் ஆகும்.

இல்லற சுகத்திற்கு முன்பு:

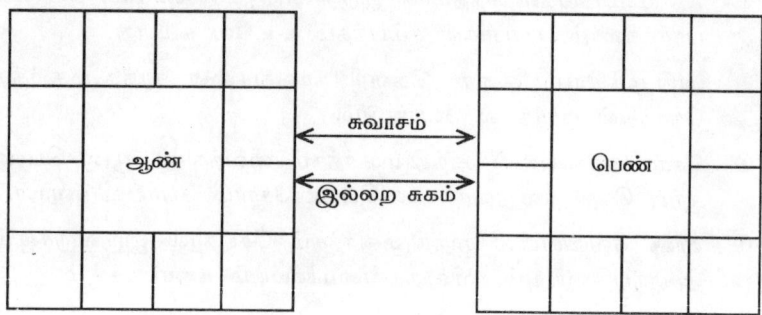

இல்லற சுகத்திற்கு பின்பு:

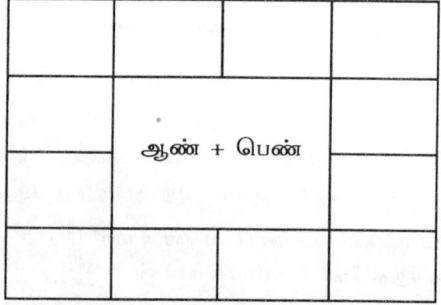

8. செவ்வாய் தோஷ விளக்கம்

செவ்வாய் ஒருவரின் ரத்தம் (Blood Group), தைரியம், தேகபலம், செயல்திறன், கோபதாபங்கள், வேகம் போன்றவற்றிற்கு காரகம் வகிக்கிறார்.

ஆண், பெண் ஜாதகத்தில் லக்னம் (அ) சந்திரனுக்கு 2, 4, 7, 8, 12ல் செவ்வாய் இருப்பின் அது செவ்வாய் தோஷம் என்று 'பொதுவாக' சொல்லப்படுகிறது.

இவ்வாறு செவ்வாய் தோஷம் இருந்தால், அதேபோன்று செவ்வாய் தோஷம் உள்ளவருக்கோ திருமணம் செய்விக்க வேண்டும் என்ற கருத்தும் நிலவுகிறது.

செவ்வாய் தோஷத்தை மட்டும் சுட்டிக்காட்டி, சிலர் ஜாதகத்தை புறக்கணித்து விடுகின்றனர். இதனால் பலரது திருமணம் தள்ளிப் போகிறது. பெற்றோர்களும் ஜோதிடத்தின் மீது அவநம்பிக்கை கொள்ளும் அளவிற்கு அவர்களை ஜோதிடர்கள் குழப்பி விடுகின்றனர்.

செவ்வாய் தோஷம் பெரும் பாதகங்களை ஒருபோதும் செய்யாது.

தனித்த எந்த ஒரு கிரகமும் உயிர்சேதம் தர வாய்ப்பே இல்லை. எனவே செவ்வாய் ஒருவரே தனது தோஷத்தால் உயிர் சேதம் தருவார் எனக் கூறுவது தவறிலும் பெரிய தவறாகும்.

செவ்வாய் தோஷ ஆய்வு:

☆ செவ்வாய் மேஷ, விருச்சிக, மகர ராசியில் இருந்தால் அவர் எந்த தோஷமும் செய்ய மாட்டார்.

☆ கடக, சிம்ம லக்னகாரர்களுக்கு செவ்வாய் **எங்கிருந்தாலும்** தோஷம் செய்ய மாட்டார்.

☆ கடக, சிம்மத்தில் செவ்வாய் இருப்பின் செவ்வாய் தோஷம் கிடையாது.

☆ 7, 8ல் இருக்கும் செவ்வாயை குரு (அ) சுக்கிரன் பார்த்தால் தோஷம் கிடையாது. இங்கு குரு/சுக்கிரன் அசுபத்தனம் அடையாமல் இருக்க வேண்டும். சுக்கிரன் செவ்வாயோடு சேரக்கூடாது.

☆ செவ்வாய் கிரகத்தை சந்திரன், புதன் சேர/பார்க்க செவ்வாய் தோஷம் கிடையாது.

☆ செவ்வாய் 6, 8, 12, பாதக ஆதிபத்தியம் பெற்று எந்த பாவகத்தில் இருப்பினும், சுபர் பார்வை/சேர்க்கை பெறாவிடின் கண்டிப்பாக ஏதேனும் பாதிப்புகளை, அந்த பாவகத்திற்கு செய்யாமல் இருக்காது.

உதாரணம் மேற்படி நிலையில் 7ல் இருப்பின் 7மிடத்திற்குப் பாதிப்பைத் தரும்.

செவ்வாய் தோஷம் பற்றி புலிப்பாணி முனிவர் பாடல்:

ஒன்றிரண்டு நாலேழு உதிக்கும் விய
மெட்டிடத்தில் சேயும் நிற்க - உதவாது
களத்திரங்கள் தருகாது
காதலியை தாயே!

- என்று சொல்லிவிட்டு;

அதுகேள் மகரம் - ஆடு கேளும் ஏழாய்
மங்கலனும் நிற்க - அது நன்றாம்
பின்னும் மன்னவர் பார்வை பெற்றச் சேய்க்கு
மங்கை உண்டு சங்கை இல்லை மகளே!

சேய்க்கு தோஷம் செப்புவதற்கு
சேய் நின்றபதியோனும் வீழ்ந்தால் கூறும்
செல்வனுக்கும் செல்வதிக்கும்
செப்பவேணும் சேய் தோஷம் தாயே!

அதுகேள் சேய்நின்ற பதியோனும்
செல்வனுக்கு திரிகோணம் ஏற
சேய்க்கு தோஷம் கிட்டாது விதி
தீர்க்கம் மகளே!

என்று கூறி முடிக்கிறார்.

இதன் பொருள்:

1, 2, 4, 7, 8, 12ல் செவ்வாய் இருந்தால் தோஷத்தை தரும் என்றும், மகரம், மேஷம், விருச்சிகம் போன்ற ராசியில் செவ்வாய் இருந்து அது ஏழாமிடமாக இருப்பின் தவறில்லை.

குரு பார்த்த செவ்வாய்க்கு தோஷமில்லை.

செவ்வாய் நின்ற வீட்டின் அதிபதி நீச்சம், அஸ்தமனம் பெற்று செவ்வாய்க்கு 6, 8, 12ல் இருந்துவிட்டால் செவ்வாய் தோஷம் உண்டு எனவும், செவ்வாய் நின்ற வீட்டதிபதி ஆண்/பெண் பிறந்த லக்னத்திற்கோ அல்லது ராசிக்கோ 1, 5, 9ல் இருப்பின் தோஷம் கிடையாது என்று உறுதியாக புலிப்பாணி கூறுகிறார். இவர் கூறிய விஷயங்கள் அனுபவத்தில் மிகச் சரியாகவே வருகிறது.

ரிஷபம், மிதுனம், கன்னி, துலாம், மகரம் போன்ற லக்னத்தில் பிறந்தவர்களுக்கு செவ்வாய் அவிட்டம், சித்திரை, மிருகசீரிஷம், புனர்பூசம், விசாகம், பூரட்டாதி, உத்திரம், உத்திராடம், சுவாதி, கிருத்திகை, சதயம், திருவாதிரை, பூசம், உத்திரட்டாதி போன்ற நட்சத்திரங்களைப் பெற்று எங்கு இருப்பினும் குறிப்பாக 1, 2, 4, 7, 8, 12ல் இருந்து எந்தக் கிரகத்தால் பார்க்கப்பட்டு இருப்பினும் பாதகமாக பலன்களைத் தந்துவிடும்.

சுக்கிர தோஷ விளக்கம்

☆ ஆணிற்கு சுக்கிர தோஷம் பார்க்க வேண்டும். பெண்ணிற்கு செவ்வாய் தோஷம் பார்க்க வேண்டும். ஆண்களுக்கு மனைவியைக் குறிப்பவர் சுக்கிரனே ஆவார்.

☆ சுக்கிர தோஷத்தின் விளைவுகள்தாம் தாரதோஷம், களத்திர தோஷம் ஆகும்.

☆ சுக்கிரனுக்கு 2, 12ல் பாபகிரகங்கள் (செவ்வாய், சனி, ராகு, கேது, சூரியன்) இருப்பினும், சுக்கிரனோடு 1, 4, 7க்குரியவர் சேர்ந்து, சுக்கிரன், 7க்குரியவர் உபயராசியில் (மிதுனம், கன்னி, தனுசு, மீனம்) இருந்தாலும் இரண்டு தாரம் ஏற்படும்.

☆ 7க்குடையவன் உபயராசியில் இருப்பின் மனைவி கடுங் கோபம் உடையவள். சந்திரன் சேர்ந்தால் குணம் உள்ளவள்.

☆ 7க்குடையவன் உபயராசியில் பாபர்களுடன் சேர்ந்திருப்பின் அதை செவ்வாய் 7ம் பார்வையால் பார்த்தால் மனைவி இரண்டாகும். மூத்தவள் நோய் உடையவள்.

☆ சுக்கிரன் பாபகிரகங்களால் பார்க்கப்படுதல், சேருதல் சுக்கிர தோஷத்தைத் தரும்.

☆ சுக்கிரன் 6, 8, 12ல் இருப்பதும் சுக்கிர தோஷம்.

☆ ஜென்ம லக்னத்திற்கு 7, 8க்குரியவர் 6, 8ல் இருந்து 5, 10க்குரிய வர்கள் பாபர்களாகி 6, 8ல் இருப்பினும் சேர்ந்தாலும் மூன்று தாரமாகும்.

☆ 7க்குரியவர் ராசி, அம்சத்தில் ஸ்திர ராசியில் இருப்பின் தாரம் ஒன்று.

☆ 7க்குடையவர், சுக்கிரன் உபயராசியில் இருப்பின் ஒன்றிற்கு மேற்பட்ட தாரம்.

☆ இரட்டைப்படை ராசிகளில் குடும்பாதிபதி சுக்கிரன், 2, 7க்குரியவர் ஆகிய மூவரும் சேர்ந்தோ (அ) தனித்தனியோ இருப்பின் ஒரு மனைவி இருக்க வேறு தொடர்பு கொண்டு இரட்டைக் குடும்பம் நடத்துதல் அல்லது வேறு ஒரு குடும்பத்தை நிர்வகித்தல், நிலை இல்லாத மனக்கொள்கை (சபலம்) உடையவனாக இருப்பான்.

☆ 2, 3, 5, 7, 12க்குரியவர்களோடு சனி, ராகு, கேது, செவ்வாய், சுக்கிரன் போன்றவர்கள் சேர்ந்தாலும், அவர்களின் பார்வையைப் பெற்று இருப்பினும் அவ்வகை ஜாதகர்களுக்கு விதவை, பால்ய விதவை, கணவனால் கைவிடப்பட்ட (அ) துரத்திவிடப்பட்ட, நீச்ச ஜாதி அல்லது அடிமைத் தொழில் செய்யும் பெண்களோடு தொடர்பு ஏற்பட்டுவிடும். மேற்படி கிரக அமைவுகள் 3, 6, 8, 12ல் இருப்பின் பலன் உறுதிப்படும்.

☆ தார தோஷம், களத்திர தோஷம், கணவன் - மனைவி பிரிவினை, சண்டை சச்சரவுகள் போன்றவற்றைத் தருவதே சுக்கிர தோஷம் ஆகும்.

இதுவரை சுக்கிர தோஷம் பற்றிய ஆய்வுகள் பார்த்தோம்.

ராகு/கேது தோஷ விளக்கம்

☆ ராகு, கேதுக்கள் 1, 2, 7, 8 ஆகிய இடங்களில் இருந்தால் கணவன் - மனைவிக்கு ஆயுள் தோஷத்தை தரும். இல்லை எனில் இல்லற குடும்ப வாழ்க்கையை கெடுத்துவிடும். பிரிவினையைத் தரும் அல்லது வேறு பெண்களின் தொடர்பு ஏற்படுத்தும் என்று சொல்லப்படுகிறது.

☆ மேற்கண்ட விதியை அப்படியே நாம் எடுத்துக் கொள்ள முடியாது.

☆ 1, 2, 7, 8ல் உள்ள ராகு/கேது, பாதகாதிபதியோடு சேர்க்கை இருப்பினும் 3, 6, 8, 12க்குரிய கிரக சேர்க்கை/பார்வை பெற்று இருப்பினும் கெட்ட ஆதிபத்தியம் பெற்றிருப்பினும் தனது தசா/புத்தி அந்தரங்களில் சில பாதிப்புகளைத் தருகிறது.

☆ மேற்படி அமைப்புள்ள தம்பதிகளிடையே பிரிவினை, புத்திரபாக்கியம் இல்லாமை, வேறு தொடர்புகள், மாங்கல்ய தோஷம், குடும்பத்தில் சதா சண்டைசச்சரவுகள், துஷ்டக் குழந்தைகளால் மனக்கவலை, தரித்திராம்சம் போன்ற பல பாதிப்புகளை ஏற்படுத்தும்.

☆ 1, 2, 7, 8ல் ராகு/கேது இருந்து சுபத்தன்மை பெற்ற சுபர் சாரம் பெற்றிருப்பினும், 5, 9 போன்ற ஆதிபத்தியம் பெற்ற கிரகங்களின் சேர்க்கை/பார்வை/சாரம் பெறின் எவ்வித தவறுகளையும், பாதிப்புகளையும் தருவதில்லை.

செவ்வாயின் பாதிப்பு:

செவ்வாயுடன் சனி, ராகு, கேது, சூரியன் சேர்ந்து ஒரே ராசியில் இருப்பின் செவ்வாய் பாதிக்கப்படும். இதுபற்றி மேலும் விவரம் "திருமணத் தடைகளும் பரிகாரங்களும்" என்ற எமது நூலில் விரிவாக உள்ளது!

9. திருமண கால நிர்ணயம்

ஆண்களுக்கு ஜென்ம ஜாதக சுக்கிரனை கோச்சார குரு பார்க்கும்போது அல்லது சேரும்போது திருமணம் நடக்கும் லக்னத்திற்கு (அ) ராசிக்கு 3, 7, 11மிடங்களை கோச்சார குரு பார்க்கும் காலம் விவாகம் நடக்கும் (இருவருக்கும் ஆண்/பெண்).

பெண்களுக்கு செவ்வாயை கோச்சார குரு பார்க்கும்போது (அ) சேரும்போது திருமணம் நடக்கும்.

சுபத்தன்மையுடன் பலம் பெற்ற 1, 2, 7, 5, 9, 11க்குடையவர்களின் தசாபுத்தி அந்தரங்களில் திருமணம் நடக்கும்.

☞ சந்திர தசையில் புதன் அந்தரம்
☞ குரு தசையில் குரு அந்தரம்
☞ குரு தசையில் சந்திரன் அந்தரம்
☞ புதன் தசையில் சந்திரன் அந்தரம்
☞ புதன் தசையில் புதன் அந்தரம்
☞ சுக்கிர தசையில் சுக்கிரன் அந்தரம்

தசா/புத்தி கிரகம்	திருமணம் நடைபெறும் சதவீதம்
1. ராகு தசை/புத்தி	மிகவும் அதிகம் 90%
2. குரு தசை/புத்தி	80%க்கு மேல்
3. சுக்கிர தசை/புத்தி	85%க்கு மேல்
4. சனி தசை/புத்தி	60%
5. புதன் தசை/புத்தி	70%
6. சந்திரன் தசை/புத்தி	60%
7. சூரியன் தசை/புத்தி	30%
8. செவ்வாய் தசை/புத்தி	20%
9. கேது தசை/புத்தி	15%

திருமணம் செய்யக்கூடாத தசா/புத்திகள்:

1. ராகு தசையில் சூரிய புத்தி, செவ்வாய் புத்தி, சனி புத்தி, கேது புத்தியில் திருமணம் செய்யக் கூடாது.
2. கேது தசையில் செவ்வாய் புத்தி, சனி, ராகு, சூரியன், சந்திரன், புத்தியில் திருமணம் செய்யக் கூடாது.
3. சூரிய தசையில் சுக்கிரன், சனி, ராகு, கேது புத்திகளில் மணம் செய்யக் கூடாது.
4. செவ்வாய் தசையில் சனி, ராகு/கேது புத்திகளில் மணம் செய்யக் கூடாது.
5. சனி தசையில் கேது, செவ்வாய் புத்திகளில் மணம் செய்யக்கூடாது.
6. இருவருக்கும் ஒரே கிரகத்தின் தசையில் ஒரே புத்தி நடக்கக் கூடாது. உதாரணம்: ஆணிற்கும் ராகு தசை சனி புத்தி, பெண்ணிற்கும் ராகு தசை சனி புத்தி நடப்பது, இதுபோல் இருக்கக் கூடாது.
7. இருவருக்கும் ஒரே சமயத்தில் இயற்கை பாப கிரக தசை/புத்தி நடக்கக் கூடாது. அதேபோல் 6, 8, 12க்குரிய தசைகளும் நடக்கக் கூடாது.

திருமணத்திற்கு ஏற்ற காலம்

ஆண்:

ஆண் ஜாதகத்தில் சந்திரனுக்கு அல்லது லக்னத்திற்கு 3, 7, 12மிடங்களை குரு கோச்சாரத்தில் பார்க்கும்போது திருமணம் செய்ய வேண்டும். மிகச் சிறப்பைத் தரும்.

பெண்:

பெண் ஜாதகத்தில் லக்னம் அல்லது சந்திரனுக்கு 2, 8, 9, 12ம் இடங்களை கோச்சார குரு பார்க்கும்போது திருமணம் செய்தல் நன்று.

மேற்படி அமைப்பில் குரு பார்க்கும் காலம் விவாகம் செய்தால், நல்லதோர் இல்லற வாழ்க்கையை - கருத்தொருமித்த - இல்லறத்தை அமைதியுடன் நடத்த வழிவகுக்கும். இதுவே சரியான குருபலம் ஆகும்.

கலப்புத் திருமணம்:

- 7மிடத்தில் சனி, ராகு/கேது இருந்தாலும் (அ) பார்வை செய்தாலும் கலப்பு மணம் நடக்க வாய்ப்பு உண்டு. இதேபோல் 2மிடத்திலும் கண்டுகொள்ள வேண்டும்.
- சுக்கிரனோடு சனி, ராகு/கேது சேர்க்கை/பார்வை பெற்றின் காதல் கலப்பு மணம் ஏற்பட வாய்ப்புண்டு.
- சனி, ராகு திசைகள் கலப்பு மணத்திற்கு வழிகோலும்.
- சுக்கிரனுக்கு 7ல் சனி + சந்திர சேர்க்கை இருப்பின் கலப்பு மணம் ஏற்படலாம்.

காதல் திருமணம்:

- 7ம் வீட்டு அதிபதி 5க்குரியவரின் சாரத்தில் இருப்பது;
- 7க்குரியவர் 2க்குரியவர் சாரம் பெற்றாலும்;
- 5க்குரியவர் 7க்குடையவர் சாரம் பெற்றாலும் காதல் வயப் படுவார்கள்.
- 11ம் பாவாதிபதி தொடர்பு பெற்றால் காதல் வெற்றி பெற்று திருமணம் நடக்கும்.
- 5ல் சுக்கிரன், 7ல் சந்திரன், சுக்கிரன் இருப்பதும் காதல் வசப்படுவர்.

வது/வரன் அமையும் தூரம்:

- 7க்குடையவர் சர ராசியில் இருப்பின் வது/வரன் வெகு தொலைவில் அமையும் (100கி.மீட்டருக்கு மேல்).
- 7க்குடையவர் ஸ்திர ராசியில் இருப்பின் உள்ளூர் அல்லது 30லிருந்து 50கி.மீ. தொலைவில் வது/வரன் அமையும்.
- 7க்குடையவர் உபய ராசியில் இருப்பின் நடுத்தரத் தூரம் (50 லிருந்து 100கி.மீ. வரை).
- 7க்குடையவர் 4க்குடையவர் சாரம் பெற்றால் பக்கத்து வீடு (அ) தெருவாக மனைவி/கணவன் அமையும்.
- 7க்குடையவர் நீச்சம், பகை பெற்று சரராசியில் 3 மடங்கும், ஸ்திர ராசியில் 2 மடங்கும் உபய ராசியில் 1 மடங்கும் தூரத்தை பெருக்கிக் கொள்ள வேண்டும்.

ஜெயங்கொண்டான் கொளஞ்சி

☞ 7க்குடையவர் 8க்குரியவர் 12க்குரியவர் தொடர்பு பெறின் 'வெகுதூரம்' அமையும்.

லக்ன ரீதியாக திருமணம் தரும் தசாபுத்திகள்:

ஜென்ம லக்னம்	திருமணம் தரும் தசா/புத்தி கிரகங்கள்
1. மேஷம்	சுக்கிரன், சூரியன், குரு, சனி
2. ரிஷபம்	புதன், செவ்வாய், சனி, குரு, சூரியன்
3. மிதுனம்	சந்திரன், சுக்கிரன், குரு, சனி, செவ்வாய்
4. கடகம்	சூரியன், செவ்வாய், சனி, சுக்கிரன்
5. சிம்மம்	புதன், குரு, சனி, செவ்வாய், சுக்கிரன்
6. கன்னி	சுக்கிரன், சனி, குரு, சந்திரன்
7. துலாம்	செவ்வாய், சனி, புதன், சூரியன்
8. விருச்சிகம்	குரு, சுக்கிரன், சந்திரன்
9. தனுசு	சனி, புதன், சுக்கிரன், செவ்வாய், சூரியன்
10. மகரம்	சனி, சுக்கிரன், சந்திரன், புதன், செவ்வாய்
11. கும்பம்	குரு, புதன், சூரியன், சுக்கிரன்
12. மீனம்	செவ்வாய், புதன், சந்திரன், சனி

உதாரணம்:

சிம்மலக்ன ஜாதகருக்கு செவ்வாய் தசையில் குரு புத்தி அல்லது குரு தசை செவ்வாய் புத்தியில் திருமணம் நடக்கும்.

குறிப்பு:

மேற்படி லக்ன திருமண யோகம் தரும் கிரகங்கள் நீச்சம், அஸ்தமனம், பகை, வக்ரம், 6, 8, 12ல் இருந்து கெடக்கூடாது.

வது/வரன் திசை அறிதல்:

7க்குடையவன் நின்ற நவாம்சாதிபதி ராசி சக்கரத்தில் எந்த ராசியில் உள்ளாரோ? அந்த ராசிக்குரிய திசையே வரன்/வதுவின் திசை ஆகும்.

மேஷம், சிம்மம், தனுசு	⟶	கிழக்கு திசை
ரிஷபம், கன்னி, மகரம்	⟶	தெற்கு திசை
மிதுனம், துலாம், கும்பம்	⟶	மேற்கு திசை
கடகம், விருச்சிகம், மீனம்	⟶	வடக்கு திசை

வட கிழக்கு	கிழக்கு	கிழக்கு	தென் கிழக்கு
வடக்கு	ராசி திசைகள்		தெற்கு
வடக்கு			தெற்கு
வட மேற்கு	மேற்கு	மேற்கு	தென் மேற்கு

திருமணத் தடைகள் தரும் தோஷங்களும் பரிகாரங்களும்:

☞ ஆண், பெண் இருபாலருக்கும் திருமணத் தடைகள் தரும் தோஷங்கள் இருக்கும்.

☞ இவ்வாறு தோஷம் ஏதேனும் உள்ள ஜாதகருக்கு திருமணம் அமைவதில் பலவகையான தடைகள் ஏற்படும்.

☞ திருமணத்தை எவ்வளவு தாமதப்படுத்த (Delay) முடியுமோ அவ்வளவு தாமதப்படுத்தும். என்னதான் மணம் முடிக்க முயற்சி செய்தாலும் திருமணம் தட்டிக் கொண்டே போகும்.

☞ திருமணம் கைகூடுவது போலத் தோன்றி திடீரென்று நின்றுவிடும்.

☞ சில சமயங்களில் திருமணம் என்று ஒன்று நடக்குமா? என்ற வினாவே எழுப்பி விட்டுவிடும் அளவிற்கு, திருமணம் கானல் நீர் போன்று இருக்கும்.

☞ மேற்படி தடைகளுக்கு எல்லாம் தோஷங்களும், சாபங்களுமே காரணம்.

☞ ஜாதகத்தில் ஏற்பட்டிருக்கும் தோஷங்களை, சாபங்களை இறையருளால் துல்லியமாகக் கண்டுபிடித்து தக்க முறையில் பரிகாரம் செய்தால் விவாகம் விரைவில் நடக்கும் என்பது உறுதி.

தோஷங்கள் பலவிதம்:

- களத்திர தோஷம்
- தார தோஷம்
- சுக்கிர தோஷம்
- செவ்வாய் தோஷம்
- சனி, ராகு/கேது தோஷம்
- நாக தோஷம்
- சர்ப்ப தோஷம்
- மாங்கல்ய தோஷம்
- காலசர்ப்ப தோஷம்

சாபங்கள் பலவிதம்:

- பித்ரு சாபம்
- மாதுர் சாபம்
- சர்ப்ப சாபம்
- கன்னிகள் சாபம்
- குரு சாபம்

    இவ்வாறு இன்னும் பல சாபங்கள் உள்ளன.

பரிகார விளக்கம்:

- மேற்கண்ட தோஷங்கள்/சாபங்கள் நிவர்த்தி பெற விசேஷப் பாடல் பெற்ற பரிகாரத் தலங்களில் முறையாக வேதம் படித்த அந்தணர்களைக் கொண்டு யாகம், வேள்வி செய்து சாந்தி தேவதைகளுக்கு ஆகுதி அளித்து பாதிக்கப்பட்ட நபரை கும்ப கலச நீரால் புனித நீராட்ட வேண்டும்.
- பின்பு பிராம்மண போஜனம் செய்வித்தல் வேண்டும்.
- இவ்வாறு செய்தால் தோஷங்கள் விலகி விவாகம் சிறப்பாக நடக்கும். எதிர்கால இல்லற குடும்ப வாழ்க்கை சிறப்பாக இருக்கும்.
- கிரகசாந்தி, தோஷ பரிகாரம் ஏதும் செய்யாமல் ஒருக்கால் விவாகம் நடந்தாலும் பிற்காலத்தில் பலவித பிரச்சனைகளுடன்தான் வாழ்க்கை ஓடும்.

- விவாகரத்து ஏற்படலாம்.
- கணவன், மனைவி கருத்துவேறுபாடு, பிரிவினை ஏற்படலாம்.

குறிப்பு:

சாபங்கள்/தோஷங்களுக்கு சரியான பரிகாரம் அன்ன தானத்தில்தான் நிறைவாகிறது. 'அன்னதானம் பாபவிமோசனம்'.

சர்வ பரிகார ஸ்தலம் சிதம்பரம்:

- பூலோக கைலாயமாக திகழும் தில்லை எனும் சிதம்பரம் அனைத்து தோஷங்களுக்கும் பரிகாரம் செய்ய உகந்த தலமாக விளங்குகிறது. எனவேதான் தில்லையம்பதி எனும் சிதம்பரம் **'சர்வ பரிகார தலம்'** என்று போற்றப்படுகிறது.
- தில்லை வாழ் அந்தணர்களை வைத்து சிவகாமி அம்மன் சன்னதியில் செய்யப்படும் தோஷப் பரிகாரங்கள் கைமேல் பலன் அளிக்கும் இது பிரத்தியட்ச அனுப்வ உண்மை ஆகும்.
- லட்சக்கணக்கான ஆண்டுகளுக்கு முன்பு தசரத சக்கரவர்த்தி சிதம்பரம் வந்து புத்திர காமேஷ்டி யாகம் செய்தே **ராமன்** முதலிய புத்திரர்களைப் பெற்றெடுத்தார்.
- பிரம்மாவே தில்லைவாழ் அந்தணர்களை கொண்டுதான் மகா யாகங்களை எல்லாம் நடத்தியுள்ளார் என்பது சிதம்பர ரகசிய செய்தியாகும். இறைவன் வேதமாகி, வேதங்கள்தாம் தில்லை மூவாயிரம் அந்தணர்கள்.
- எனவே எவ்விதத் திருமண தோஷங்களுக்கும் சரியான **பரிகார தலம் சிதம்பரமே.**
- பரிகாரங்கள் பற்றி ''திருமணத் தடைகளும் பரிகாரங்களும்'' என்ற நூலில் காண்க!

10. பெண்கள் ஜாதகம்

ஆண் ராசிகள் [ஒற்றைப்படை ராசிகள்]:

* மேஷம்
* மிதுனம்
* சிம்மம்
* துலாம்
* தனுசு
* கும்பம்

பெண் ராசிகள் [இரட்டைப்படை ராசிகள்]:

* ரிஷபம்
* கடகம்
* கன்னி
* விருச்சிகம்
* மகரம்
* மீனம்

ஜென்ம லக்னம் மற்றும் சந்திரன் லக்னம் ஆகிய இரண்டும் பெண் ராசிகளில் இருப்பின், அந்தப் பெண் நல்ல ரூபிணியாகவும் (Super Figure) நல்ல குணமனம் கொண்டவளாகவும், பெண்ணிற்கே உரிய குணங்கள் செயல்பாடு உடையவளாகவும், ஒழுக்கம் நிறைந்தவளாகவும் இருப்பாள். பாபர்கள் தொடர்பு இல்லாமல் இருக்க வேண்டும்! சுபர்கள் இருக்கலாம்.

ஜென்ம லக்னம் மற்றும் சந்திர லக்னம் ஆகிய இரண்டும் ஆண் ராசிகளில் இருப்பின், அப்பெண் ஆண் சுபாவ குணங்கள், உருவம், ஆண்மகனைப் போன்ற நடவடிக்கை போன்றனவற்றால் திகழ்வாள். பெண்தன்மை இவளிடம் இராது.

ஜென்ம லக்னம் மற்றும் சந்திரன் லக்னம் ஆகிய இரண்டில் ஏதேனும் ஒன்று ஆண் ராசியிலும் மற்றொன்று பெண் ராசியிலும் கலந்து இருப்பின் அவள் ஆண்/பெண் இரண்டிற்கும் உரிய சுபாவ குண, ரூபம் உடையவள். பாபர்கள் தொடர்பு பெறின் தீயகுணங்கள், செயல்பாடுகள் கொண்டவளாக இருப்பாள்.

பெண்ணின் லக்னாதிபதி ஆட்சி, உச்சம் பெற்று இருப்பின் அந்தப் பெண் குடும்ப வாழ்க்கையில் சகல சௌபாக்கியங்களும் பெற்று வாழ்வாள்.

லக்னாதிபதியும், சந்திரனும் சுபகிரகங்களோடு சேர்ந்தோ/ பார்க்கப்பட்டோ இருப்பின் அந்தப் பெண் நல்ல அழகியாகவும், அதே சமயத்தில் கற்பொழுக்கம் தவறாதவளாகவும் இருப்பாள்.

ஒரு பெண் பரிபூரணமான மனநிலையோடும், எப்போதும் சிரித்த முகத்தோடும் இருக்க வேண்டுமெனில், அந்தப் பெண்ணின் லக்னாதிபதியும், நவாம்ச லக்னாதிபதியும் சுபகிரகங்களாக இருக்க வேண்டும்.

லக்னத்தில் புதனும், சுக்கிரனும் இருந்தால் அந்தப் பெண் புத்திசாலியாகவும், மாபெரும் அதிர்ஷ்டசாலியாகவும், கணவனின் முழுக் காதலையும் பெற்றவளாகவும் இருப்பாள்.

லக்னத்தில் சந்திரன், சுக்கிரன், புதன் ஆகியோர் சேர்ந்திருப்பின், அந்தப் பெண் வாழ்க்கையில் நிறையப் பொருள் தேடி மகிழ்ச்சியுடன், மனதிருப்தியும் பெற்று வாழ்வாள்.

லக்னத்தில் குருவும், சந்திரனும் இருந்தால் அவள் தனது சுயஅறிவினாலும், திறமையினாலும் செல்வம், செல்வாக்கு, புகழ் பெற்று வாழ்க்கையில் வெற்றி அடைவாள்.

குரு, சுக்கிரன், புதன் மூவரும் 1, 5, 9ல் இருந்தால் அவள் வாழ்க்கையில் எந்தவித சிரமங்களும் ஏற்படவே ஏற்படாது. வாழ்வில் எல்லாக் கோணங்களிலும் அவள் மகிழ்ச்சியே அடைவாள்.

லக்னத்தில் சுக்கிரனும், சந்திரனும் சேர்ந்து இருந்தால், அவள் பொறாமைக்காரியாகவும், எப்போதும் மனக்குறை உடையவளாகவும் இருப்பாள். ஆனால் லக்னம் கடகம், ரிஷபம், துலாம் எனில், அவற்றில் சந்திரன் + சுக்கிரன் இருப்பின் அவள் யோகசாலியாகவும், மனமகிழ்வோடும் இருப்பாள்.

7க்குடையவர் சுபராசியிலிருந்து, சுக்கிரன் பலம் பெற்று இருக்கும் ஜாதகிக்கு விரைவில் திருமணம் நடக்கும்.

சூரியன் + சுக்கிரன் சேர்க்கை 3, 5, 7, 9, 12ல் இருப்பின் விவாகம் காலம் கடந்து விடுகிறது. கணவனை வலைவீசித் தேட வேண்டிய நிலை ஏற்படுகிறது. பால்யத்தில் திருமணம் நடந்தால் இல்லறம் சோபிப்பதில்லை.

செவ்வாய் + சுக்கிரன் துலாம், கடகம், தனுசு, மீனம் போன்ற ராசிகளில் இருக்கும் பெண்ணிற்கு சீக்கிரமே கல்யாணம் செய்துவிட வேண்டும். இல்லை எனில் அவளே கணவனைத் தேடிக்கொண்டு விடுவாள்.

2, 7, 8க்குடையவர்கள் சூரியன், சனி, ராகு போன்ற கிரகங்களோடு சம்பந்தப்பட்டு 2, 7, 4, 9, 12 போன்ற இடங்களில் இருப்பின் திருமணம் தடைபட்டுவிடுவதோடு, குடும்பத்திலும் வறுமை தாண்டவமாடும். இவளை கண்ணும் கருத்துமாக கண்காணிக்க வேண்டும். இல்லையெனில் ஈனசாதி ஆடவருடன் தொடர்பு ஏற்படலாம்.

பூரம் நட்சத்திரத்தில் பிறந்த பெண்ணுக்கு திருமணம் தடை ஏற்பட்டு நடக்கிறது.

பூரம் நட்சத்திரத்தில் பிறந்து சந்திரனுக்கு 12ல் சுக்கிரன் இருப்பின் திருமணம் காலம் கடந்து நடக்கும்.

ஆவணி மாதத்தில் மூலம் நட்சத்திரத்தில் பிறந்த பெண் மாமனாருக்கு எந்த தோஷமும் செய்யாது.

லக்னம்/சந்திரனுக்கு 5ல் ராகு/கேது சாரம் பெற்ற கிரகங்கள் ஒரே பாத சாரத்தில் இருப்பின் புத்திர தோஷமும், கருச்சிதைவும், புத்திரர்களால் பல அவமானங்களும் ஏற்படும்.

லக்னம் (அ) சந்திரனுக்கு 5ல் சூரியன் + புதன் சேர்ந்து இருப்பின் புத்திர பாக்கியம் நடைபெறுகிறது.

லக்னத்திற்கு 7ல் சுக்கிரன் + சந்திரன் இருப்பின் கிழவனை மணப்பாள். மனதுக்குப் பிடித்த மணவாழ்க்கை அமையாது. வேறு நபர் தொடர்பு ஏற்படும்.

சௌபாக்கியவதி யோகம்:

* ஜென்ம லக்னம் மற்றும் சந்திரா லக்னம் சூரியன் ஆகிய மூன்றும் பெண் ராசியில் இருந்து இரவில் பிறந்த பெண் சௌபாக்கியவதியாக இருப்பாள். சுபகிரகங்கள் தொடர்பு இருக்க வேண்டும். பாபிகள் தொடர்பு கூடாது.

* லக்னத்திற்கு 9க்குடைய கிரகம் ஆட்சி உச்சம் பெற்று சுபத் தன்மையுடன் இருப்பின் ஜாதகி பாக்கியவதி என போற்றப் படுவாள்.

* குடும்பாதிபதி ஆட்சி, உச்சம், கேந்திர கோணம் லாபங்களில் கெடாமல் இருப்பின் அவள் சிறந்த குடும்பவதி என பெயரெடுப்பாள்.

* கற்பு ஸ்தானம் என்னும் சுகவீடாகிய நான்காமிடத்தில் செவ்வாய், சனி, ராகு, கேது இல்லாமல் தொடர்பு இருப்பின் சிறந்த உத்தமி என்று போற்றப்படுவாள்.

* 4மிடத்தில் நைசர்க்க பாவிகள் ஒருபோதும் இருக்கக் கூடாது. நோக்கக் கூடாது.

விஷக் கன்னி யோக லட்சணம்:

* ஜென்ம லக்னத்துக்கோ அல்லது சந்திர லக்னத்துக்கோ இருபுறத்திலும் (2லும் 12லும் பாபர்கள் இருக்கப் பிறந்த பெண் தந்தையின் குலம், மாமனாரின் குலம் ஆகிய இரண்டையும் மீதமின்றி நாசம் செய்கிறாள்.

உதாரணம்:

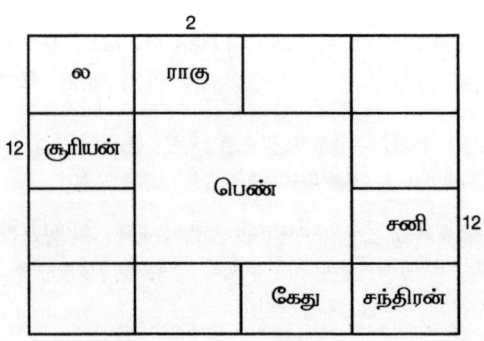

* இரண்டு சுபர்கள் லக்னத்தில் பகை பெற்றிருந்தாலும் அங்கு பாபகிரகம் சேர்ந்து இருந்தாலும் அப்பெண் விஷக்கன்னி ஆகிறாள்.
* ஞாயிற்றுக் கிழமை + துவாதசிதிதி + சதயநட்சத்திரம்.
* செவ்வாய் கிழமை + ஸப்தமிதிதி + விசாக நட்சத்திரம்
* சனிக்கிழமை + ஆயில்ய நட்சத்திரம் + துவிதியை திதி
மேற்கண்ட யோக அமைப்பில் பிறந்தவள் விஷக் கன்னியாவாள்.
* லக்னத்தில் சூரியனோ, செவ்வாயோ, சனியோ இருப்பின் அவள் அழகு இல்லாத பெண்.
* செவ்வாய் 3லோ (அ) 12லோ இருந்து பாபிகளுடன் சேர்ந்த ராகு லக்னத்தில் இருந்தால் விதவை ஆகிறாள்.
* லக்னத்தில் சூரியன், ராகு, செவ்வாய் இவர்கள் இருப்பின் பெண் காமி, (காமநாட்டம்) விதவை ஆவாள். சுக்கிரன் சேர்ந்தால் வேறு நபர் தொடர்பு ஏற்படும்.
* லக்னத்தில் சனி, 5ல் சூரியன், 9ல் செவ்வாய் இருப்பின் அவள் விஷக்கன்னி.
* ஞாயிறு + பரணி
  திங்கள் + சித்திரை
  செவ்வாய் + உத்திராடம்
  புதன் + அவிட்டம்
  வியாழன் + கேட்டை
  வெள்ளி + பூராடம்
  சனி + ரேவதி
மேற்படி கிழமை நட்சத்திரத்தில் பிறந்த பெண் விஷக்கன்னி ஆகிறாள். மேற்படி யோக அமைப்பில் ஆண் பிறந்தால் அவன் பிறந்த குலம் இழிவும், சகல நாசமும் உண்டாகும்.
* செவ்வாயும் ராகுவும் ஒரே வீட்டில் இருந்தால் அப்பெண் விஷக்கன்னி ஆகிறாள் (செவ்வாய் + ராகு).

விஷக்கன்னி பரிகாரம்:

* பெண்ணின் லக்னத்திற்கு 7க்குடையவர், சுபர் 7ல் இருப்பின் விஷக்கன்னி யோகம் பங்கமாகிவிடும்.

விஷக்கன்னியின் பலன்:

❋ பாக்கியமற்றவள். தரித்திரம் உடையவள்.

❋ குழந்தை உண்டாகாது. உண்டானால் பிறந்து இறக்கும்.

❋ தனமற்றவள், நோய், துக்கம், பீடை உடையவளாக இருப்பாள்.

❋ எந்த ஒரு குழந்தையையும் இவள் தொட்டுத் தூக்கி கொஞ்சக் கூடாது. செய்தால் குழந்தைக்கு பல பாதிப்புகள் ஏற்படும்.

❋ இந்தப் பெண்ணுடன் உடலுறவு கொண்டவன் உடல் ஆரோக்கியம், சுகம் பாதிக்கப்படும். தரித்திரம், பீடை உண்டாகும்.

❋ இவள் திருஷ்டிக்கு ஆட்படும் கட்டுமஸ்தான காளையர்களின் கல் தேகமும் நலிவடையும் பல பாதிப்புகள் உண்டாகும்.

❋ பிறந்த குடும்பம், புகுந்த குடும்பம் இரண்டிற்கும் நாசம் உண்டாக்குவாள்.

சில முக்கிய விதிகள்:

❋ ஆண், பெண் இருவருக்கும் ராகு, சுக்கிரன் தசா/புத்தி சந்திப்பு கேவலத்தைத் தரும்.

❋ ஆண், பெண் இருவருக்கும் ஒரே சமயத்தில் செவ்வாய் தசை நடக்கக் கூடாது. நடந்தால் இரத்தக் காயம், சண்டை சச்சரவு ஏற்படும். செவ்வாயை கோச்சார சனி தொடும் காலம் கண்டங்கள், வாகன விபத்து ஏற்படும்.

❋ இருவருக்கும் சனி தசை நடந்தால் ‘தொழில்’ பாதிக்கப்பட்டுவிடும்.

❋ ஆணின் நீச்ச கிரகம் பெண் ஜாதகத்தில் உச்சம் பெறின் சிறப்பு.

❋ பெண்ணின் நீச்ச கிரகம் ஆண் ஜாதகத்தில் உச்சம் பெறின் சிறப்பு.

❋ இருவரின் தசா கிரகங்களும் அஸ்தமனம் அடைந்தால் மிகப் பாதிப்பு.

❋ திருமணம் முடிந்த பிறகு துவங்கும் சுபகிரகம் நீண்டகால தசையாக இருப்பின் சுபம்.

சில திருமணத் தடை விதிகள்:

* லக்னாதிபதி நின்ற ராசிக்கு 6, 8ல் 7க்குடையவர் இருக்கக் கூடாது.
* குருவுக்கு 4, 6, 8, 10ல் சுக்கிரன் திருமணத் தடை தரும்.
* 7க்குடையவனுக்கு 1, 5, 9ல் மற்றும் 2ல் கேது இருக்கக் கூடாது.
* சுக்கிரன் மற்றும் செவ்வாய்க்கு திரிகோணத்தில் (1, 5, 9ல்) கேது இருக்கக் கூடாது.
* பெண் செவ்வாய்க்கு 6, 8, 12 அதிபதிகள் ஜென்ம லக்னத்துக்கு 7ல் இருக்கக் கூடாது.
* ஆணின் சுக்கிரன் நின்ற ராசிக்கு 6, 8, 12 அதிபதிகள் லக்னத்துக்கு 7ல் இருக்கக் கூடாது.
* ஆணிற்கு சுக்கிரன் நீச்சம், அஸ்தமனம், வக்ரம், பாபர்கள் தொடர்பு, 6, 8, 12 பெறக் கூடாது. இதேபோல் பெண்களுக்கு செவ்வாய் இருக்கக் கூடாது.

மேற்கண்ட விதிகள் திருமணத் தடைகளுக்குக் காரணம் ஆகும்.

11. நவாம்சமும் திருமணமும்

நவாம்சம்:

ஒரு இராசியின் 30 பாகையை 9 பங்காக வகுத்துக் கிடைப்பதுவே நவாம்ச சக்கரமாகும்.

நவாம்சத்தின் மூலம் கிரகங்களின் பலம் மற்றும் பலவீனங்களைக் கண்டுகொள்ள முடியும்.

திருமண வாழ்க்கையின் சூட்சும ரகசியங்களை நவாம்சத்தின் மூலமே தெள்ளத் தெளிவாக காண முடியும்.

நவாம்சத்தின் முக்கிய விதிகள்:

⇨ இராசியில் ஆட்சி, உச்சம், கேந்திரம், கோணம், லாபத்திலிருந்து பலம் பெற்ற கிரகம் எதுவும், நவாம்சத்தில் 'நீச்சம், பகை' பெறுதல் கூடாது.

⇨ இராசியில் ஆட்சி, உச்சம் பெற்ற கிரகம் அம்சத்தில் நீச்சம் பெறக் கூடாது. அப்படி நீச்சம் பெற்றால் அது முதலில் பலன்களை இருப்பதுபோல் காட்டி கடைசியில் ஒன்றுமில்லாதபடி செய்துவிடும்.

⇨ இராசியில் நீச்சம் பெற்ற கிரகம் அம்சத்தில் ஆட்சி, உச்சம் பெற்றால் அந்த கிரகத்தின் காரக ஆதிபத்தியம், உறுதியாக (100%) பலன் கொடுக்கும். முதலில் எதுவும் இல்லாததுபோல் தோன்றும். கடைசியில் பலன் கிடைத்துவிட செய்யும்.

⇨ ஜென்ம லக்னத்துக்கு எந்த ஸ்தானாதிபதி அம்சத்தில் ஆட்சி, உச்சம் பெறுகிறதோ, அந்த ஸ்தான பலன்கள் கண்டிப்பாக அந்த ஜாதகருக்கு உண்டு என்று சொல்லலாம்.

⇨ ஜென்ம லக்னத்திற்கு அதிபதியான லக்னாதிபதி அம்சத்தில் ஆட்சி, உச்சம் பெற்றால் அவர் உறுதியாக சமுதாயத்தில் எல்லோராலும் மதிக்கத்தக்க அந்தஸ்தோடு வாழ்வார் (VIP).

⇨ லக்னத்திற்கு ஏழுக்குடைய கிரகம் அம்சத்தில் ஆட்சி, உச்சம் பெற்றால் அவரது கணவன் (அ) மனைவி ஏதேனும் ஒரு வகையில் முக்கிய அந்தஸ்து உடையவராக இருப்பது உறுதி.

⇨ குடும்பாதிபதி அம்சத்தில் ஆட்சி, உச்சம் பெறின் அவருக்கு நிச்சயமாக குடும்ப வாழ்க்கை உண்டு. இதுபோல் பிற பாவகங்களுக்கும் பார்த்துக் கொள்ளவும்.

⇨ லக்னத்துக்கு 7க்குடையவன் **அம்சத்தில் நீச்சம்** பெறின் இல்லற சுகம், கணவன்/மனைவி உறவு சுமூகமாக இராது.

⇨ ஆணிற்கு சுக்கிரன் அம்சத்தில் நீச்சம் பெற்றால் அவருக்கு மனைவி வகை சுகம் அற்பம்தான். இல்லற, குடும்ப வாழ்க்கை சோபிக்காது. களத்திர வகையில் நீச்சம் காட்டும். விவாகரத்து, பிரிவினை, வழக்கு, மரணம் போன்றன, இதுபோல் பெண்களுக்கு **செவ்வாய்** கிரகத்தை வைத்து பார்த்துக் கொள்ளவும்.

⇨ 7க்குடையவனோ (அ) சுக்கிரனோ அம்சத்தில் நீச்சம் பெற்றால் நீச்ச களத்திரம் அமையும். ஈனகுலப் பெண் (அ) ஏழை வர்க்கப் பெண் அமையும். மனைவியால் லாபாதி சுகம் குறைவு.

⇨ லக்னத்துக்கு 7க்குடையவன் அம்சத்தில் பாபிகள் வீட்டில் இருப்பினும், பாபர்களோடு சேர்ந்து இருப்பின் துர்களத்திரம் வாய்க்கும்.

⇨ சுக்கிரன் அம்சத்தில் சனி, ராகு, கேது, செவ்வாய், சூரியனோடு சேர்ந்து இருப்பின் திருமணத் தடைகள், திருணமத்தால் நஷ்டம், மனைவி வந்தபிறகு பிரச்சனைகள் அதிகரித்தல், மனைவி வகையால் பீடைகள் போன்ற தீயபலன்கள் ஏற்படும்.

⇨ அம்சத்தில் சுக்கிரன் சனியின் வீடான மகர, கும்பத்தில் இருப்பின் அவரது மனைவி துக்கம், பீடை, சோம்பல், மந்த குணம் கொண்டவளாக இருப்பாள். உயர்ந்த குணம், அறிவு, செயல்கள் இராது.

⇨ அம்சத்தில் சுக்கிரன் மேஷ, விருச்சிகத்தில் இருப்பின் அவன் மனைவி கடுங்கோபம், அவசர புத்தி, கர்வம், ஆங்காரம் கொண்டவளாக இருப்பாள். ரோகம், பீடை, போர்க்குணம் போன்றனவும் இருக்கும்.

⇨ அம்சத்தில் சுக்கிரன் சிம்மத்தில் இருப்பின் திருமணத் தடை தாமதம் ஏற்படலாம். மனைவி அதிகாரத் தோரணை உடைய வளாக இருப்பாள்.

⇨ அம்சத்தில் சுக்கிரன் கடகத்தில் இருப்பின் மனைவி பெண்மைக் குணம், பொறுமை, நிதானம், மதியூகம் போன்ற குணங்களால் சிறந்து விளங்குவாள்.

⇨ அம்சத்தில் சுக்கிரன் ஆட்சி உச்சம் பெற்றால் மனைவியால் சொத்து சுகம், பொருள் லாபம் கிடைக்கும். மனைவியின் அதிகாரம் ஓங்கி ஆட்டிப் படைக்கும்.

⇨ அம்சத்தில் சுக்கிரன் குரு, புதன், சுக்கிரன் வீட்டில் இருப்பின் மனைவி பொதுவாக நற்குணம் பொருந்தியவளாக இருப்பாள். ஆனால் பாபர்கள் தொடர்பு கூடாது.

⇨ செவ்வாய் சுக்கிரன் சேர்க்கை/பார்வை/பரிவர்த்தனை, சார பரிவர்த்தனை இராசி, அம்சத்தில் இருப்பின் (ஆண்/பெண்) அவர் செக்சில் அதீத ஈடுபாடு உடையவர். இதில் நிறைவு ஏற்படவில்லை எனில் நடத்தை மாறலாம்.

⇨ சுக்கிரன் சனி பார்வை/சேர்க்கை/பரிவர்த்தனை இராசி, அம்சத்தில் இருப்பின் கீழ்த்தரமான புத்தி, காம சேட்டைகள் இருக்கும். (ஆண்/பெண் பொது).

⇨ சுக்கிரனும் ராகுவும் சேர்ந்து இராசி (அ) அம்சத்தில் இருப்பின் விபரீத காமஇச்சை உடையவர். இது லக்னத்துக்கு 3, 7, 12ல் இருப்பின் இதன் லீலையை ஒன்றும் சொல்வதற்கில்லை.

⇨ யாருக்கும் சுக்கிரன் தனித்து சுபவர்க்கம் பெற்றிருப்பின் அவர் புனிதமான நபர் பாபர் தொடர்பு பெறக்கூடாது.

⇨ சுக்கிரன் புதன் தொடர்பு பெற்றால் யாரையும் பேசியே Correct பண்ணிடுவர்.

சுக்கிரப் பொருத்தம்:

⇨ ஆணிற்கு சுக்கிரன் தனித்து இருந்தால் பெண்ணிற்கும் தனித்து இருப்பதே சிறப்பு.

⇨ சுக்கிரன் தனித்திருக்கும் ஆணிற்கு ஒன்றுக்கும் மேற்பட்ட கிரக சேர்க்கையோடு இருக்கும் சுக்கிரனைக் கொண்ட பெண்ணை சேர்க்கக் கூடாது.

⇨ பெண்ணிற்கு சுக்கிரன் ஏகனாக இருந்து ஆணிற்கு சுக்கிரன் பலரோடு இருப்பின் இவர்களையும் சேர்க்கக் கூடாது.

ஜெயங்கொண்டான் கொளஞ்சி

⇨ ஒருவரின் காமத்தை தூண்டிவிடுபவர் சுக்கிரன். எனவே இவர் காமகாரகர் எனப்படுகிறார். ஒருவரின் போகத்திற்குக் காரணம் குரு. எனவே குரு போககாரகர் எனப்படுகிறார்.

⇨ எனவே ஒருவரின் காமஉணர்வின் 'அளவு, வேகம், தேவை' இவற்றை சுக்கிரனைக் கொண்டே நிர்ணயம் செய்து பொருத்தம் செய்ய வேண்டும்.

⇨ சுக்கிரன் செவ்வாய், சனி, ராகு, கேது, சூரியன் சாரம் பெறின் அந்தந்த கிரகத்திற்குண்டான குணங்கள் மனைவியிடம் தென்படும்.

⇨ சுக்கிரன் குரு, புதன், சந்திரன் சாரம் பெறின் அவைகளுக்குரிய குணம் உண்டாகும்.

மனைவியின் திசை:

லக்னத்திற்கு 7க்குடையவன் எந்த திசைக்குரியவரோ, அந்த திசையில் மனைவியின் இருப்பிடம் இருக்கும். இது லக்னம் / சந்திரன் / சுக்கிரன் இதில் எது பலம் பெற்றுள்ளதோ அதிலிருந்து ஆய்வு செய்வோம்.

கிரகம்	திசை
சூரியன்	கிழக்கு
சந்திரன்	வடமேற்கு
செவ்வாய்	தெற்கு
புதன்	வடகிழக்கு
குரு	வடக்கு
சுக்கிரன்	தென்கிழக்கு
சனி	மேற்கு
ராகு	தென்மேற்கு
கேது	வடமேற்கு

புனர்பூ யோகம்:

⇨ சந்திரனும் சனியும் சேர்க்கை/பார்வை/பரிவர்த்தனை பெற்றிருப்பின் அது புனர்பூ யோகத்தைத் தரும்.

⇨ இதன் பலன் ஜாதகருக்கு நடக்க வேண்டிய நல்ல விஷயங்கள் எல்லாம் எதிர்மறையாக நடக்கும்.

⇨ திருச்சிக்கு போக நினைத்தால் சென்னைக்குப் போகிற பஸ்கள் அடிக்கடி வரும். ஆனால் திருச்சி பஸ் கானல் நீர் போன்று ஒன்றும் கண்ணுக்குப் புலப்படாமல் வெறுப்பு ஏத்தும். இதே நபர் சென்னைக்கு போகும்போது சென்னை பஸ் தவிர அனைத்து ஊர் பஸ்களும் வரிசையாக நிற்கும். இது ஒரு சின்ன உதாரணம்தான் புனர்பூவுக்கும்.

⇨ இதேபோன்று திருமண வாழ்வில் ஏதேனும் ஒரு விஷயத்தால் திருமணம் கைகூடி வந்து கடைசியில் தட்டிப் போய் விடும். மணமேடையில் பெண் மாலையைக் கழற்றி வீசி எறிந்தாள், வேறு ஒருவனுடன் பெண் வர மணமகள் escape போன்ற நிகழ்வுகள் எல்லாம் புனர்பூவின் லீலைதான்.

வது, வரன் திசை :

✡ ஆணின் சுக்கிரன் நின்ற ராசிக்குரிய திசையே மனைவி வரும் திசை ஆகும்!

✡ பெண்ணின் செவ்வாய் நின்ற ராசிக்குரிய திசையே கணவன் வரும் திசை ஆகும்!

மேஷம், சிம்மம், தனுசு = கிழக்கு.

ரிஷபம், கன்னி, மகரம் = தெற்கு.

மிதுனம், துலாம், கும்பம் = மேற்கு

கடகம், விருச்சிகம், மீனம் = வடக்கு.

12. திருமணப் பொருத்த சுருக்கம்

- இருவரின் ஜாதகங்களைப் பொருத்தம் பார்க்கும்போது பின்வரும் பொருத்தங்களை முக்கியமாக ஆய்வு செய்ய வேண்டும்.

  - லக்னப் பொருத்தம்
  - லக்னாதிபதி பொருத்தம்
  - குடும்பாதிபதி பொருத்தம்
  - பத்தாம்பாவாதிபதி பொருத்தம்
  - கிரகப் பொருத்தங்கள்
  - ஜாதகப் பொருத்தங்கள்
  - நாடிப் பொருத்தம்
  - வேதைப் பொருத்தம்
  - தோஷப் பொருத்தம்
  - தசா சந்தி, கூட்டுத் தசைப் பொருத்தம்

- மேற்கண்ட பத்துவித முக்கியப் பொருத்தங்களை நன்கு ஆய்வு செய்தபிறகே இரு ஜாதகங்களும் சேருமா (அ) சேராதா என்று முடிவு செய்ய வேண்டும்.

- அடுத்து நிச்சயதார்த்தம், திருமண முகூர்த்தம், சாந்திமுகூர்த்தம் போன்ற எல்லா சுபநிகழ்வுகளுக்கும் சந்திர, தாராபலம் உள்ள நாட்களைத் தேர்வு செய்தல் நல்ல வெற்றியைத் தரும்.

- இவை எல்லாம் ஜாதகப் பொருத்தம் பார்த்து ஜோதிட நிபுணரிடம்தான் கேட்டு அறிந்து நடக்க வேண்டும். ஏனெனில் இந்த ஜாதகங்களைப் பொறுத்தவரை அவரே நன்கு ஆய்வு செய்து வைத்திருப்பார்.

ஓரையின் வழிகாட்டல்:

- தினசரி ஓரைகளில் பெண் (அ) மாப்பிள்ளை பார்த்தல், ஜாதகம் வாங்குதல் போன்றவற்றை சுக்கிரன், புதன், குரு ஹோரைகளில் செய்வது வெற்றியைத் தரும். மற்ற ஓரைகளைத் தவிர்த்தல் மிக்க நன்று.

- பெண் வீடு சென்று சுக்கிர ஓரையில் பெண் பார்த்தால் அந்தப் பெண்ணை மனதிற்குப் பிடித்துவிடும். மணமும் முடிந்துவிடும்.

- ஆண் வீட்டிற்குச் சென்று குரு ஓரையில் மாப்பிள்ளை பார்த்தால் அந்த மாப்பிள்ளையை மனதிற்குப் பிடிக்கும். மணமும் நன்றாக முடியும்.

- பொருத்தம் பார்க்கும் விஷயத்தை **புதன் ஓரையில்** பார்த்தால் நன்கு ஆய்வுகள் புலப்படும். பொருத்தம் பற்றிய ரகசியங்கள் தெளிவாக அறிவுக்கு எட்டும். எனவே பொருத்தம் பார்த்தல் புதன் ஓரை நன்று.

- இஷ்ட தெய்வம், குலதெய்வம், குருவை, நவகிரகங்களை வணங்கி ஜாதகப் பொருத்தம் பார்க்கத் தொடங்க வேண்டும்.

- திருமணத் தடை, தாமதங்களுக்கு இறுதித் தீர்வாக அவரவர்களின் குலதெய்வ வழிபாடே சிறந்த தீர்வு அளிக்கும். 100% அனுபவ உண்மை. எந்த ஒரு பிரச்சனைகளுக்கும் குலதெய்வமே இறுதித் தீர்ப்பு வழங்கும்.

பக்தியுடன் நன்றி:

இறைப்பரம்பொருள் ஆடல்வல்லான் அடியேனை இந்நூல் உருவாக சிறுகருவியாகத் தேர்ந்தெடுத்தது ஆடியதிருவடி எமக்களித்த பெரும்பாக்கியமன்றி வேறொன்றுமில்லை!

ஆடிய திருவடிக்கு 'அனந்தகோடி' நமஸ்காரங்களையும், வந்தனங்களையும் பக்தியுடன் சமர்ப்பிக்கிறேன்...! அனைவருக்கும் ஆடியபாதம் அருள்செய்யும் ஆனந்த வாழ்வை வாழ்வோம்...!